உப்புக் கடலைக் குடிக்கும் பூனை

க.சீ. சிவகுமார்

உப்புக்கடலைக் குடிக்கும் பூனை
சிறுகதைகள்
க.சீ. சிவக்குமார்

©ஆசிரியருக்கு

முதற்பதிப்பு :
ஜனவரி 2015

புத்தகவடிவமைப்பு
மாரீஸ்

அட்டை புகைப்படமும்-வடிவமைப்பும்
பினு பாஸ்கர்

வெளியீடு
வம்சி புக்ஸ்,
19. டி.எம். சாரோன், திருவண்ணாமலை.
செல்:9445870995-9443222997

E.mail: kvshylajatvm@mail.com
www.vamsibooks.com

அச்சாக்கம்
மணி ஆப்செட்,
சென்னை.

ISBN : 978-93-80545-05-9

விலை : ரூ. 300

களிகூர்தல்

கோவில்பட்டிக்கும்
குறிப்பாக மாரீசுக்கும்

பதங்கமாகும் பனிக்கட்டியை பரிசளிக்கும் முன்...

இந்தப் புத்தகத்தை நீங்கள் படித்துக்கொண்டிருக்கிறீர்கள் என்பது கதை எழுதியவனுக்கு மகிழ்ச்சி தருகிற செய்தி என்பதை அறிவீர்கள். இது எனது மொத்தக் கதைகளின் தொகுப்பாக வரவேண்டும் என்பது பதிப்பாளரின் விருப்பமாயிருந்தது.

சற்றேறக்குறைய எனது விருப்பமும் அதுவே. நண்பர் பாஸ்கர் சக்திக்கு இப்போதைக்கு அப்படித்தான் வருகிறது. இருவரும் கதை எழுதுவதை நிறுத்துகிற ஆட்கள் இல்லை என்பதை இன்னும் விதவிதமான வடிவங்களில் நாம் பார்க்கக்கூடும்.

உங்களைப்போலவே இந்தப் பதிப்பாளரும் வினோதமானவரே. நான் பெரிதும் சிலாகிக்கிற எனது தொகுப்பான 'ஆதிமங்கலத்து விசேஷங்கள்' புத்தகத்தை பதிப்பிக்க மாட்டேன் என்று சொன்னவர்-நான் நாவல் என்று அனுப்பிவைத்த ஒரு பிரதியை இன்னும் என்னிடம் திருப்பித் தராதவர். அந்தப் பிரதி என்னிடம் இருந்தால் நான் எழுதப் புகும் நாவலை நான்கு மாதத்துக்குள் எழுதி முடித்துவிடுவேனாக்கும்.

தன்னியல்பு போலவே செயல்படுகிற ஒரு பதிப்பகத்தில் இருந்து தன்னியல்புபோலவே செயல்படுகிற (வேறு எப்படியும் செயல்பட பயலுக்கு அறிவு காணாது.) ஒருவனின் புத்தகம் வெளியாகிறது.

அதனால்தான், 'பூ மேலேவீசும் பூங்காற்றே, என் மேலே வீச மாட்டாயா?' என்ற பாடலைக் கேட்டுக்கொண்டு இந்த முன்னுரையை ஆரம்பிப்பது.

தமிழினி வெளியீடான 'கன்னிவாடி' யை பிரத்யேகமாகக் கருதுவதாலும் இன்னும் சுமாராக விற்றுக்கொண்டிருக்கிறது என்று கிழக்கு வெளியீடான 'என்றும் நன்மைகள்' தொகுப்பை நம்புவதாலும் முழுத்தொகுப்புக்கு நான் சம்மதிக்கவில்லை. சம்மதம் என்பது இங்கே ஒரு சும்மாவான சொல்தான்.

ஆச்சரியகரமாக இத்தொகுப்பில் 1996 முதல் 2009 வரை 14 (வனவாச) ஆண்டுகளின் கதைகளும் இத்தொகுப்பில் சேர்ந்துவிட்டன. கதைகளை நான் தொலைக்கிற அழகு பற்றி உங்களுக்குத் தெரியவேண்டுமானால் நீங்கள் என்றும் நன்மைகள் தொகுப்பின் முன்னுரையைப் படிக்கவேண்டும்.

(என்ன பிரமாதமான எஸ்.எம்.எஸ் இது என்கிறீர்களா?) கதைகளைத் தேடி எடுப்பது என்பது கதை எழுதுகிற பணியை விடக் கடினமாக இருந்தது எனக்கு-நான் எள்ளும் கடுகும் இறைத்த சில கதைகள் 'ககன ஊடகம்' (வலைத்தளம்) மூலமாகக் கிடைத்தன. இத்தொகுப்பில் அவை பத்து உள்ளன.

இதற்கான முதல் தகவல் அறிக்கையை உமாகதிர் எனக்கு தந்தார்.

எனது கதைகளைத் தொகுத்து வைத்திருக்கும் பணியை-என் யூகம் சரியென்றால்-வெங்கட்ரமணன் (ராமனோ ஒரு வேளை) செய்திருக்கக்கூடும்.

எனது தொலைபேசி எண்ணும் அவருக்குத் தெரியும் என்பதை அறிவேன். இன்னும் அவர் என்னிடம் பேசியதில்லை. நானும் அவரிடம் பேசியதில்லை. பிசிராந்தைக் கண்ணாமூச்சி.

மீட்டுக் கொண்டு வர இயலாத பழைய நாட்களின் பழைய மன நிலைகளின் மங்காத நினைவுகளுடன் இந்நூலை மாரீசுக்கும் கோவில்பட்டிக்கும் களி கூர்கிறேன்.

இந்த நூல் ஆக்கத்தில் உடனிருந்த மோகனா, ஆனந்தி, சுகந்தன், பால் நிலவன் அகியோருக்கு நன்றி. காற்றின் ஈரப்பதம் அதிகமாயிருந்த மார்கழியை மழையால் வரவேற்ற இந்த வருடக் கார்த்திகையின் கடைசி தினங்களில் சுஜி சேச்சி கணினி முன் வந்து அமர்ந்ததில் கதைகள் மேலும் செழுமை அடைந்தன.

பின் அட்டையில் என்றன் கதைகளைக் காட்டிக் கொடுக்கப்போகும் எஸ்.கே.பி. கருணாவுக்கு இயல்பின் புன்னகை. அட்டையை வண்ணமும் வடிவமும் செய்த பினு பாஸ்கரின் அபிநந்தனங்ஙள்.

முற்றத்துக்கு வந்து சிரி தூவி நின்ன வம்சியும் கொச்சு மானசியும் என் ‘பிழை திருத்தப் பொழுதுகளை’ வளப்படுத்தினார்கள். மொழி பெயர்ப்பாளர்கள் கே.வி.ஷைலஜா, கே.வி.ஜெயஸ்ரீ, உத்திரகுமாரன் மற்றும் மாதவியம்மா எப்போது 19.டி.எம்.சாரோனுக்கு வருகிற பொழுதும் ‘நீ எந்த ஊருல இருந்துப்பா வர்றே?’ என்று புத்தம்புதிதாக, எனக்கே பதில் தெரியாத கேள்வியைக் கேட்கும் தனம்மாள் ஆகியோரது உடனிருப்புடன் இந்த புத்தக உருவாக்கத்தின் தருணங்கள் கழிந்தன.

புத்தகத்தை தமிழ் படிக்கும் உலகுக்கு அளிக்க முன்கை எடுத்த எளிய பவா செல்லதுரை அவர்களுக்கு நெகிழ்ச்சியான நன்றி என எழுதுகிற போது புன்னகைத்துக்கொள்கிறேன்.

தொகுப்பின் கதைகள் அனேகமாக தன் அனுபவத்தை மூலகமாகக்கொண்டு முகிழ்த்தவை. கைப்பற்றுந் திராணியற்றவர்களின் கழிவிரக்கத்தோடு அதைப் பொருத்துகையில் கறுப்பு நகைச்சுவையுடன் கூடிய ஒரு கலையாக அவை மாறுகின்றன.

என் கதைகள் என்னிலிருந்து வந்தவையே தவிர என்னுடைய கதைகள் அல்ல என விலகி நிற்கையில்

ஆச்சரியமுறும் வேளை, முன்சென்று நிற்கையில் என் பிம்பங்காட்டாத கண்ணாடி ஒன்றைத் தேடிக் கொண்டிருக்கிறேன்.

தலைப்புக் கதையில் மரித்துப்போன பூனைக்குட்டிக்கு அஞ்சலி. மேற்படிக்கதையின் பாட்டுடை நாயகி-வினோத ஒப்பந்தம் மற்றும் திடசித்தத்துடன் என்னை செழிப்பில் தள்ள எத்தனிக்கும் என் செல்லச்சீமாட்டி சாந்திராணிக்கு கடல் கடந்த முத்தங்கள். வாழிய மானுடம்! வாழிய பூதலம்! அவ்வண்ணமே கோரும் அன்பினோடு

க.சீ. சிவகுமார்
கன்னிவாடி - 639202

உள்ளே....

1.	இந்த நாள்... இனிய நாள்	11
2.	அமிழ்து... அமிழ்து...	22
3.	தன்வினை	29
4.	இயல்பிகந்த கிண்ணாரம்	31
5.	சுற்று	40
6.	ஒப்பனை தர்மம்	47
7.	கானலங் காதல்	50
8.	கறி	60
9.	நெடுவயல் நிறைதல்	68
10.	தி நேம் இஸ் மணி	78
11.	காடெல்லாம் பிச்சிப்பூவு	86
12.	குருசேவ் குழந்தையாக இருந்தபோது...	95
13.	ராஜசேகர ரணதீரன்	100
14.	வெள்ளிக்கருக்க மேடு	108
15.	எம பயம்	115
16.	இச்சைகள் நிறைவேறா விதம்	123
17.	பேய்களின் ரேஷன் அட்டை	126
18.	உப்புக் கடலைக் குடிக்கும் பூனை	130
19.	குறுஞ்செய்திகளைக் கடத்தும் கோபுரம்	140
20.	அழகே உன்னை ஆராதிக்கிறேன்!	146

21.	வீடு	153
22.	பயம் வந்திட...	168
23.	எனக்கும் ஒரு வாழ்த்து!	179
24.	காதல் படகில் கொஞ்ச தூரம்...	183
25.	சங்கிலி	192
26.	ஹலோ	198
27.	ஒரு நாள்	200
28.	குகை	204
29.	சீற்றம்	207
30.	புதிர் வீட்டு ஜன்னல்	213
31.	கைசேராக் கடிதங்கள்	220
32.	திசையெல்லாம் காற்று	222
33.	கடல்கள் காய்வதில்லை	228
34.	தமிழரசி	230
35.	பலூன்	236
36.	கட்டுச் சேவல் மணிகள்	242
37.	ஆர்வலருக்கு இல்லை அடைக்குந் தாழ்	250
38.	மஞ்சள் மகிமை	216
39.	கூடுதுறை	266
40.	ஒரு ஊர்ல ஒரு தேர்தல்	275
41.	குளிரெழுத்தின் வண்ணங்கள்	283

இந்த நாள்... இனிய நாள்

பகவதி அம்மன் கோயிலின் மார்கழி மாத இரவு நேரத் தப்படிப்புப் பறைச் சத்தத்தின் துள்ளல் துல்லியமாகக் கேட்கும் தூரத்தில் அந்த அலுவலகம் இருக்கிறது. கிராம நிர்வாக அலுவலகம். அதன் வடக்குப் பக்க ஜன்னலைத் திறந்துவைத்தால் கோயிலின் மஞ்சள் பூசிய கலசங்களில் ஒன்றைப் பார்க்கலாம்.

அலுவலகம் சாவடி என்று அழைக்கப்பட்டது. சாவடி இருந்த இடம் முன்பொரு காலம் தொழுவம் என்று அழைக்கப்பட்டு, பவுண்டுப் பொட்டியாக இருந்தது. வேலி மீறி மேய்ந்த கால்நடைகளை நியாயம் கோரி அடைத்துவைக்கும் இடம். திடீரென ஒரு பருவத்தில் 'பகுதி மேம்பாட்டு நிதி'யில் அது கட்டடமாக உருவெடுத்தது.

எருமை முதல் எறும்பு ஈறாக எண்பதினாயிரம் ஜீவராசிகளும் எழுந்துவிட்ட காலை பத்து மணிக்குப் பேருந்தில் இறங்கி சாமிதுரை அலுவலகத்துக்கு வருவார். கிராம நிர்வாக அலுவலர். அவருக்கு இரண்டு உதவியாளர்கள். இளங்காலை. இமைசோரான் என்ற பெயருடைய இவர்களைத் தோட்டி, தலையாரி, தண்டல் ஆகிய பெயர்களிட்டும் விளிப்பார்கள். அழகான பெயர்களைக் கௌரவித்தது போலவும் ஆயிற்று.

நிர்வாக அலுவலர் சாமிதுரை அலுவலகத்துக்குள் நுழைந்ததும் வடக்கு ஜன்னல் ஓரமாக காற்படிக் கொள்ளளவுள்ள ஒரு எவர்சில்வர் டம்ளரை வைத்து மதுக்குடுக்கையின் கழுத்தைக் கோழி முறிப்பது போலத் திருகி ஊற்றி அரைக்கு அரை என்கிற அளவில் நீரிட்டு நிரவினார் இளங்காலை. சாமிதுரை அகம் மகிழ்ந்து அங்கம் குளிர்ந்தவராக அதை ஒரே வாயில் சரித்துவிட்டு இருக்கையில் அமர்ந்தார்.

'இன்ப லோகமே வந்து ஆடுதே' என்று பாடல் மனதுக்குள் ஓடியது. அறுத்த தர்பூசணி மாதிரி முகம் மினுங்கியது.

அவரது ஏகாந்தத்தின் தேன்கூட்டில் கல் எறிகிற மாதிரி ஒருத்தர் சாதிச் சான்றிதழ் கையெழுத்து வாங்குவதற்காக உள்ளே நுழைந்தார். அவர் தன் கோரிக்கையைப் பணிவான மொழிகளால் தெரிவித்தார். வருகிறவர் பேசுகிறவற்றைக் காதில் ஏற்றிக்கொள்ள வேண்டிய அவசியம் சாமிதுரைக்கு எப்போதும் இருந்ததில்லை. சாமிதுரை. "அதை எடு!" என்றார். பல நாட்களாக உதவியாளர்களாக வேலை பார்த்ததில் அவர் 'அதை எடு' என்று சொன்னால். எதை எடுப்பது என்று இருவருக்கும் தெரியும். அவர்களை ஏவிவிட்ட இடைவெளியில். வந்திருந்தவரிடம் வினா தொடுத்தார் சாமிதுரை.

"உங்க பேர் என்ன?"

"மகாலிங்கம்."

தொழுவத்து ஆடுகளைப் போல கால நினைவற்ற சஞ்சாரம் சாமிதுரையின் மனதில் எழுந்தது. "டி ஆர்" என்று உச்சரித்தார். பழைய கதாநாயகன் ஒருவரின் இனிஷியல் அது. பிறகு ராகமிட்டுப் பாடினார். "சில்லென்று பூத்த சிறு நெருஞ்சிக் காட்டினிலே நில்லென்று கூறி…"

இமைசோரான் குறுக்கிட்டார். "சார்! இவரு நமக்குத் தெரிஞ்சவர்தான். அதே கேஸ்தான். கையெழுத்துப் போட்டுக் குடுங்க!"

சாமிதுரை கையெழுத்திட்டார். வெளியேறிய மகாலிங்கம். இமைசோரானின் கையில் 100 ரூபாயைத் தந்தார். அது பரிமாற்ற முறையில் ஒரு பாட்டிலாக மாற சில நிமிடங்கள் ஆயிற்று.

மகாலிங்கம் இதற்காக ஒரு கோழியை விற்றிருந்தார். இவ்விதம் கோழி தன் இன்னுயிர் ஈந்து எஜமான் சாதியைக் காப்பாற்றிவிட்டது.

கிராம நிர்வாக, வருவாய் அலுவலர்கள் பொதுவாக தேநீர்க் கடை வந்தமர்ந்து டீ குடிக்க மாட்டார்கள் என்பதை அறிவீர்கள். சாமிதுரை பொறுப்பேற்று வந்த உடனே

அலுவலகத்தில் இருந்த நீல நிற ஃபிளாஸ்க் உத்யோகம் இழந்துவிட்டது. இந்த ஊரில் தேநீர்ச் சுவையை அறியாதது அவர் நாக்கு. சாமிதுரை இரண்டாவது சுற்று முடிந்த சிறிது நேரம் அமைதியாக இருந்தார். இளங்காலையும் இமைசோரானும் அவர்களுக்கிடையே பேசிக்கொண்டு இருப்பதைப் பார்த்ததும், தனிமை உணர்வு தறிகெட்டு எழுந்தது சாமிதுரைக்கு. தான் ரசிகனாகவும் படிப்புக்காரனாகவும் இருந்த பழைய காலத்தை அசைபோட்டதில் விநோத ரச மஞ்சரி மனதில் இழையோடியது.

"ச்சே... சிங்கபுரியிலேயே இருந்திருக்கலாம். மகேந்திரபுரிக்கு வந்தது தப்பாப் போச்சு!"

அடுத்த மிடறை அவருக்கு இளங்காலை வழங்கினார். அதைக் குடித்ததும் சாமிதுரைக்குச் சிரிப்பு பொங்கியது.

"சிங்கபுரியை சிம்மவர்மன் ஆண்டான். மகேந்திரபுரியை மகேந்திரவர்மன் ஆண்டான்."

அந்த உரையாடல் நீடிக்க முடியாமல் கையில் பையுடன் ஒருவர் நுழைந்தார். எலந்தை முட்கள் கீறிய தடமும் எருக்கஞ் செடிகளை உரசிய தடயமும் அவரது கால்களில் இருந்தன.

சாமிதுரை, "வாங்க, உட்காருங்க" என்று எதிரில் அமரவைத்தார். இரு உதவியாளர்கள், குழந்தைகள் தவிர அவர் யாதொரு ஆறாம் அறிவினரையும் ஒருமையில் அழைப்பதில்லை. உட்கார்ந்த நபர், "சார், ஒரு முக்கியமான விஷயம்" என்றார் பீடிகையுடன்.

"இங்கே எல்லாம் முக்கியமான விஷயம்தான்."

"இல்லீங்க சார், அது வந்து..."

பையை மெதுவாகத் திறந்து சாமிதுரைக்குக் காட்டினார், புது நபர்.

"எதுக்குங்க வால் கயிறை பையில போட்டு எடுத்துக்கிட்டு வந்திருக்கீங்க?"

பையில் இருந்த பொருளைப் புது நபர் இப்போது வெளியே எடுத்தார். "சார், இது கயிறு இல்லீங்க சார்."

இரண்டேகால் அடி நீள அளவில் அவரது கையில் பாம்பு இருந்தது. மொண்ணைப் பாம்பு. எழவும் அழவும் திராணியில்லாமல் தனது இருக்கையில் ஆழமாகத் தன்னை ஊன்றிக்கொண்டார் சாமிதுரை.

"என்னங்க நீங்க?"

புது நபர் பாம்பைச் சுருட்டி பையில் போட்டார். சாமிதுரையின் சுவாச கோஷம் மீண்டும் சத்தமிட ஆரம்பித்தது. உதவியாளர்கள் திக்கித்து தகரக் கதவுக்கு வெளியே நின்றுகொண்டனர்.

"சார். இது கடிக்காது. கவலைப்பட்டாதீங்க சார்!"

"ஏய்யா உயிர எடுக்கறே?" - பயத்தில் பன்மைப் பண்பை சாமிதுரை தவறவிட்டார்.

"சார். காடு கரடெல்லாம் ஒரு வாரம் சுத்தி இதைப் புடிச்சேன் சார்."

"எதுக்கு?"

"ரெண்டரைக் கிலோ பாம்பு இருந்துச்சுன்னா. 30 ஆயிரம் ரூபா கிடைக்கும்னு சொன்னாங்க."

"யாரு சொன்னாங்க?"

"நிறையப் பேர் சொன்னாங்க"

"சரி, அத நம்பி இதைப் புடிச்சிட்டீங்களா?"

"ஆமாங் சார். புடிச்சிட்டு வந்ததுக்கு அப்புறம் ஒரு பயலும் வாங்க மாட்டேங்கறாங்க சார்."

"அதுக்கு நான் என்ன பண்ணணும்?"

"நீங்க வித்துத் தரணும். கமிஷன்கூடத் தந்திடறேன்."

எல்லோர்க்கும் எல்லாமும் ஏற்பாடு செய்து தரத்தானே நிர்வாக அலுவலகங்கள் இருக்கின்றன. சாமிதுரை மெய்யாலுமே ஆவன செய்ய ஆலோசித்தார்.

"நீங்க நம்ம கிராமம்தானா?"

"ஆமாம் சார். குமாரி பாளையம்."

"பேரென்ன?"

"மொண்ணைப் பாம்பு சார். ரெண்டு தலை மணியன்னும் சொல்லுவாங்க."

"யோவ். உம் பேரென்னய்யா?"

"வேலாங்காட்டு நல்லசிவன்."

"சரி நல்லசிவம். விசாரிச்சுப் பாத்து வித்துடுவம். இத எங்கே பிடிச்சீங்க?"

"சடையப்பன் புதூர்ல சார்."

சாமிதுரை ஒரு கணம் நெற்றியைச் சுருக்கினார்.

"அந்த ஊர் கிழவம்பாளையம் பஞ்சாயத்துல வரும்ல?"

"சார். கரட்டுலதான் தேடிப் புடிச்சேன். இத பாருங்க காயம்!"

காயங்களை ஒரு சாட்டையடிக்காரன் மாதிரியான தோரணையில் நல்லசிவம் வெளிப்படுத்தினார். உடுக்கை ஒலிப் பின்னணி இல்லாத குறை.

"அது பச்சைக்காளி வலசு ஃபாரஸ்ட் ஏரியாவுல வரும்ங்க."

"பச்சக்காளி வலசா, பாச்சலூரான்னெல்லாம் பாம்புக்குத் தெரியாதுங்க சார். பத்தஞ்சு கூடவோ குறைச்சலோ விக்கறதுக்கு ஏற்பாடு பண்ணுங்க சார்."

"நீங்க வேற நல்லசிவம். மானைப் புடிச்சவன். பூனை பிடிச்சவன் அவ்வளவு பேரும் உள்ள போய்க்கிட்டிருக்காங்க. கொஞ்சம் இருங்க. ஒரு ஏற்பாடு பண்றேன்."

உரையாடலின் சகஜபாவம் கண்டு உதவியாளர்கள் உள்ளே வந்திருந்தனர். சாமிதுரை இளங்காலையிடம். "நீ போய் நம்ம மெம்பர்களைக் கூட்டியா" என்றார். பன்னிரெண்டு வார்டு மெம்பர்கள் இருந்தாலும். அவர் நம்ம மெம்பர்கள் என்று குறிப்பிட்டது இரண்டு பேரைத்தான். இளங்காலை அவர்களை அழைத்து வர உற்சாகமாக ஏகினார். அவர்கள் இருவரின்

வருகை என்பது மீதியுள்ள மொத்தப் பகலையும் மாயநதியின் அமிழ்தக் கட்டினுள் வைத்து மாலையை மதுவந்தியாய்ப் பூக்கச் செய்யும் என அவர் அறிவார்.

சற்று நேரத்தில் சரவணனும் பரதனும் வந்து சேர்ந்தனர். முறையே ஆளுங்கட்சி - எதிர்க்கட்சி உறுப்பினர்கள். குறித்த நேரத்துக்கு முன்பே மதுக்கடை திறக்கும் குறிப்பிட்ட சிலரில் இருவர். அவர்கள் வருகிற நேரத்துக்கு உண்மையில் ஆகாத வெயில் அடித்து தூறல் மழை பெய்திருக்க வேண்டும். அப்படி ஒரு காக்கை - நரி கல்யாணக் கூட்டு. ஆனால், அடிக்கடி அவர்கள் கூடுகிறார்கள் என்பதால்மேக மண்டலம் அந்த முயற்சியைக் கைவிட்டு விட்டது.

இந்த பரதன் ஓர் ஒப்பந்ததாரர். கட்டுமானப் பணிகளைவிட, குழி தோண்டுகிற வேலையை விரும்பி எடுத்துச் செய்கிறவர். தூர் வாருதல் என்கிற பிரிவில் வேலை எடுத்துச் செய்கிறவர்.

சரவணன். சகாய சம்பந்தன். அசகாய வேலைகளுக்கு எத்தனிக்கிறவர். சில மர்மத்து மராமத்து வேலைகளின் மூலம் அனைவருக்கும் அவசியமானவர் என்கிற தோற்றத்தை ஊரில் ஏற்படுத்தியிருக்கிறார். லாபங்களில் இருந்த விழுக்காடு விகிதங்களைப் பெற்றுக்கொள்ளும் அதே நேரம். பிறரின் அழுக்காற்றிலிருந்து தப்பும் தன்மை அறிந்தவர்.

இருவரும் வந்ததும் சாமிதுரை எழுந்து வரவேற்றார். மர மேஜையின் இழுப்பறை காடியில் விலா எலும்பு இடித்துக் கொள்ளுமாறு எழுந்து பின் சுதாரித்து நின்றவர். "வாங்க. இத வெளியில் வெச்சுப் பேசிக்குவோம்!" என்றவாறு வெளியே நடந்தார்.

சாவடியின் வடக்குப் புறத்தில் சதுர வடிவ மேல்நிலைத் தொட்டி இருக்கிறது. அதன் கீழ் குளிர்ப்பரப்பில் நடந்து வந்தவர்கள், அதன் கிழக்குப் பக்கம் வந்து நாழி ஓடுகள் வேய்ந்த கட்டடத்துள் நுழைந்தனர். நாழி ஓட்டுக் கட்டடத்துக்கு வெளியே இப்போத கறுப்பு நிற சின்டெக்ஸ் தொட்டி ஒன்று இருபத்திநான்கு மணி நேரமும் நீர் வழங்குகிறது. இது கிராமச்சாவடிக்கு வாட்டர் பாக்கெட் வாங்கும் செலவினத்தை

மிச்சப்படுத்துகிறது. நாழி ஓட்டுக் கட்டடத்துக்கு முன் பக்கம் திண்ணை, மண் வெற்றிடம். அதில் இரு தென்னை மரங்கள் ஒரு வேப்பமரம் அவ்வளவும் உண்டு. பனிக் காலத்தில் மழை பெய்யும் பருவக்கோளாறில் பச்சை புற்கள் மண்டி கிடக்கிறது.

நாழி ஓட்டு வீட்டின் தாழ்வாரம் தாண்டிய கதவு வெகுநாளாகப் பூட்டப்பட்டுக் கிடக்கிறது உள்ளே ஒருவேளை பாதாள மூலி படர்ந்து வேதாளம் குடியிருக்கலாம். ஒரு காலத்தில் ரேஷன் கடையாக இருந்த இடம் இது.

வேப்ப மரத்தின் கீழ் அனைவரும் நின்றபோது திண்ணையில் குடிபொருட்களை வைத்துக்கொள்ளும் ஏற்பாடு.

விஷமில்லாப் பாம்பின் விஷயத்தை சரவணனுக்கும் பரதனுக்கும் சாமிதுரை தெரிவித்தார். கிராமத்து மராமத்தார்கள் இருவரும் பாம்பைப் பார்க்க ஆர்வமானார்கள். உரச் சாக்குக்கான பைக்குள் உருண்டிருந்த பாம்பை நல்லசிவன் எடுத்து நீட்டினார்.

ஊறு நேராத தொனியில் ஒரு தங்கப் பாளத்தைக் காட்சிப்படுத்துவது போல நல்லசிவனின் செய்கை இருந்தது. "இப்படி வெச்சிருந்தா இது தினம் கால் கிலோ எடை குறையுமேய்யா!" என்று பரதன் பாம்பின் நுட்பத்தை வியந்து நல்லசிவனுக்குப் பயத்தை மூட்டினார்.

"எதுக்குங்க இந்தப் பாம்புக்கு இவ்வளவு விலை?" என்று சாமிதுரை சந்தேகம் கிளப்பினார்.

இமைசோரான் இதமான குரலில் குறுக்கிட்டு. "என்னமோ எய்ட்சுக்கு இதுல இருந்து மருந்தெடுக்கறதாப் பேசிக்குறாங்க" என்று தண்ணிச் சங்கம் விடை காண முடியாததைத் தனி ஒருவராகத் தீர்த்துவைத்தார்.

சரவணன் குரலைத் தாழ்த்தி வெளிப்பாட்டில் ரகசிய அடர்த்தியைக் கூட்டினார்.

"இந்தப் பாம்புக ஜாலக்கம் பயங்கரமாத்தான் இருக்கு. எய்ட்சுக்கு மொண்ணப் பாம்புல மருந்தா?"

எல்லோரும் ஏக காலத்தில் வெடித்த சிரிப்பில் வேப்ப மர அணில் பதிலுக்குச் சாடி மறுபடிச் சாடி மண்ணில் ஓடியது.

"ஏப்பா எடை போட்டுட்டியா?" என்றார் பரதன்.

நல்லசிவனின் முகத்தில் பூசணிக்கொடிபோல பூரணித்துச் சோகம் படர்ந்து கொடியோடியது. "அதையேங் கேக்கறீங்க. எடை போடலாம்னுதான் உங்க ஊருல புதுக் கடைக்காரரு கடைக்குப் போனேன். படிக்கல்லு எடுத்து மண்டையப் பொளக்க வந்துட்டாரு."

"ஆமா! பாம்பு. பல்லி, தேளு, பூரான் நிறுக்கவா மளிகைக் கடைல தராசு வெச்சிருக்காங்க. எதுக்கும் நீயொரு நாலடி தள்ளியே நில்லுப்பா" என்றார் சாமிதுரை.

"இது ஒண்ணும் பண்ணாதுங்க!"

"இது ஒண்ணும் பண்ணாது. நீ ஏதாவது பண்ணுவியா?"

பாம்பு பிடித்தவருக்கு பாயின்டைப் பிடிப்பதில் சிரமம் இருக்கவில்லை. "பாம்பு விக்கட்டுமுங்க. படையலப் போட்டுர்றேன்."

"ஏப்பா. இதென்ன பருப்பாதேங்காயா பட்டுனு வித்துப்போறதுக்கு. சரி சரி. ஏற்பாடு பண்ணுவோம்" என்ற சரவணன், செல்போனை எடுத்து எண்களைத் தட்ட ஆரம்பித்தார்.

இந்தத் தருணம் இளங்காலைக்கு முக்கியமானது "முப்பது இல்லாட்டாலும் ஒரு இருபதுக்குக் குறையாம முடிச்சிடலாம்" என்று நல்லசிவனை ஆக்கிரமித்தார். நல்லசிவன் பட்டாபட்டி டவுசருக்குள்ளிருந்து பணத்தை எடுக்கும் உள்சக்தி நோக்கி உந்தப்பட்டான். மது வகை மது உவகையாக மாறும் நிலை வரை பாட்டிலில் இருந்து பாண்டத்தில் விழுந்து தொண்டைக்கும் கீழாகப் போகும் வரை சரவணனும் பரதனும் மாறி மாறி செல்போன்களில் பேசி நல்லசிவனுக்கு நம்பிக்கை தந்தார்கள்.

முட்டை வியாபாரி முதல் முருங்கைக்காய் மண்டி வரை பேசினார்கள். மொண்ணைப் பாம்பு விற்பனை பற்றி தங்களிடம்

கூறியது யார் என்கிற தகவல் அறிக்கை மட்டுமே அவர்கள் தந்தார்கள்.

முதல் சுற்றின் கடைசி விழுங்கலை முடித்த பரதன், "சரவணா, எதுக்கும் கண்வலிக்கா வாங்கற ஆட்கள்கிட்டே பேசிப்பாரு ஏன்னா, அதுதான் பாய்சன் மேட்டர். ஒரு வேளை அவங்களுக்கு லிங்க் இருக்கும்" என்றார்.

சரவணன் கடைசியாக அப்படி முயற்சித்தும் தோதான தகவல் கிடைக்கவில்லை.

ஏ"நீ நாளைக்கு வா. ஏதாச்சும் விசாரிச்சு வைக்கிறோம்" என்று சரவணன், நல்லசிவனிடம் கூறினார்.

நல்லசிவன் உரமிழந்த மனதுடன் உரப்பையைத் தூக்கிக்கொண்டு ஊர் நோக்கிப் பயணமானார்.

"இந்தக் கருமம் புடிச்சது எதைத் திண்ணு தொலைக்கும்னு தெரியலியே தவளையோ கோழிக்குஞ்சோ குடுத்துப் பாக்க வேண்டியதுதான். தவளைன்னா செலவில்லை. கோழிக்குஞ்சுன்னா அலைச்சலில்லை" என அவர் முனகிக்கொண்டார்.

சாமிதுரை ஆசுவாசமாகி, "அப்பாடா! இந்த மெட்டுக்கு ஏதோ தாட்டிவிட்டுட்டீங்க. பாம்பு, பல்லின்னு எத்தனையைச் சமாளிக்க வேண்டிருக்கு"

பரதன் "அதுபோகட்டும் விடுங்க சார். இதா இத சாப்பிடுங்க" என்று டிரவுசர் பாக்கெட்டில் இருந்து 375 மி.லி. அளவுள்ள குப்பியை எடுத்தார்.

சாமிதுரை கண் நட்டுப் போய்ப் பார்த்தார். பாதி இறக்கிய ஒயின்ஸ் ஷாப் ஷட்டரைப்போல கண் இமைகள் தாழ்ந்திருந்தன. ஆனாலும் மீதியுள்ள பார்வையிலிருந்து மோக ஒளி தாவி வந்து மதுக்குப்பி மேல் குடை விரித்தது.

சின்டெக்ஸ் டேங்குக்குச் சென்று இரண்டு லிட்டர் கொள்ளளவுள்ள பிளாஸ்டிக் பாட்டிலில் இளங்காலை தண்ணீர் பிடித்து வந்தார்.

டம்ளரைக் கையில் எடுக்கும் முன் சாமிதுரை, "என்னை என்ன பண்ணச் சொல்றீங்க. குடிச்சுக் குடிச்சே சாகச் சொல்றீங்களா?" எனச் சிணுங்கினார்.

கீழ்த்திசை மாரியம்மன் கோயில் கோபுர இண்டு ஒன்றிலிருந்து கிளம்பி வந்த காகம் ஒன்று வேப்ப மரத்தின் கிளையில் அமர்ந்தது. 'பறவைகளைப் பாருங்கள் அவை விதைப்பதை உணர்வதுமில்லை நாளைக்கெனச் சேமிப்பதுமில்லை.'

சரவணன், "சார், ஒரு மேட்டர் பரதன் சொல்றாரு" என்றார். 'எங்கிருந்து நீ வாடுகின்றாயோ?" என்று மனதுக்குள் ஓடிய துன்ப கீதத்தைத் துணுக்குற்று நிறுத்திய சாமிதுரை, "சொல்லுங்க சார், சொல்லுங்க சார்" என்றார்.

"இல்ல சார், நீங்க ஒரு கையெழுத்துப் போடணும்."

"எதுக்கு?"

"சந்தைப்பேட்டை தெற்குக் கேட்டில் இருந்து சாம்பக் காட்டுப் பதி வரைக்கும்..."

"இது எது? நாம முன்னால பேசவே இல்லையே? என்ன ஸ்கீம் அது?"

"நம்ம 'புதுசா போட்ற ஸ்கீம்தான் சார். நம்ம உலக மகாநதி குளத்துல தூர் வார்றதுக்கு சாங்ஷன் ஆச்சுல்ல. அது பொக்லைன் விட்டு வாரி முடிச்சாச்சு. நீங்க அதை வந்து பாக்கலியா? ரெண்டு சைடும் குழி பறிச்சாச்சு. ஒரு பத்தடித் தடம் நீளமா பதிக்குப் போக ரோட்டுக்கு எடம் விட்டுருக்கு. அதைத்தான் 'மண் தடம்' போட்டதா எழுதி புதுசா ஒண்ணு ஏற்பாடு பண்ணிக்கலாம்னு ஒரு ஐடியா. பிரசிடென்ட் கேட்டுட்டு வரச் சொன்னாரு."

"நான் என்னதாம் பண்ணித் தொலைக்கறது போங்க" - சாமிதுரை சளைத்துக்கொண்டார்.

"என்னங்க சார்! நீங்க பாத்துப் பண்றதுதானுங்க சார். உங்களால முடியாததா? மத்த பக்கத்து அரேஞ்ச்மென்ட்

எல்லாம் முடிச்சுர்றோம். ஏறக்குறைய நாளைக்கு மறு நாள் முடிஞ்சுரும். நீங்களும் போட்டுட்டாப் போதும்."

"அதுக்கென்ன போட்டுட்டாப் போகுது" - கடைசி விழுங்கலை முடித்த மறு கையில் சிகரெட்டைப் பொருத்தி, உதட்டில் செருகினார் சாமிதுரை. பிறகு பெருமிதக் குரலில் பேசினார்.

"இங்க பாருங்க பரதன். நீங்க எங்க கையெழுத்துப் போடச் சொன்னாலும் போடறேன். ஒண்ணு உறுதிங்க. இங்க இருந்து சம்பளத்தத் தவிர ஒரு காசு நான் வீட்டுக்குக் கொண்டுபோறதில்ல. அது உங்களுக்குத் தெரியும்."

"தெரியும்ங்க சார். உங்களை மாதிரி யாரும் இருக்க மாட்டாங்க."

உச்சிக் குளிரில் வாக்கியங்களைக் கேட்டுக்கொண்டே வந்து அலுவலகத்தில் தன் ஆசனத்தில் அமர்ந்தார். தலைதொங்கிக் கிடந்தவர் இருபது நிமிட ஓய்வுக்குப் பின் அன்றைய பணிகளைத் தொடர்ந்தவர் மாலையில் மணி பார்த்தார். மணி ஐந்தரை ஆகியிருந்தது. இளங்காலையும் இமைசோரானும் நழுவல் குறிப்புகளை வெளிப்படுத்தினார்கள்.

சாமிதுரை, "ஏப்பா நான் கிளம்பறேன். நீங்களும் பூட்டிட்டு கடை கண்ணிகளுக்குப் போய்ட்டு. அப்படியே வீட்டுக்குப் போங்க. நாளைக்குக் காலைல வாங்க" என்றார்.

"சார்! நாளைக்கு ஞாயிற்றுக்கிழமைங்க சார்."

"தொலையுது போ. அப்போ திங்கக்கிழமை வாங்க!"

அலுவலகத்தில் இருந்து ஒரு பர்லாங்கு நடந்து வந்து மேற்கு நோக்கிச் செல்லும் பேருந்தில் ஏறினார். பேருந்தின் பாய்ச்சலில் ஊர் பின்னே நகர்ந்தது. பயணச்சீட்டு பெற்றுக்கொண்டு கண்களை மூடினார். தனக்குத்தானே புன்னகைத்தார். மனதுக்குள் முணுமுணுத்தவாறு தூங்கிப் போனார்.

'மகேந்திரபுரியை மகேந்திரவர்மன்தான் அரசாள்வான். மண்ணுள்ளிப் பாம்புகளை விற்கவோ, வாங்கவோ முடியாது.'

அமிழ்து... அமிழ்து...

தேனி தேனரசன். தேனரசன் தான் தேனியில் தான் பிறக்க வேண்டுமென முன்பிறவியில் முடிவு ஏதும் எடுத்திருக்கவில்லை. தமிழ்ப் பற்றாளரும் ஒரு கிராமப் பஞ்சாயத்து அலவலக கிளார்க்கும் அவரது தந்தை துரைசாமியும் தன் மகன் பின்னாளில் தேனி தேனரசன் எனப் பெரும் புகழ் அடைவான் என எதிர்ப்பார்த்திருக்கவில்லை. அவர் என்னவோ "தேனரசன்" என்று பெயர் மட்டும்தான் வைத்தார்.

தேனரசன் நான்காம் வகுப்பு படிக்கையில். தேனரசன் என்று வரலாறு நோட்டில் பெயர் எழுதிக் கொண்டு வரவும் துரைசாமி தமிழ்வழியான எல்லா ஏடுகளிலும் து.தேனரசன் என எழுத வேண்டுமெனவும் ஆங்கில நோட் மற்றும் புக்கில் டிதேனரசன் என ஆங்கிலத்திலும் எழுதிக்கொள்ளலாம் என்றும் கட்டளையிட்டார்.

து.தேனரசனுக்கு பதினொன்றாம் வகுப்புவரை வாழ்வில் வருத்தங்கள் ஏதும் வந்து சூழவில்லை. பதினொன்றில் எஸ்.தேனசரன் வந்து சேர்ந்தான். இந்த இரு தேனரசன்களையும் இனம் பிரிக்க வகுப்பு மாணவர்கள் எஸ்.தேனரசா! என அவனையும் "தூத் தேனரசா!" என இவனையும் விளிக்கத் துவங்கினார்கள்.

தூத் தேனரசானாம்... த்தூ...

சில மாலை நேரங்கள் சோர்வில் ஆழ்ந்து 'தேன்' கடைசியில் ஒரு நாள் தன் தந்தையிடம் இந்த தலையெழுத்துப் பிரச்சினைத் தெரிவித்தான். மகனுக்காக துரைசாமி இரவு முழுவதும் தூக்கம் கெட்டார். காலைக்குள் அவரது பிரச்சினைக்குத் தீர்வு ஏற்பட்டு முகம் அன்றலர்ந்த செந்தாமரை போலத் துலங்கியது.

அவருக்கே கொஞ்சம் வெட்கம் தான். கையில் வெண்ணெய் வைத்துக் கொண்டு நெய்க்கு அலைந்தது போலவும் கனியிருக்கக் காய் கவர்ந்தது போலவும் துரை. தேனரசன் இருக்க து.தேனரசன் எதற்கு? துரை. தேனரசன் +2 முடித்ததும் துரைசாமியின் கட்டாயத்தின் பேரில் தமிழில் முதுகலையும் முதிர்நிலையும் அடைந்தார். பெற்ற வித்தையைக் கற்றுத் தரவும் விற்பன்னச் சான்றிதழ் ஒன்று பெற்று பின்சற்று காலங்கழித்து ஆசிரியரும் ஆகிவிட்டார்.

நாகலாபுரம் மேல்நிலைப் பள்ளியில் அவர் தமிழாசானாய்ச் சேர்ந்த முதலாம் வருடம் தந்தை துரைசாமி தமிழ்க்கடவுள் கந்தன் திருவடி நிழலடைந்தார். அப்பாவுக்கு எழுதிய அஞ்சலி நோட்டீஸில் தான் உலகம் அறியும் வண்ணம் தேனரசனின் புலமை வெளிப்பட்டது.

நாகலாபுரம் மேல்நிலைப் பள்ளியில் 'இலக்கிய மன்ற துவக்க விழா'வுக்கு மதுரையிலிருந்து இராம. அய்யனார் பேச வந்தார். பள்ளிசார் கல்லூரிசார் விழாக்களில் அய்யனார் ஒப்பாரும் மிக்காரும் இல்லாத சொல்லேர் ஓட்டி வந்தார். கூட்டம் முடிந்த பிந்தைய உரையாடல் நேரத்தில் தேனரசனை இனங்கண்ட அய்யனாரே வியந்து மெச்சிவிட்டார்.

"உங்களுக்கு உள்ள அறிவுக்கு நீங்க கூட்டம் பேசலாமே சார்!"

"அதெல்லாம் வேணாங்க"

"அது எப்படி. எங்க ஸ்கூல்ல இலக்கிய மன்ற விழாவுக்கும் கூப்பிடறேன். வந்து பேசுங்க. நான் உங்க ஸ்கூல்ல பேசினேன். பதிலுக்கு நீங்க நம்ம ஸ்கூல்ல பேசுங்க. அதுதான் பண்பாடு. கைம்மாறு"

அய்யனார் அன்று லேசாய் விட்ட நீர் மெல்ல வேரோடிக் கொண்டிருந்த போதுதான் அது நடந்தது. தேனரசன் ஏதோ ஒரு கோயில் விழாவில். "குகனோடு ஐவரனோம்' என தலைப்பில் பேச வதிலை. மதிமாறனார் வந்திருந்தார் தனது மூன்று மணிநேர உரையில் மக்கள் யாவரையும் சகோதரக் கடலில் சங்கமிக்க வைக்க அவர் ஆவல் கொண்டிருந்தார். அந்தக்

கூட்டத்தை ஏற்பாடு செய்திருந்த ஆர்வலர்கள் ஒவ்வொருவரும் மேடையேறி '...அவர்களே... அவர்களே...' என வரவேற்றுத் தள்ளியதில் மதிமாறனின் மூன்று மணி நேரம் முக்கால் மணிநேரமாகக் குறைந்துவிட்டது. அந்த இரண்டே கால் மணிநேரம் குளிர்ந்து போனதில் தேனி மாநகரமே சகோதர நேயத்தை கணிசமாக இழந்து விட்டது.

வதிலை. மதிமாறன் பேச்சுக்கு இடையே சோடா எடுத்துக் கொண்டால் நான்கு மணி நேரமும் சோடா இல்லாவிட்டாலும் இரண்டு மணிநேரமும் பேச வல்லவர். முக்கால் மணிநேரம் பேசி முடித்தும்" அறிவின் புனித ஊற்று" தொடர்ந்து பீறிட்டுக் கொண்டே இருந்ததால் அவருக்கு யாரிடமாவது பேசியெ தீரவேண்டும் போல உந்துதல் ஏற்பட்டது.

தனது வலிய கருத்துக்களைத் தாங்கிச் சீரணிக்க ஏதாவது முகம் தென்படுமா எனத் தேடி அலைந்ததில் தேனரசன் விவாதிக்க வாய் திறந்தார். சொக்கி விக்கிப் போனார் மதிமாறன். தேனரசனின் திரவியங்களுக்கு முன் தன்னை ஒரு வறியவனாக உணர்ந்த அவர், ""இந்த அறிவை வைத்துக்கொண்டு நீங்கள் மேடையில் பேசாமலிருப்பது தமிழ்ச்சாதிக்கு இழைக்கிற அநீதி" என்றார் கடுமையாக.

தேனரசன் இனிமேல் பேசுவதாக ஒப்புக்கொண்டபின். புறநானூற்றுப் பூக்களை பாரத ராணுவத் தொப்பிகளில் சூடுவது எப்படி கற்க கசற குறளை எம்ப்ளாய்மெண்ட் ஆபிசுடன் இணைப்பது எப்படி என பல்வேறு டிப்ஸ்களை வழங்கினார். மதிமாறன் தந்த உற்சாகத்தின் படியும் ஏற்பாட்டின் படியும் வேதநாதப்பட்டியில் முதல் கூட்டம் பேச ஏற்பாடானது தேனரசனின் பெயரை "திருக்குறள் தேனரசன்" எனப் போட்டுக் கொள்ளும்படி மதிமாறன் வலியுறுத்தியும் மறுத்துவிட்டார் தேனரசன்.

"அப்படிப் பட்டம் எல்லாம் போடக்கூடாது யாராவது வழங்கினால் பேருக்கு முன்னால சேத்துக்கலாம். ஆனா தேனி. தேனரசன்னு போட்டா யாரும் எதுவும் கேட்க முடியாது" என்றார் தேனிக்கே உரிய கம்பீரத்தை விட்டுக் கொடுக்காமல்.

தேனி தேனரசன் முதன் முதலாய் வேதநாதப்பட்டியில் முழங்கியது பொதிகை மலைவரை எதிரொலித்தது.

திருநெல்வேலியிலிருந்து திண்டுக்கல் வரை அவரது பதாகை பறந்தது. கூட்டங்களுக்குத் தக்படி அவரை தேனரசன் என்றும் தேவாரம். தேனரசன் என்றும் விதவிதப் பெயர்களில் அழைத்தார்கள். தேவாரத் தேனரசன் என்பது தேனரசனுக்கே பிடித்துப் போய்விட்டது என்றாலும் முதன்முதலாய்த் தன்னைத் தேடி வருகிறவர்கள் தேனியில் பஸ் இறங்காமல் இன்னும் முப்பதுரூபாய் செலவு செய்து தேவாரம் போய்விட்டால் அது இரு தரப்புக்கும் இழப்பில் முடியுமே என்று தேனி தேனரசன் என்பதையே அனுமதித்தும் ஆமோதித்தும் போஸ்டர்கள் மூலம் வழங்கி வந்தார்.

படியத் தலைவாரிய பள்ளிக் குழந்தைகள் சினிமா தியேட்டர் போல அல்லாமல் ஆரவாரமின்றி வரிசை பாலித்து ஆட்டோ கிராஃப் வாங்கினார்கள்.

'எங்கள் வாழ்வும் எங்கள் வளமும்... ஏறுபோல் நட' என ஏராளமான வாசகங்களை மந்திரம்போல நல்கி குழந்தைகளை வாழ்த்தி வாழ்ந்தார்.

திண்டுக்கல்லில் ஒரு இரவுக் கூட்டம் முடிந்து மேடையில் இறங்குகையில் கும்பிட்டுக் கொண்டே எதிரில் வந்தான் ஒருவன். தொழுத கைக்குள்ளும் படை ஒடுங்கும் என்கிற குறளை அப்போது மறந்து விட்டிருந்தார் தேனரசன்.

"உங்க பேச்சை மட்டும் இப்போ கேட்கலைன்னா தற்கொலை செய்து கொண்டிருப்பேன் சார்" என்றான் கண்களில் நீர் மல்க

அவனைக் காப்பாற்றிய தற்செயல் பற்றி மிகவும் மகிழ்ந்தார் அவர். பின்பு அவரது பல கூட்டங்களில் அவன் தட்டுப்பட்டு வந்தான்.

"உங்க பேர் என்ன தம்பீ?"

"ராஜ்குமாருங்க சார். ஆனால் தேனரச தாசன்னு மாத்திக்கலாம்னு யோசிக்கிறேன்."

"சேச்சே. என் பொருட்டு நீங்கள் தாசனாக வேண்டாம்."

"இந்தப் பெருந்தன்மை தான் சார் உங்ககிட்ட எனக்குப் பிடிச்சது. இதைத் தானேங்க ஒருநாள் பழகினும் பெரியோர் கேண்மைங்கறாங்க."

இப்போது ராஜ்குமாருக்கு தமிழிலும் தேனரசன் வீட்டு விருந்துகளிலும் பரிச்சயம் கூடியிருந்தது. தேனரசனுக்கோ அவன் ராஜ்குமார், திண்டுக்கல் காரன். தன் ரசிகன் என்பதைத் தவிர வேறெந்த சுக்கும் தெரிந்திருக்கவில்லை.

ஒருநாள் தேனரசனைத் தேடி அவரது முன்னாள் மாணவன் ராமகிருஷ்ணன் வந்தான். "சார்! விஷ்ணு வீடியோ மிக்ஸிங்னு ஒரு கடை ஆரம்பிக்கப் போகிறேன். நீங்கதான் கடையைத் திறந்து வைக்கணும்" என்றான். ஜவுளி, மளிகை, பெட்டி, டீ எனப் பல கடைகளை வர்ண ரிப்பன்கள் கத்தரித்து அவரது வலதுகை பெரு ஆட்காட்டி பாம்பு விரல்கள் தையல்காரன் துருதுருப்புடன் இயங்கி வந்ததால் உடனடியாய் ஒப்புக் கொண்டவர், விஷ்ணு வீடியோவைத் திறந்து வைத்து வாழ்த்துரைத்து ரூபாய் நூறு அன்பளிப்பும் கொடுத்துவிட்டு வந்தார். தேனரசனுக்கு நல்ல மனசு.

ஒரு சனிக்கிழமை மத்தியானம் தேனரசனைத் தேடி ராஜ்குமார் வந்தான் ரசிகன். பள்ளி விடுமுறையானதால் வீட்டிலிருந்தார். வரவேற்கப்பட்ட ராஜ்குமார்.

"சார்! ஒரு உதவி" என்றான்.

"சொல்லுங்க தம்பி"

"என் ஃபிரெண்டு ஒருத்தனுக்கு பெரியகுளத்துல கல்யாணம். காலைல முகூர்த்தம் இன்னி ராத்திரில இருந்து வீடியோ எடுக்க ஆள் கூட்டிவர்றதா ஒப்புக்கிட்டேன். உங்களுக்குத் தெரிஞ்ச யாரையாவது ஏற்பாடு பண்ணுங்க சார்"

அவ்வளவு தானா? என்று தேனரசன் விஷ்ணு வீடியோ ராமகிருஷ்ணனுக்கு தொலைபேச சற்று நேரத்தில் சாதனங்களுடன் வந்து சேர்ந்தான் ராமகிருஷ்ணன். தேனரசன் வீட்டிலிருந்து ராமகிருஷ்ணனும் ராஜ்குமாரும் படியிறங்கினார்கள். "ஆட்டோ! கூப்பிட்டான்.

"பஸ் ஸ்டாண்டுக்கா?" என ராமகிருஷ்ணன் வினவவும் "இல்ல பெரிய குளத்துக்கே ஆட்டோவுல போறோம். நீங்க வேற விலை உயர்ந்த சாமானக் கைல வச்சிருக்கீங்களே". இதைக் கேட்டதும் ராமகிருஷ்ணனுக்கு மெய்சிலிர்ப்பு ஏற்பட்டது. அன்று அவன் தொடர்ந்து பல மெய்சிலிர்ப்புகளை அனுபவித்தான்.

தேனியிலிருந்து பெரிய குளம் போகிற வழியில் ராஜ்குமார் காட்டிய பேச்சு வடிவத்திலும் தோரணையிலும் அவன் பஸ் உயரம் வளர்ந்தவன் போலத் தோன்றினான். ஊருக்குள் நுழைந்ததும் முதலாவது பெரிய வீட்டின் அருகே ஆட்டோவை நிறுத்தச் சொல்லி "வாங்க சாப்பிடுவோம்" என ராமகிருஷ்ணனை அழைத்தான். காமிராவோடு அவன் இங்க ஆட்டோவுலயே வச்சிட்டு வாங்க. டிரைவர் பாத்துக்குவார் என்றான். வெறுங்கையர்களாக இருவரும் உள்நுழைந்து எதிரெதில் நாற்காலிகளில் ஒரே மேஜையில் அமர்ந்தனர். ராஜ்குமார். "ஒரு சாப்பாடு. ஒரு காப்பி" என்றான்.

ஏறிட்டு நோக்கினான் ராமகிருஷ்ணன்.

"நான் மதியம் சாப்பிடறதே இல்லை. உங்களுக்காகத்தான் காப்பி குடிக்கக் கூட வந்தேன்."

ராமகிருஷ்ணன் மீண்டும் சிரித்தான். அவன் உணவருந்திக் கொண்டு இருக்கும்போது காப்பியைக் குடித்து முடித்தவனாக "டிரைவரைச் சாப்பிட வரச் சொல்கிறான்" என்று வெளிவந்தான். ஆட்டோ டிரைவரிடம் நூறுரூபாயை எடுத்து நீட்டினான்.

"சீக்கிரமா சாப்பிட்டுட்டு வாங்க ப்ளீஸ்."

ரூபாயை வாங்கிக் கொண்டு டிரைவர் உணவகத்துள் சென்றார்.

கொஞ்சங்கழித்து டிரைவரும் ராமகிருஷ்ணனும் வெளிவந்தார்கள். ராஜ்குமார் இல்லை. வீடியோ கேமிரா இல்லை. ஆட்டோ இருந்தது நல்லவேளை.

தமிழின் தளத்தில் நிகழ்ந்த இந்தத் துரோகம் தேனரசனை மிகவும் பாதித்துவிட்டது. தமிழுமாச்சு. பேச்சுமாச்சு என நினைத்தார். சூரியன் காய்கிற சுடுபாறையில் கையில்லாத ஊமையன் கண்ணால் பார்க்க உருகி வழியுமே வெண்ணெய். அது போலத் துயரில் உருகி வழிந்தது அவர் நெஞ்சு. பேசுவதை நிறுத்திவிடலாம் என்று நினைத்தார். ஆனால் அது முடியாது. குறைந்தபட்சம் விஷ்ணுவீடியோ ராமகிருஷ்ணனின் கடன் அடைகிற வரையிலாவது.

தன்வினை

கள், சாராய வகைகளில் போதை கொள்ள முடியாத அரை மதுவிலக்கு இப்போது அமலில் இருக்கிறது.

பொன்னிற, கருநிற திரவங்களால் குடிமக்கள் மகிழ்ச்சி அடைந்தால் போதும் என அரசு முடிவு செய்து, போனால் போகட்டுமென 'ஜின்'னையும் அனுமதித்திருக்கிறது. பழைய மதுவைப் போலவே மதிப்பு மிக்க பழைய கதையைச் சொல்கிறேன். முழு மதுவிலக்கு காலத்தில் எங்கள் ஊரில் 'வேலாந்துறை அய்யன்' விற்று வந்த கள்ளச் சாராயம் கிடைத்து வந்தது. மற்றபடி பெருக்கெடுத்தெல்லாம் ஓடவில்லை. சாராயம். எப்போதும் தன்னை நாடி ஓடிவரச் செய்வது. அப்போது ஊரில் பிரமாதமான நால்வர் அணி ஒன்றும் உருவாகிவிட்டது அதாவது வேலாந்துறை அய்யன். சின்ன முத்து நாட்ராயன் வேலுச்சாமி ஆகியோர். மற்ற மூவருக்கு அய்யன் இலவசமாய் சாராயம் தருவார். இரவுகளில் மற்ற மூவரும் பதிலுக்கு மாமிசம் ஏற்பாடு செய்வார்கள்.

இந்த ஏற்பாட்டில் ஊரில் கோழி, சேவல்கள் பலியாகி வந்தன. நிரூபிக்க ஆளில்லாத இரவுகளில் களவு செய்வார்கள். கூடை ஒன்றை எடுத்துப் போய் குச்சி ஒன்றால் அண்டை கொடுத்து நிறுத்தி உள்ளே தானியம் போடுவார்கள். தானியம் பொறுக்க கோழி உள்ளே போகிறபோது குச்சியைத் தட்டிவிட்டால் கோழி கூடைக்குள் அகப்பட்டு க்ளீன் போல்ட். குச்சி விழுந்து விட்டால் க்ளீன் போல்டுதானே.

வேலாந்துறை அய்யன் ஒரு சேவல் வளர்த்து வந்தார். பூலாம் வலசு, கோவிலூர் சேவற் சண்டைகளில் பல சேவல்களைப் பரகதி அடைய வைத்த சூரச்சேவல் அது.

இரவில் சேவல் சாப்பிட முடிவெடுத்தால் அந்தச் சேவலைக்

கையில் கொணர்ந்து ஏதாவது சேவலுடன் ‘மூகைய’ விடுவார்கள். அவ்விதம் மூகைந்து பொருத வரும் சேவல்கள் சட்டியில் கிடந்து வறுவலாகும்.

இவர்கள் கைப்பற்றத் தோதாக கோழி, சேவல்கள் வீட்டு வேலியின் தென்னம் படலைகள், மரக்கிளைகள் இவற்றில் அண்டிவந்தன. கோழி சேவல்கள் குறைந்தாலும் கூவ மறுத்தாலும் விடிந்து கொண்டுதான் இருந்தன நாட்கள். கறிவறுத்த மறுநாள் ‘நால்வர் அணி’யை யாரேனும் குற்றப்படுத்தினால் அவ்வளவுதான் குடிமிகையில் வசவு நாறிவிடும்.

“கை சுண்டினா நாளைக்கு இந்நேரம் கோழிப் பண்ணையே வைப்பம்டா நாங்க. எளிசாப் பேசினா அறுத்து அடுப்புல வச்சிருவோம்”

வார்த்தைகளின் நெடி தாளாது மக்களும் ‘தொலைகிறது கோழி’ என விட்டு விட்டார்கள். முட்டை உள்ளளவும் பறவை அழியாது.

மித போதையில் இத்திருட்டை முடித்துவிட்டு காரமான சமையலுக்குப் பின் மேலும் சில டம்ளர்கள் அருந்திவிட்டு மது மாமிச வயிறு சமேதமாய் உறங்கி விடுவார்கள்.

அன்றைக்கு ஓர் இரவு.

“டேய் கறி நல்லா இருக்குதுடா” என சப்புக்கொட்டி வேலாந்துறை அய்யன் தின்றபோது மற்ற மூவரும் தங்களுக்குள் பார்த்துக் கொண்டார்கள்.

காலையில் தனது வீட்டை விட்டு வெளியே வந்த அய்யன் ரொம்ப நேரமாய் எதையோ தேடி விட்டு நாட்ராயனிடம் கேட்டார்.

“டேய் நாட்டு! நம்ம சேவல் எங்கேடா போச்சு?”

அத்தனை நாள் பாவங்களையும் கழுவுகிற வக்கணையோடு நாட்ராயன் சொன்ன பதில்தான் பிரசித்தமானது.

“ராத்திரி உணர்ச்சிமயமா தின்னியே! அது என்னன்னு நெனச்சே?”

இயல்பிகந்த கிண்ணாரம்

இத் தவணை கடிதம் உயிர்த்து விடும் என திடமாய் நம்பினான். வேறு ஒரு பதிவுக்கும் திட்டமிட்டிருந்தான். தன் மரண நேரத்தைத் தானே எழுதிக் காட்டும் ஜால வித்தை அது. தூக்க மாத்திரை சாப்பிடுவோருக்கு அது சாத்தியமில்லை நெடுந்துயிலின் ஏதோ ஒரு பகுதியில் துயிலின் ஒரு கணமெனவே இருதய நிறுத்தம் சம்பவித்து விட்டிருக்கும்.

மீண்டும் மலை தூக்கிப் பறப்பதற்கு சோம்பல்பட்ட மாருதி 'சஞ்சீவி'யைத் தெற்கே எறிந்தபோது உதிரியாய் உதிர்ந்த கல் ஒன்று சங்கு மலையாய் வளர்ந்தெழுந்தது. கைப்பிடி அறுந்த மணியெனக் கண்ட அது யுகங்களின் வெய்யில் பட்டு உருகி வழிவதில் கூம்பு வடிவின் சீர்மை தொலைத்து அகன்று பணைத்து பக்கலில் பெருத்து துணை நாளங்களாக அடுக்குகளையும் மடிப்புகளையும் பெற்று தொடர்ச்சி மலையென நீண்டிருந்தது. மழைக் கத்தி செருகிய நாளில் திடீரெனத் தூம்புகளின் வெள்ளை ரத்தம் வடியும் சுனை நீரின் சுவையோடு. வரகம் பட்டியில் பிதுங்கிய வீடுகள் ஓரிரண்டு மலையடிவாரத்தில் உண்டு.

தேசிய நெடுஞ்சாலை எண் ஏழில் ஒரு ஆலமரத்துக்கு அருகுள்ள ஒரு மண் சாலையில் ஆரம்பிக்கிறது மலைக்கான பயணம் மற்றபடி உங்கள் ஊரிலிருந்தும் துவங்கலாம். மலையேற்றத்தில் மல்லீசுவரனும், மேலும் உயர்ந்தேக 'கம்பம்' என்னும் இடமும் காணும். பதிநான்காம் தேதி நல்ல பகல் ஒன்றே காலுக்கு அவன் பாதைப் பிரிவில் பஸ் இறங்கினான். மரத்தடி மனிதன் அவனை மிகச் சாதாரணமாகப் பார்த்துக்கொண்டிருக்கையில் பையுடன் கடந்து நடந்தான்

மலைநோக்கி. பின்னாடி நினைவு கூரத்தக்க செய்தியாகவும், கதையாகவும் அவன் மாறப் போவதை மரத்தடி மனிதன் அறிந்திருக்கவில்லை.

அவன் நடந்துகொண்டிருந்தான். கண்கள் சூன்யத்தின் வெறுமையும் பொருளும் கொண்டிருந்தன. கடைசிப் பயன்பாட்டுக்கான சாதனம் கைப்பையிலிருந்தது. செம்போத்து ஒன்று தத்திக் கடந்து போனது. முதுகில் காந்தள் அலையோ, கானலோ தாக்கியதுபோல வேலமரத்தின் தண்டுகளில் அப்பிய சுவர்க்கோழிகள் ரீங்கரித்தன. ஒரு மகத்துவமான வெய்யில் அடித்துக்கொண்டிருந்தது. வாழ்வில் கடைசியாய்ச் சந்திக்கிற வெய்யில் இதுவே எனத் தீர்மானித்திருந்தான். பகலின் வெய்யிலாடையில் மலை விகசித்திருந்தது. அவனுக்கு போதை இறங்காமலிருந்தது. பையில் மதுப்புட்டியும் வசமிருந்தது. கால்கள் தள்ளாடவில்லை. திரவத்திடைத் தோய்தலில் எந்த நிலையிலும் தள்ளாடப்பெறாத உறுதிகொண்டிருப்பதில் தேர்ந்திருந்தான். உடலின் சகல பாகங்களிலும் பரவியிருந்த மனதின் சூட்சுமம் இறுதிச் சுவாசங்களை எண்ணிக்கையிட ஆரம்பித்திருந்தது.

மலையின் ஆகிருதி முற்றிலும் வெளிப்படாத விதமாக பாதங்கள் சமைத்த பாதையின் முகப்புக்கு வந்து மேலேறத் துவங்கினான். நியாயத்துக்கு மலைமேல் தரிக்கும் மல்லீஸ்வரனோ, கோயில் பூசாரியோ ஒரு பக்தனின் வரவை எதிர்பார்த்திருக்கலாம். அவனோ சாபங்கள் வரங்கள் எதுவும் வேண்டப்படாதவனாக மேலேறிக் கொண்டிருந்தான். செருப்பு புதியதாய் இருந்தது. அரக்கு நிறத் தோலில் பதிந்திருந்த கம்பெனிப் பெயரிட்ட பொன்னெழுத்துக்கள் முற்றிலும் மங்கிவிடவில்லை. வாழ்வைப் போலவே ஒழுங்கற்ற படிகள் கொண்டிருந்தது மலை. எப்போதோ பெய்து விட்டிருந்த மழையின் ஈரம் தாங்கி உயிர் நிலைத்திருந்த தாவரங்கள் இலைகளில் பச்சையம் தேக்கி சூரியனை யாசித்திருந்தன. மலையின் கன பரிமாண ஒழுங்கற்ற ஒவ்வொரு படிகளிலும் சந்தித்து வந்த முகங்கள் பிம்பமாடியதில் பிடித்த முகம் பிடிக்காத முகம் என பிரிக்கத் திராணியற்று நடந்தான். 'தொலைந்தான்

பாறை தாண்டி நடைத்திசைக்கு இடதுபுறமாயிற்று பாதை. ஏதோ ஒரு மலைப்போக்கன் எதிர் கடந்து போனான். அவனுக்கு இவனும் இவனுக்கு அவனும் விசித்திரமாய் தோன்றியிருக்க வேண்டும்.

ஆடி பதினெட்டு, அமாவாசை போன்ற விழாக்களற்ற நாளாகையால் மலை மனித நெருக்கடி இல்லாமலிருந்தது. தொலைந்தான் பாறை எனப் பெயர் வந்த காரணம் ஆதி நாளில் உயிர்ப்புடன் விளங்கியிருக்கலாம். திசை தவறி யாரேனும் இங்கே உட்கிளைத்த மலையின் பரப்பில் புதிய பாதை செய்து மறைந்திருக்கலாம் - திசைகளற்ற புதிர்ப் புதர் வெளியில் திசைகளற்றது மலை.

சமப் பாதைகளையும் வீடுகளையும் கொண்டிராத அடர்வெளியில் திசை காண்பது எங்ஙனம்? சூரியனின் திசையறியலாம் கிழக்கு மேற்கென. உச்சிச் சூரியனுக்கும் திசை இல்லை. என்றைக்காவது அது வடக்கிலோ தெற்கிலோ இறங்கி விடலாம். அப்படி அற்புதங்கள் நிறைந்ததே அண்டமெனில் அவனது இந்த மலைப்பயணமும் தவிர்க்கப்பட்டிருக்கும். போதை தாழ்ந்து விட்டதாய்த் தோண பாட்டில் திறந்து ஒரு மிடறு சரித்துக் கொண்டான். மலை உயர உயர போதையும் தாளாமல் இருக்க வேண்டும். இலக்கடையும் வரை - இப்போதைக்கு இலக்கு தெளிவில்லை.

முன்பு இடந்தலைப்பட்டு இதே மலையில் புணர்ந்தாடிய நாட்களில் இலக்கு தெளிவானதாயிருந்தது. பைக்குள் வைத்த பாட்டிலை மேற்புறம் தடவினான். பாம்பைத் தடவுவது போல் வழுவழுப்பாயிருந்தது. பாம்புகள். சில தற்கொலை முயற்சிகளுக்கிடையில் ஒருமுறையேனும் பாம்பு தீண்டியிருக்கலாம்தான். விரும்பியது விரும்பிய விதம் கிட்டினால் விஷப்பற்கள் வேண்டியிராது. இந்த இரண்டு ஆண்டுகளில் லபித்ததெல்லாம் கொடுக்குகள்தான்.

சாவதற்கான முதல் முயற்சி ஒன்றரை வருடத்துக்கு முன் நிகழ்ந்தது. அம்முறை மட்டமான கயிறைத் தேர்ந்தெடுத்து சட்டைப்பையில் கடிதத்துடன் உத்தரத்தில் தொங்கினான்.

கயிறு வாட்டமாய் இருந்திருந்தால் காரியம் அன்றே முடிந்திருக்கும். கடந்து உயிர் மீண்ட நான்கு முறைகளிலும் அவன் சட்டையில் கடிதங்களுடனே இருந்துள்ளான். உயிர் மீண்டு வந்ததால் கடிதங்களின் முக்கியத்துவம் செத்தொழிந்திருந்தன.

இத்தவணை கடிதம் உயிர்த்து விடும் என திடமாய் நம்பினான். வேறு ஒரு பதிவுக்கும் திட்டமிட்டிருந்தான். அவனது இரண்டாம் முயற்சியில் உறக்க வில்லைகளின் எண்ணிக்கைப் போதாமை அவனைக் கைவிட்டிருந்தது. மரண முயற்சிகளுக்கிடையே மூன்று நான்கு மாத இடைவெளிகளைப் பயின்று வந்தான் அவன். அழுத்தமான ஆள். எல்லா உண்மைகளையும் சொல்வதற்கென யாரையும் அவன் தேர்ந்தெடுத்திருக்கவில்லை அவன் - கடவுள் உட்பட.

கடவுள் இருந்தால் சொல்லித் தெரிந்து கொள்கிற நிலையில் இருக்க மாட்டார். மூன்றாம் நான்காம் முயற்சிகள் விஷ மருந்து(ம்), இதன் பின்னீடாக மாவட்டத் தலைநகரின் ஆஸ்பத்திரியில் குளுக்கோஸ் பாட்டிலை ஊசி வழியாய் அனுப்பும் எத்தனத்தில் நரம்புகள் துளையாயின. காதலைத் தோற்றுவிக்கும் அழகுடைய இளைஞர்கள் மரணத்தை அண்டிப் போகும் ரணவாதத்தில் ஈடுபடுவது நர்ஸ்களுக்கு தீராத ஆச்சரியம். (எண்டெ ஈசோ எந்தொரு சுந்தரனாய குட்டனா அவன்.) இம்முறை எருமை வாகனன் கைவிட மாட்டான். காரியத்தில் உறுதி இருக்கிறது. கயிற்றில் உறுதி இருக்கிறது. மலை உண்டு மலையில் மரங்கள் உண்டு அளவு கடந்த மலை வனத்தில் அரவமற்ற பிரதேசம் உண்டு. மாலைக்குப் பின் உயிர் மட்டும் இல்லை இல்லை.

வெண் பரந்த தகட்டுச் சுடரென தகிக்கும் மண்ணும் மலைக்கல்லுமான பாதை கடந்து நெரிபடும் மணற் சத்தத்தினூடே கிண்ணாரக் கல்லுக்கு அருகில் போனான். இந்தக் கல்லுக்கப்பால் நூறடி நடந்தால் பாதையெனக் காணாத பாறைப் பிளவு கடந்து பாதையொன்றுண்டென களவொழுக்கம் மூலம் அறிந்திருந்தான். அந்தப் பாதை முன்னெப்போதும் அவனது சௌகரியங்கருதி ஐம்பது

மீட்டருக்குள்ளாக முடிந்திருக்கும். இப்போது மைல் கணக்கில் நீளுமாயிருக்கும். இதுவரை தோணாத ஆசை இப்போது உண்டானது.

கிண்ணாரக் கல்லைத் தட்டிப் பார்க்க வேண்டும்.

போன வருடத்துக்கு முன்வரை போகித்துத் திளைக்கவும். தட்டவும் திகட்டவும் தசைகள் இருந்தன. ஏற்று வாங்கப் புழைகளுடனும். ஈந்துவக்கும் முலைகளுடனும் சல்லாபித்த தினங்களின் உட்கிடக்கை வரிகளென மாறி அவனைப் புலம்போல ஆட்கொண்டு சூழத் தகித்தது. மேலும் ஒரு மிடறைக் குடித்துவிட்டு கிண்ணாரக் கல்லை நெருங்கினான். பயணங்களின்போது மினரல் வாட்டருக்குப் பதில் பீர் வாங்குகிற ஆசாமி. ரசனையான குடிகாரன் என்று கோழி வறுவல் மணத்தோடு ஊருக்கு அறிவித்திருந்தான். என்றபோதும் 'கச்சா'வாகவே தண்ணியடிப்பதிலும் நிபுணனே. அந்தக் கல்லின் மேலாக கோள வடிவில் ஒரு கல் கிடந்தது. புதிய கற்களைத் தேர்ந்து புதிய ஓசை எழுப்பிய பெரும்பாலோர் தயாராக இல்லை என்பதனால் ஏற்பட்ட உருண்டை வடிவம் அது. காலமகாப் பரப்பில் முரசென அதிரும் ஒற்றை அதிசயம் அம் மலையிலொரு கிண்ணாரம். மனதில் இளமையும், பால்யமும் மீந்திருக்கும் யாரும் ஏற்ற இறக்கத்தின்போது இரு மும்முறைகள் தட்டிச் செல்வர் அதை. யாரும் பாராத தருணத்தில் சில சந்நியாசிகள். சிலரைத் தாள வித்வானுமாக்கியிருக்கிறது கல். தட்டுகல்லை மாற்றும் செயலில் மனம் விழையாமல் உருண்டைக் கல்லை எடுத்து கிண்ணாரக் கல்லை மேற்புறம் தட்டினான். அதற்கும் திசைகள் இல்லை என்றபோதும் மலையொட்டிய அதன் பகுதியைக் கீழ் என்றும் காற்று தடவும் பகுதியை மேல் என்றும் கொள்ளலாம். காற்றில் பரவின அதிர்வுகள். காற்றில் கலந்த சிறு ஓசை அது பரவின தூரத்தை பெரிய கண்டெய்னர் அளவினதான பொட்டலத்தில் கட்டிவிடலாம். ஆனால் ஆசைகளும், செய்திகளும் பொட்டலங்களை ஊடுருவிக் கடக்கவல்லன.

ஈஷித் திரிந்த நெடும் பட்டியலில் எவளேனும் ஒருத்திக்காவது நினைவின் தாத்பர்யத்தில் விக்கல் எடுத்திருக்கலாம். அல்லது

ஏதேனும் மதுக்கடை விற்பனையாளனுக்கு அவனது தேநீர் எண்ணிக்கையையும் மீறி. அதிர்வுகள் சுருள்வடிவம் பூணி எழுந்தன. அலைகளின் விதி வட்ட வடிவமானது. அலைச்சுருள் பொட்டலம் கடக்கும் முயற்சியில் கோட்டுத் துண்டென மாறி பயணித்தது. ஏழு கடல் இன்னும் ஆறு மலை தாண்டி பூக்கொணரும் நிர்ப்பந்தம் அதற்கில்லை. ஒற்றைக் கடலுக்கு உட்பட்ட பிரதேசத்தில் இருந்தன அவற்றில் சஞ்சாரம்.

கணவன் வரத் தாமதமாகுமென 'டிஸ்க்'கில் பாடல் கேட்டுக் கொண்டிருக்கும் ஒரு பெண்ணின் தங்கச் சங்கிலியில் கண்ணிகளின் இடைவெளியில் அமர்ந்தது அதிர்வின் துகளொன்று.

ராட்டை நூற்றுக்கொண்டிருக்கும் பெண்ணின் கைவளையில் கவ்விப் படரும் ஒரு கோட்டுத் துண்டு. எதிர்ச் சுற்றில் மறை இறுகும் ஆடு மேய்க்கும் கொலுசுகளில் மற்றொன்று.

உயர்மட்ட கீழ்மட்ட என எல்லா மட்டங்களிலும் இருந்தன அவனது சரீர ஒத்தாசையும் பண ஒத்தாசையும். பணம் பொருட்டில்லை எனுமிடத்து பரிசு வழங்கல்கள்.

கிண்ணாரக் கல்லைத் தட்டி ஓய்ந்ததும் தன் வழக்கமான பாதையில் நடக்கத் துவங்கினான். கால்களில் சிராய்ப்பேற. மரணத்தின் தாழ்வாரத்தில் சாவின் பெருவிளி- விசித்திரத்தையே ஸ்திரமாய்ப் பாவிக்கும் கடைசிச் சேகண்டி ஓசை.

விலாசத்தைச் சட்டைப் பையில் வைத்துக்கொண்டு விண்ணுலகமெய்திய அவனது சாமர்த்தியம் நாங்கள் தகவல் பெற உதவியது. இருப்பத்தைந்தாம் தேதி மாலை ஆறு மணிக்கு ஊரில் சேதியானது. இம்முறை மருத்துவமனைச் செலவிலிருந்தும் நர்சுகளின் வியப்பிலிருந்தும் தப்பிவிட்டான்.

இனி இரவில் மலையில் உடலைக் கண்டடைவது சுலபமல்ல என முடிவு செய்து விட்டு காலையில அதிநேரமே வேனிலும் காரிலுமாக மலைக்குச் சென்றோம். ஃபாரஸ்ட் ரேஞ்சர், காவலர் அதிகாரி, மருத்துவர். புகைப்படக்காரர் எனப் பலரும் இருந்தனர். எங்கள் காவல் சரகத்தைச் சேராதவர்கள் அவர்கள்.

இதன்மூலம் மரணம் எல்லை கடந்தது என்பது உறுதியாகிறது. இதில் ஃபாரஸ்ட் ரேஞ்சர் தான் இரண்டாவதாக பிணவாசனையை நுகர்ந்து உலகுக்கு அறிவித்தவர். முதலாவது ஆள் ஒரு தேன் அடையனோ ஆட்டிடையனோ. பிணம் சட்டையைத் தனியாக சுற்றி வைத்திருந்ததில் அதிலுள்ள விலாசத்தைப் பார்த்து ரேஞ்சர், குடும்பம் மற்றும் அதிகார வட்டாரங்களுக்கு தகவலளித்து இந்தக் காலையை இவ்விதம் ஆக்கியிருக்கிறார்.

இப்போது எங்கள் மலையேற்றம். இதில் பாதிப் பேர் பாதி வழியில் தயங்கி, மயங்கி நின்று விட்டனர்- அவனது தந்தை உட்பட. ரேஞ்சரின் தலைமையில் நடக்கிற பாதங்கள் கடந்த பின்னரே பாதை என உறுதியானது பலவழி.

காக்கைகள் அண்டாத அடர்வழி. மரங்களின் அடர்வில் தரை இருள் போர்த்தியிருந்தது. இயக்கம் தொலைத்த பிண்டம் எனக் கண்டால் கழுகுகளுக்கு வரச் சாத்தியம் உண்டு இவ்விடம். சரிவான பயணத்தில் முழங்கால் மடித்துத் தவழ வேண்டியிருந்தது சில இடங்களில் மலை இவ்வளவு பிரமாண்டமானதென்றும் வனாந்திரங்களை உள் அடக்கியதென்றும் இப்போது தெரிகிறது. நேற்றுப் பார்த்த ரேஞ்சருக்கு இன்று வழி தப்பிவிட்டது. ஒன்றே போல் காணும் மரங்களில் நினைவின் தகட்டை எங்கே செருகி வைப்பது. சரிந்த ஒரு பாதை தொடர்ந்து அம்மாம் பெரியவனம் துவங்குவது ஆச்சரியமாயிருந்தது. தனியாய் அல்லது இருவராய்க்கூட பிரிந்து போய்த் தேடுவதில் யாருக்கும் உடன்பாடில்லை. கிஞ்சித்தும் எதிர்பாராத கிளைகளிலிருந்து நம் கண்களை மறித்து அவனது கால்களோ உடலோ தென்பட்டால் என்ன ஆவது. ஒற்றைப் பிணத்தை ஒற்றையாய் எதிர்கொள்வது சாவையே எதிர்கொள்வது போல-அதனினும் பயங்கரமும் கூடவாயிருக்கலாம்.

பல வழியாய்ச் சுற்றி ஒரு வழியாய்க் கண்டாயிற்று. அவனது உடல் காணும் அரை நிமிடம் முன்னதாக அனைவரும் துர்வாடை உணர்ந்தோம். பத்தில் மூணு பேர் ஓங்கரித்து வாந்தி எடுத்தார்கள். அவனது உடலோ கயிறு அறுந்து வீழ்ந்தால்

அதல பாதாளத்தில் விழுந்துவிடுவதான அமைப்பில் ஆடிக்கொண்டிருந்தது. தொடர் சாத்தியப்பாட்டிலான மரணத்தை நேர்ந்தான் போலும். தலையழகு அவனெனக் காட்டிக்கொண்டிருக்க முகச் சதைப் பற்றுகளில் புழு வைத்திருந்தது. மரத்தின் கீழாக சரிவு துவங்கும் பகுதியில் உருகிய உடல் திசுக்களின் உணங்கல் பரவியிருந்தது. சரிவின் புள்ளி இதுவென யாரும் சுத்தமாகச் சொல்லிவிட முடியாது.

உடலைக் கவனமாய் இறக்கி எரிக்கும் ஏற்பாட்டை மேற்கொண்டோம். பையில் கடிதம் ஒன்று இருந்தது. நானறிய அவன் எந்த நண்பனுக்கும் கடிதம் எழுதியதில்லை. கடிதங்கள் என்றாலே மரணத்துக்கு சற்று முன்னதாக எழுதப்படுவது என வைத்திருந்தான். நான் உட்பட அவனது நண்பர்கள் அனைவரும் அடுத்தேழ் பிறவிகளிலும் நண்பர்கள் ஆகணும் என விரும்பினான் கடிதத்தில். தன் பெற்றோரின் துயரம் எதிரிக்கும் நேரலாகாது என இறைவனை வேண்டியிருந்தான். தன் மரணம் 'சுயக் கொலை' எனவும் யாரும் காரணம் அல்ல என்றும் குறிப்பிட்டிருந்தான். வாழ்வதற்கு காரணம் இல்லாதபோது சாவதற்கு மட்டும் காரணங்கள் எதுக்கு? அவனை அவ்விடமே தீயிட்டு முடித்தோம். சப்இன்ஸ்பெக்டர். வி.ஏ.ஓ. மருத்துவ அதிகாரி, ரேஞ்சர், தலையாரி, என்னோடு சிலர் மட்டும் புரோமிதியஸ் சாட்சியாக, அவனை எரித்த பின்னரே அந்த மதுக்குப்பியைப் பார்த்தோம். பாட்டிலுக்குள் தாள் வடிவம் தென்படவும் ஆவலாய் மூடி திறக்கப்பட்டது. பல்வேறு யூகங்களிலும் பணம், கடனெல்லாம் அவனுக்குப் பிரச்சனையாய் இருந்திருக்க முடியாது. வேறு ஏதேனும் காரணங்கள் இருக்கலாம் என்றெல்லாம் மக்கள் பேசியதையடுத்து மரண காரணம் அநேகமாய் பாட்டிலில் இருக்கும் என அந்த வெள்ளைத்தாள் பாட்டிலுள்ளிருந்து நெம்பி எடுக்கப்பட்டது. இன்னும் பத்து நாள் அவனை யாரும் காணாதிருந்தால் துணுக்குகளும் மிஞ்சாது ஊர்வன பறப்பனவான மாமிச பட்சிணிகளால் தொலைந்திருப்பான். ஆனால் கண்ணாடி பாட்டில் எண்ணூறு ஆண்டுகளுக்குத் தாங்கவல்லது.

பெயர் : சிவகுமார்
பிறந்த தேதி : 25.07.69
கல்வி : +2

இன்னோரன்ன. இத்தகையதை விண்ணப்ப பாரம் பூர்த்தி செய்யும் யாரும் யூகித்து விட முடியும். இதன் இறுதிப் பகுதி சற்றே அதிர்ச்சியூட்டுவது.

இறந்த தேதி : 18.05.99
இறந்த நேரம் : மாலை 5 மணி

ஒரு கேள்வி ஓயாமல் தொக்கி ஊஞ்சலாடுகிறது.

சஞ்சலம் மிக்க என் நண்பனே! விழுமியங்கள் பொருட்டில்லை எனக் கருதி வசீகர நிமித்தம் என் பிரியத்திற்கானவனே! ஊரில் முற்று முதலாகவும் மலைமீது எரியூட்டப் பெற்ற புதிரே! சொல்... சொல்

உன் கல்லறை வாக்கியம்தான் என்ன.

சுற்று

எம்.ஜி.ராமச்சந்திரன் இறந்த பதினெட்டாவது நாளின் சாயங்காலம் முதன் முதலில் அந்தக் கடைக்குள் நுழைந்தேன். புகழ் பெற்ற கடிகாரக் கம்பெனி ஒன்றின் சர்வீஸ் சென்டர் அது. அதில் அப்போது நான் நுழைந்து வார் (ஸ்ட்ராப்) மாற்றுவதற்குத்தான். கடிகாரம் நல்ல கடிகாரம்தான். கண்ணதாசன், ரஷ்ய அதிபர் பிரஸ்னேவ், இலக்கம் பதினொன்று குப்புசாமி ரெட்டி தெருவில் வாழ்ந்த காத்தமுத்து இப்படி உள்ளூர் முதல் உலகம் வரை பாதித்த மரணங்கள் பற்றி கவலைப்படாமல் அது ஓடிக்கொண்டு வந்தது.

அதன் வார் நைந்து இற்றுப்போய் உள்ளிருக்கும் 'சல்லடை வெள்ளை' தெரிய ஆரம்பித்து விட்டிருந்தது. இடுப்புக்கு 'பெல்ட்' மாதிரி அது கடிகாரத்துக்கு 'பெல்ட்'.

பெல்ட் அறுந்து விழுந்தால் அதிகபட்ச ஆபத்து ஏதுமில்லை. உடுக்கை இழந்த கை பேண்ட்டை இழுத்துப் பிடித்துக் கொள்ளும். இரண்டு பாக்கெட்டிலும் கைகளை விட்டுக் கொண்டு இழுத்துப் பிடித்தவாறு ஒருவிதமாகச் சமாளிக்கவும் செய்யலாம். கொஞ்சம் கணுக்கால் தெரியும் அவ்வளவுதான். கடிகார வார் அறுந்தால் கடிகாரம் கீழே விழுந்து செலவு வைத்து விடும். கடிகாரத்தில் மூன்று முட்களும், பன்னிரெண்டு எண்கள் பொருந்திய தட்டமும்தான் தன்னளவில் பழுதாகாத ஐட்டங்கள். அதே நேரம் கடிகாரம் பழுது என்பதை அறுதியிட்டு உறுதி செய்யவும் மேற்படிகளே உதவியும் புரிகின்றன.

இந்த வகைமை 'அனலாக்'கிற்கே பொருந்தும். டிஜிட்டலின் விசித்திரங்களும் உபத்திரவங்களும் வேறு மாதிரியானவை. கடைக்குள் நான் போன காலத்தில் ஓர் ஒல்லிப் பெண் ஒரு

குண்டுப் பெண் அவளுக்குச் சற்றும் சளைக்காத ஓர் ஆண் ஆகியோர் வாடிக்கையாளர்களை எதிர்கொள்ளும் பிரிவில் இருந்தனர். ஒரு கண்ணாடித் தடுப்புக்கு அப்பால் 'செம்மைப் பிரிவில்' ஆண் ஒருத்தரும் பெண் ஒருத்தரும் இருந்தார்கள்.

கடை ரம்மியமானதாகவும் குளிர்க்கட்டு செய்யப் பட்டதாகவும் இருந்தது. குறிப்பான சங்கதி என்னவெனில் மங்கிய ட்யூப்லைட் வெளிச்சத்தில் கடையில் காலம் உறைந்திருந்தது. இரவு பகல் கங்குல், மூவந்தி எல்லாம் ஒன்றே போல் இருந்தன அங்கு. ஒல்லிப்பெண் பிரதான நிர்வாகியாகத் தென்பட்டாள். எனக்கு அடுத்து வந்த நபருக்கு குண்டுப்பெண்ணோ, ஆணோ பிரதான நிர்வாகியாகத் தென்பட்டிருக்கக்கூடும். மனம் உடனடியாக 'பாஸ்'களைத் தேடிக்கொண்டேதான் இருக்கிறது.

ஒல்லிப்பெண் எனக்கு அவ்விதம் தோன்றியதற்கு 'முகப்பு' போல் தோற்றமளித்த அவள் நின்ற இடம் காரணமாய் இருந்திருக்கக்கூடும். நல்ல கடிகாரத்துக்கும் நைந்த வாருக்கும் சொந்தக்காரனான எனது பெயரை வினவினாள். வாழ்வில் எத்தனைக் கெத்தனையாவது முறையோ என் பெயரைச் சொன்னேன். பேரைச் சொல்லாமல் வாழ ஊமைகளால் மட்டுமே முடிகிறது.

'அங்கே அமருமின்' என்கிற குறிப்பாய் புருவங்களால் சோபாவைக் காட்டினாள்.

கடன்காரர்களுக்கே கூட ஆசுவாசம் தந்துவிடக் கூடிய சோபா அது. ஆனால் பெரிய முள் ஓர் எண்ணிலிருந்து மறு எண்ணிற்கு நகரும் நேரம் கூட அதில் நிம்மதியாய் உட்கார விட மாட்டார்கள் போலிருந்தது. சந்தேகங்கள் சந்தேக நிவர்த்திகள்.

"எக்ஸ்கியூஸ்மி மிஸ்டர்... ஓ... தேங்க்ஸ்... ஸிட்டவுன் ப்ளீஸ்" ஒவ்வொரு தலையையும் குறைந்தது ஐந்தாறு முறைகளாகிலும் எழுப்பி நடக்கடித்துக் கொண்டிருந்தனர். கடிகாரத்தின் ஒவ்வோர் பாகமும் ஏதாவது ஐயத்திற்கு இடமளிப்பதாகவே இருக்கிறது. ஆனாலும் பாதகமில்லை. கடிகாரத்தைத்

திருப்தியுறக் கட்டுவது காலத்தையே நிர்வகிப்பது போலாகுமல்லவா? ஆதலினால் அறைக்குள் சில கிலோ மீட்டர்கள் நடப்பது தவறொன்றும் ஆகாது. சோபாவும் சுவரும் நெருங்குகிற பகுதியில் சிறிய மேஜை வட்டக் கண்ணாடிமேல் 'வைத்தெழுதும் அட்டை' கிடந்தது. இரண்டு அடிக்கு ஒன்றரை அடிச் செவ்வகம் அது. அதன் பிரத்யேகப் பயன்பாடு அப்போதைக்குத் தெரியவில்லை. அதன்மீது மூன்று ஆங்கில இரு தமிழ்ப் புத்தகங்கள் கிடந்தன.

நான் அவற்றைப் புரட்ட ஆரம்பித்த மறுநிமிடம் குண்டுப் பெண் வந்து வைத்தெழுதும் அட்டை மேல் புத்தகங்களை வாரிப் போட்டு உள்ளே எடுத்துச் சென்று விட்டாள். எனக்கு ஓர் 'எக்ஸ்கியூஸ் மி' கிடைத்தது.

அப்போது அட்டையின் பிரத்யேகப் பயன்பாடு புரிந்து விட்டது. வெற்றிலைக்கு தாம்பூலத் தட்டு போல புத்தகத்துக்கு வைத்தெழுதும் அட்டைபோல. அவள் என் அறிவு விருத்தியை அனுமதித்திருக்கலாம். தவிர தமிழ்த்திரைக்கு நடிக்க வந்த லடுக்கிகளின் லாவண்யத்தைக் கண்டு மகிழ்ந்திருக்கும் குதூகலத்திற்கு குந்தகம் விளைந்து விட்டது.

அன்று கடைசியாக தொண்ணூறு ரூபாய் மதிப்புக்கு நான் விரும்பிய தோல் வாரினை அணிவித்து எனக்கு கடிகாரத்தைக் கொடுத்தனர். தொண்ணூறு என்பது பத்தின் ஜாதியல்ல. நூறின் ஜாதி. பாப்கார்ன் தின்று பான்பராக் போட்டு தொண்ணூறை நூறாக்கி விட்டு வீடு வந்து சேர்ந்தேன். கடையில் 'ஸ்ட்ராப்' புக்கான பில்லுடன் கூப்பன் ஒன்றையும் கொடுத்தனுப்பியிருந்தார்கள். அதில், நிறுவன வளர்ச்சிக்குத் தோதான திட்டங்களைத் தெரிவித்தால் பரிசாக ரூ.500-க்கான காசோலை வழங்குவோம் என்றிருந்தது. நான் அக்கால கட்டங்களில் திட்டங்களால் நுரைத்துக் கொண்டிருந்தேன். சென்னைக் குடிநீர் முதல் ஜெனிவாவிலுள்ள நிலுவைகள் வரை சகலத்துக்கும் மசோதா நிலையில் தீர்வுகளை வைத்திருந்தேன்.

நான் அனுப்பின ஆலோசனைகளிலொன்று நிறுவனத்துக்குப் பிடித்துப் போய்விட ஐநூத்தியொரு ரூபாய்க்கு காசோலை வந்தது. எது நடந்ததோ அது நன்றாகவே

நடந்தது. கொஞ்சம் கூடுதலாக நடந்தது. ஐநூறு என்றவர்கள் ஐநூற்றியொன்றுக்கு செக் தந்தனர். சொல்வது 'ஒன்று' செய்வது 'ஒன்று'ம் என இதை வகைமிக்கலாம். ஏனெனில் இதில் ஐநூற்றியொன்று என வந்ததாலோ என்னவோ ஒரு 'மொய்'த்தன்மையும் இதில் சேர்ந்திருந்தது. அதன் நிர்ப்பந்தம் அல்லது ஒப்பந்தம் என்னவோவெனில் அந்தத் தொகையுடன் மேலும் கொஞ்சமோ அதிகமோ காசைப் போட்டு அதே நிறுவனத்தின் கடிகாரத்தை நான் வாங்க வேண்டுமாம். நமக்கு வாட்ச் பரிசு இப்படியா வாய்க்க வேணும்? என்று நான் முதலில் முனகினாலும் பிறகு கடிகாரம் வாங்கிவிட ஆயத்தமானேன்.

கடிகார வடிவாகக் கண்ணன் கனவில் வந்தது 'செக்' வந்த அதே இரவில்தான்.

குருக்ஷேத்ரக்களம்

கண்ணன் குதிரைகளைப் பிடித்தவாறு தேரின் முன்பக்கத்தில். உள்ளே அர்ஜுனன் கூப்பனைப் பார்த்தவாறு திகைத்து அமர்ந்திருக்கிறான். அவனது அம்பறாத் தூணியில் ஸ்ட்ராப்கள். செயின் மற்றும் கடிகார உதிரிபாகங்கள். கண்ணன் திருவாய் மலர்கிறான்.

"அறுந்த வாட்சைத் தவிர எதைக் கொண்டு போனாய். சும்மா உனக்கு ஐநூறு தருவதற்கு? பிறக்கும்போது கூப்பாட்டுடன் பிறந்தாய். கூப்பன்களுடன் வளர்ந்தாய். அங்கிருந்து பெற்றதை அங்கேயே கொடு. கடிகாரத்தை வாங்கு! காலம் நான் கடிகாரம் நான்."

காலையில் விழித்தவன் ஐந்தாவது வேலையாகக் கடிகாரத்தை வாங்கக் கடைக்குக் கிளம்பினேன். அந்தக் கடிகாரத்தை வாங்கி அண்ணனுக்குக் கொடுத்துவிட வேண்டும். அண்ணன். என் அண்ணன்.

பிறந்து இருபத்தைந்து வருஷங்களாகக் கடிகாரமே கட்டாதவன். செம்மீன் படம் வந்தபோது, வால்ட் டிஸ்னி இறந்தபோது, ஸ்டெஃபிகிராப் பிறந்தபோது, பி.டி.உஷா ஆசியா விளையாட்டில் தங்கங் கொய்த போதென பலசமயங்களில் கடிகாரம் கட்டாது வாழ்ந்து விட்டவன்.

கையிலிருந்த காசோலையுடன் மேலும் ஐநூறு ரூபாய் இட்டு அவனுக்கு புதுசு வாங்கிக் கொடுத்தேன். பாகிஸ்தான் அதிபர் ஜியாவுல்ஹக் விமான (விப)த்தில் மரித்த மூன்றாம் நாள் அது.

அந்தக் கடிகாரத்தின் வாரை மாற்றுவதற்குத்தான் கடைக்குள் போனேன். பழைய ஒல்லிப் பெண்ணைக் காணவில்லை. அவளது இடத்துக்கு குண்டுப் பெண் வந்து விட்டாள். அப்படியொன்றும் குண்டல்ல அவள். என்னுடன் ஒப்பிடும்போது கொஞ்சம் குண்டு அவ்வளவுதான்.

கடிகாரத்தை வாங்கியவள் 'செம்மை அறை'யில் கொண்டு போய்க் காட்டி விட்டு வந்தாள்.

வார் மட்டுமல்லாது சட்டகத் (CASE) தையும் இதே சூட்டில் மாற்றிவிடுவது சாலச்சிறந்தது என்ற எனக்கு உரைத்தாள். கடிகாரத்துக்கு ஆகும் செலவு என்று கடிகார விலையின் முக்கால் பங்கைக் கூறினாள். நான் ஒப்புக் கொண்டேன். புதிதே கூட வாங்கலாம்தான் ஆனால் இந்தக் கடிகாரத்தை விட மனசில்லை. விபிசிங்கின் அரசு விழுந்தது, கமலின் தேவர் மகன், ம.தி.மு.க துவக்கம், சலீம் அலியின் தபால்தலை, சரோஜாவின் கல்யாணம் என்று பலவற்றை அது பார்த்திருந்தது.

அந்தப் பெண் ரசீது எழுதிக் கொடுத்து வீட்டு "நாலு நாள் கழிச்சு வாங்க" என்று ஆங்கிலத்தில் ஆணையிட்டாள். யார் கையில் கடிகாரம் இல்லாவிட்டாலும் நான்கு நாட்கள் போய்த்தான் விடுகின்றன.

இன்றைக்கு காலை பத்து மணிக்கே கடைக்குள் நுழைந்து விட்டேன். உள்ளே நுழைந்தவுடன் 'காலப் பிறழ்வு' ஆட்கொண்டு மந்தாரமான சூழ்நிலை. குளிர்க்கட்டுக்குள் இருப்பது திரண்டு கறுத்த மேகங்களின் கீழ் மழைக்கு முன்பு நிற்பது போலவே தோன்றுகிறது.

ரசீதை வாங்கியவள் என்னிடம் தமிழில் பேச வெளிக்கிட்டுவிட்டாள்.

“நீங்க அங்க உக்காரு” என்று சோபாவைக் காட்டினாள். நெற்றியின் சந்தனக்கீற்றும் மொழியின் சன்னத் தெற்றும் எனிக்கு அவளுடெ பூர்வீகத்தெ அறியிக்குகயாயிருன்னு.

புன்சிரிப்போடே சோபாவில் போய் அமர்ந்து கொண்டேன். எத்தனை தொழிலதிபர்கள் அவளது ஒருமைக்கு இலக்காகப் போகிறார்களோ? என்று யோசிப்பதே எனக்குப் பரவசமாயிருந்தது.

எனது இருக்கையிலிருந்து கைக்கெட்டும் தூரத்தில் கண்ணாடி மேஜை மீது புத்தகங்கள். இம்முறை யாரும் புத்தகங்களைப் பறித்துப் போக வாய்ப்புத் தரப் போவதில்லை. ஏன் புத்தகத்தைத் தொடவே போவதில்லை.

தெலுகு நடிகர் கிருஷ்ணம் ராஜு போல மீசை வைத்த ஒருவர் அதே பெண்ணிடம் ஏதோ கேட்டுப் பதில் பெற்றுவிட்டு எனக்கெதிர்ப்புற சோபாவில் உட்கார்ந்தார்.

கிருஷ்ணம் ராஜு அந்தப் பெண்ணை சைட் அடித்தார் என எழுதுவது அவரது வயதுக்கு இழுக்கு. நான் ராஜுவை ரசித்துக் கொண்டு இருக்கும்போதே அந்தப் பெண் என் பெயர் கூறி அழைத்தாள்.

அவள் வழிவதற்கான வாய்ப்பே கிஞ்சித்தும் இல்லை. பவ்யமும் அற்ற பகிஷ்கரிப்பும் அற்ற நடுவாந்தர தோரணையில் அவள் ஆட்களை நிர்வகித்து அனுப்பிக் கொண்டிருந்தாள்.

‘கேஸ்’ மாற்றப்பட்ட என் கடிகாரத்துக்கு, “செயின் போட்டுக் கொள்கிறீர்களா?” என்று கேட்டவாறே செம்மை அறை நோக்கிச் சென்று வந்தவளின் கையில் கடிகாரம் இருந்தது.

அது மிகவும் நீளமாக இருந்தது. டயலை மையமாக வைத்து நெக்லஸாகப் போட்டுக் கொள்ளலாம். அல்லது ராட்சசர்களின் கடிகாரம். அதுவும் இல்லையேல் தொடைக் கடிகாரம்.

தனது கண்ணாடி மேஜை மேல் அதை வைத்தாள்.

“இவ்வளவு நீளத்தை எப்படிங்க கட்டறது?”

“அய்யே. இது ரெண்டு செய்னானு” என்று ரெண்டு

பக்கவாடுகளை அவள் தொட்டுக் காட்டியபோதுதான் அது செயின் அல்ல அவை செயின்கள் என்று புரிந்தது. ஒளியின் பளீருள்ள மஞ்சள் அரளியின் நிறம் அவை. விலை தங்கத்தை விட சில மாற்றுக்களே குறைவாகச் சொன்னாள். நான். "லெதர் ஸ்ட்ராப்பே போதும்'' என்றும் சுழலும் அறுகோண அடுக்கிலிருந்து பிரவுன் கலருள்ள வாரை எடுத்துக் கொடுத்தேன். என்னவோ பிரவுன் என்று பெயர் சொன்னாள். பிரவுனில் இத்தனை விதங்களா? என வியந்து நிற்கையில் "ரொம்ப சென்ஸிட்டிவ்வான லெதர்" என்றாள்.

"எவ்வளவு சென்ஸிட்டிவ்?" எனக் கேட்காமல் "எவ்வளவு?" என்று மட்டும் கேட்டேன்.

விலையைச் சொன்னாள். ஒப்புக் கொள்ளும் தரமாயிருந்தது.

தலை அசைத்தேன்.

பில் எழுதினாள். காசு வாங்கினாள். வாருடனான எனது கடிகாரத்தைத் தந்தாள். பழைய உதிரியை பாலித்தீன் பையில் போட்டுக் கொடுத்தாள். பில். கேரண்டி கார்டு திட்டம் நுரைக்கும் கூப்பன் புன்னகை புன்னகை திருப்பினேன். இப்போது கிருஷ்ணராஜு அந்தப் பெண் எதிரில் நின்று கொண்டிருந்தார். விடுபட நேரமாகும்.

கடைக்கு வெளியில் வந்தேன். நண்பகல். வெய்யில் மண்டையைப் பிளக்காவிட்டாலும் முடியையாவது பிளந்து விடும் போலிருந்தது. காற்று வெப்பம் கானலாக ஓடிக்கொண்டிருந்தது. எத்தனை டிகிரி வெய்யிலிருக்கும் என யோசித்தேன். எண்களிடப்பட்ட இன்னொரு உபகரணத்தை நினைக்கவும் தயக்கமாயிருந்தது.

மணிக்கட்டைக் கவ்விய தோல் நாளத்தையும் காலத்தையும் கவ்வ முடியாமல் தத்தளித்துக் கொண்டிருந்தது. கடிகாரம் பழுதில்லாமல் ஓடினாலும் வார்களை மாற்றித்தான் ஆக வேண்டும் போலிருக்கிறது

ஒப்பனை தர்மம்

ஆனைக்கல் வலசில் ரோட்டு வேலை நடந்து கொண்டிருந்தது. காண்ட்ராக்டர் நல்லமுத்து அப்போதுதான் வெளியே எங்கோ போயிருந்தார். வேலன், கந்தசாமி, ராமன், அன்பான் நால்வரும் வேலை செய்து கொண்டிருந்தனர். வேலியின் ஓரமாக உள்ள மண்ணைப் பறித்து தார்ச்சாலையின் கங்குகளில் இடுவதுதான் வேலை.

முகிலனூர் யூனியனுக்கு உட்பட்ட காண்ட்ராக்ட் அது. முகிலனூரில் யூனியன் ஆஃபிஸ் இருந்தது. காவல் நிலையம் இருந்தது. நமக்கு இங்கு உதவாத வேறு சிலவும் இருந்தன.

தட்டான் காட்டு ஓரமாக வேலியருகே குழி பறிக்கும் போதுதான் அது தட்டுப்பட்டது. புதையல். முன்காலத்தின் தங்கச் சில்லுகள் - சல்லிகள்.

ஒரு மண் கலயத்துள் அவை இருந்தன. எத்தனை நூற்றாண்டுக்கு முந்தியதோ அந்தக் கலயம். ஒரு காட்டுப் பகலில் நாலுபேரை குபேரனாக்கிவிட்டது காண்ட்ராக்டர் நல்ல முத்துக்குக்கூட விஷயம் தெரியாத படி அமுக்கி விட்டார்கள். நால்வரும் சுணக்காமோ சடைவோ கொள்ளாமல் பிரித்துப் பங்கிடும்படி தங்க வட்டங்கள் நான்கால் வகுபடும் இரட்டைப் படையில் இருந்தன.

ஆனால் கிராமத்தில் ரகசியத்தைப் பாதுகாப்பது ராணுவ ரகசியத்தைக் காப்பதைவிட சிரமமானது. நால்வரில் வேலன்தான் சாயங்கால போதை மிதப்பில் முகிலனூரில் 'சின்னு'விடம் உளறியது. கேள்விப்பட்ட உடன் 'சின்னு' தன் முக்கிய நண்பர்கள் சிலரைத் தேடிப் போனார். அவர்கள் கூட்டுச் சதி தீட்டினர்.

சின்னுவின் கும்பல் இரவு பத்து மணிக்கு நாலு பேரையும் தேடிக் காரில் போனதுபோது சின்னு காரில் இல்லை. பயங்கர விவரமேட்டிக் அவர். மற்றபடி காரில் போன கும்பலில் இரண்டு பேர் போலீஸ் சீருடை அணிந்திருந்தனர். அவர்கள் எப்படியோ அந்தச் சீருடையையும் சிவப்புத் தொப்பியையும் ஏற்பாடு செய்துவிட்டனர்.

(இக்குறிப்பிலிருந்து காலம் இருபதாம் நூற்றாண்டின் மையப் பகுதிக்கும் கடைசிப் பகுதிக்கும் இடைப்பட்டது என அறிக).

ரோட்டு வேலை செய்த நால்வரும் பிரிட்டிஷ் இந்தியா என யார் ஆட்சி செய்தாலும் போலீஸ் என்றால் நடுங்கத்தான் வேண்டுமென மரபு அணுக்களில் செய்தி கொண்டவர்கள்.

போலீஸ் உடுப்பைப் பார்த்ததும் கிடுகிடுவென நடுநடுங்கி உடனடியாக தங்கத்தை ஒப்படைத்தனர். தங்கத்தைப் பெற்றுக் கொண்டு கார் ஏறுகிற நேரம் சீருடைக்காரரான ராமலிங்கம். "காலைல ஸ்டேஷனுக்கு வாங்கடா!" என அதட்டினார். பிறகு கார் விரைந்து மறைந்துவிட்டது.

மறுநாள் காலை. ஸ்டேஷனில் வேலன், கந்தசாமி ஆகியோரைப் பார்த்த எஸ்.ஐ. "என்னய்யா?" என்றார்.

சமூகந்தானுங்க வரச் சொன்னீங்க"

"நானா. எப்போ?"

எஸ்.ஐ. குழம்பினார். நால்வரும் புதையல் பெற்றிழந்த கதையை விளக்கினர். பிறகென்ன...

காவல்துறை துரிதமானது. வலை தூண்டில் இவைகளை வீசித் தேடி சின்னு ராமலிங்கம் இதரர்களைக் கைது பற்றினர்.

நம்மைப் போல் வேஷமிட்டுப் போய் இவர்கள் ஏமாற்றுவதா என்ற கடுப்பு வேறு காவல்துறைக்கு. இந்தக் கேஸில் வம்பாடுபட்டது சின்னு (எ) சின்னதுரையின் கோஷ்டி. முதன்முதலாக விராடபுரம் கோர்ட்டுக்குப் போகும்போது

காரின் பின்ஸீட்டிலிருந்த ராமலிங்கத்தின் பிடரியில் சின்னு 'பொடங்' கென ஒன்று போட்டார்.

"காரியத்தக் கெடுத்தயேடா பாவி! நடிக்கறதுன்னாலும் அளவாத்தான் நடிக்கணும்டா."

கானலங் காதல்

கொடைக்கனலுக்குச் செல்லும் அந்த அரசுப் பேருந்து எதிர்பாராதவிதமாக வெள்ளியருவிக்குப் பக்கத்தில் நின்றது. 'இங்கு ஐந்து நிமிடங்கள் மட்டும் நிற்கும். எல்லாரும் இறங்கிப் பார்த்துவிட்டு விரைவில் வாருங்கள்' என்று ஓட்டுநர் பணித்தார். அப்படி அவர் நிறுத்தியதற்குக் காரணம், அவருக்கு இணை இருக்கையில் அமர்ந்திருந்த வெள்ளை நிறப் பெண்தான். வெண்ணெய் நிறம்- உருட்டித் திரட்டி எடுத்து ஒருவாரம் வைத்திருந்த வெண்ணையின் நிறம். ஹிட்லர் அல்லது முசோலினியை ஈன்ற ஏதோ ஒரு நாட்டுக்காரியாக இருக்கக்கூடும். இயற்கையை ஆராதிக்க வந்திருந்தாள். அவளது உச்சரிப்புக்கோ நச்சரிப்புக்கோ இணங்கித்தான் அவர் வண்டியை நிறுத்திவிட்டார்.

கடைசிக்கு மூன்று வரிசைகள் முன்னதாக இரட்டை இருக்கையில் அமர்ந்திருந்த செல்வராஜூம் சந்திரிகாவும் இறங்கினார்கள். முறையே 25, 19 வயதினர்கள். செல்வராஜூக்குக் கண்கள் பிரகாசமாக இருந்தன. சந்திரிகாவின் கழுத்தில் தாலி இல்லை அவள் கொடைக்கானல் வருவது இதுவே வாழ்வில் முதல்முறை அவளது ஊரான ஊஞ்சவேலாம்பட்டியில் இருந்து பார்த்தால், கழுத்து வலிக்காத தொலை உயரத்தில் தினந்தோறும் இரவு கொடைக்கானல் சின்ன தேவலோகம் போல மஞ்சள் வெள்ளை விளக்கொளியுடன் தெரியும். அந்த ஈர்ப்பே செல்வராஜின் மீதாகிப் படிந்துவிட்டது போல அவனோடு கிளம்பி வந்திருக்கிறாள். கண்காணாமல் ஓடிப் பிழைக்க திருப்பூர் மாதிரி ஊர்கள் உள. இது ஒருநாள் பயணம். இரவுக்குள் வீடு திரும்ப வேண்டும்.

வெள்ளியருவி, படகோட்ட இயலாத செங்குத்தாக கண் தழுவி வீழ்கிறது. பார்க்கும் கண்ணெல்லாம் பனியைப் பூசுகிறது.

விசை கொள்ளும் திவலைத் தெறிப்புகளில் காற்றைப் பின்திரையாகக்கொண்டு சின்னச் சின்ன வானவில்களைப் பரவலிடுகிறது. சூரிய வெளிச்சம் வானவில்லை உற்பத்தி செய்வதற்கு மட்டுமே என்பது மாதிரி காயாமல் காய்கிறது. சந்திரிகா இனிமைக் குரலில் "சூப்பரா இருக்குது இல்லீங்களா?" என்று கேட்டு, அவனது முழங்கையை ஒட்டி நின்றாள். மேனி பட்டதாலா, அருவி கண்டதாலா எனத் தெரியாமல் செல்வராஜுக்கு உடலெங்கும் குளிர்ப் புள்ளிகள் எழுந்து நின்று எலுமிச்சம்பழம் போல ஆனான். மெய் பொய் எல்லாம் மறந்து கால வெளியில் நீந்தும் தவளைகளைப் போல இருந்தவர்களை, பேருந்தின் புறப்பாட்டு ஒலி இடறியது. ஓடி வந்து இருவரும் தத்தமது இடத்தில் அமர்ந்தனர். பேருந்து மீண்டும் மேல்நோக்கிக் கிளம்பும்போது காலையோரம் குரங்குக் கூட்டம் தென்பட்டது.

செல்வராஜின் மனதுக்குள் சில மலைக் காலங்களும், மழைக் காலங்களும் வந்துபோயின. ஓட்டுநர் இந்த வண்டியை மலைகளின் இளவரசியான கொடைக்கானல் கொண்டுசேர்ப்பதற்குள் இந்த ஜோடியின் சுருக்க வரலாற்றைக் காணுதல் உத்தமம்.

செல்வராஜ் தென்மேற்குப் பருவக்காற்று வீசும் தேனிப் பக்கமுள்ள உப்புக்கோட்டைக்காரன். ஒரு கூறிலும் சேராத பள்ளி இறுதியை முடித்தவன். முந்தையர் செய்த தவப்பயனாக தேனி எடமால் தெருவில் புழுதி பறக்கும் சந்தடியில் எஸ்.டீ.டி. பூத் வைத்துள்ளான். சுருக்கியும் பெருக்கியும் படியெடுக்கும் வசதி உள்ள ஜெராக்ஸ் மெஷினையும் அதே புலத்தில் வைத்துள்ளான். இரண்டு நிறுவனங்களின் ரீ சார்ஜ் கூப்பன்களும் விற்கிறான்.

இந்த இரண்டு ஆண்டுகளுக்குள் அவனது மூன்று மலைப் பயணங்கள் குறிப்பிடத் தகுந்தவை. முதலாவது ஆழியாறு 'மன வளக் கலை' மன்றத்துக்குப் போனபோது நடந்தது. மன வளத்துக்கான பூர்வாங்கத் தேர்ச்சிக்கு அறிவுறுத்தல்கள் வழங்கப்பட்ட பிறகு இவன் சென்றிருந்த குழுவும் சத்தியமங்கலத்தில் இருந்து வந்திருந்த ஒரு குழுவும் இணைந்து,

ஏதாவது ஒரு பக்கம் போவோமே என முடிவெடுத்து பொள்ளாச்சி ஆனைமலை தாண்டி டாப் ஸ்லிப் போவதெனத் தீர்மானித்தார்கள்.

சத்தியமங்கலக் குழுவில் சேதுலட்சுமி என்றொரு பெண் இருந்தாள். சந்தன மணம் அவளில் இருப்பதாக செல்வராஜ் உணர்ந்தான். கிடைத்த இடைவெளிகளில் புகுந்து பேசி, தன்னை நிலை நாட்ட முயன்றான். 'என்ன பாட்டு பிடிக்கும்... கஜலா பாப் ஸாங்கா? என்ன பூட்டு பிடிக்கும்... நவ்தாலா காத்ரெஜ்ஜா?" என்று பலவிதமாகப் பேசினான். அவளும் நன்றாகத்தான் பேசினாள். "என்ன பிசினஸ் பண்றீங்க செல்வராஜ்?" என்றெல்லாம் கூடக் கேட்டாள். விலாசம் கேட்டதும், கொடுத்தாள். அவன் எழுதி நீட்டிய விலாசத்தையும் அலைபேசி எண்ணையும் வாங்கிக்கொண்டாள். அன்றைக்கு மலையிலிருந்து இறங்கும்போது மழை பெய்தது. மனதுக்குள் உட்கார்ந்து அவள் மணி அடித்துக்கொண்டே இருந்தாள். இவன் மாவிலையைக் குவித்து நெய் அள்ளி ஊற்றி ஊற்றி, நேசத் தீ வளர்த்தான். இரண்டு கடிதங்களில் அவற்றை மொழி பெயர்த்து அனுப்பினான். மூன்றாவது கடிதத்துக்கான முஸ்தீபில் இருந்தபோது அவளிடம் இருந்து பதில் வந்தது அவளின் கல்யாணப் பத்திரிகையோடு! டாப் ஸ்லிப் ஆகி, அச்சு முறிந்து போனான் செல்வராஜ்.

அடுத்து கொஞ்ச காலம் சும்மா இருந்த பிற்பாடு, மதுவந்தியின் தொடர்பு கிடைத்தது. வலை தொலைத் தொடர்பின் மூலமாக. நண்பன் விசாகன் வைத்திருந்த கம்ப்யூட்டர் நிறுவனத்துக்குப் போய் வருவதில் அது தொடங்கியது. ப்ளஸ் டூ முடிந்த காலத்தில் தினம் மத்தியானம் டவுன் பஸ் ஏறி வந்து டைப்ரைட்டிங் கற்றவன் செல்வராஜ். அப்பாவின் வற்புறுத்தல் அது. அவருக்கு இன்னும் கிராமப் பஞ்சாயத்துக் கிளார்க்தான் சகல நிர்வாக அதிகாரி. ஆக செல்வாவுக்கு டைப்பும் தெரியும். டிவியும் பார்த்திருக்கிறான் என்பதால் இரண்டும் கலந்த கம்ப்யூட்டர் சிரமமாக இருக்கவில்லை. புரோகிராம்கள் எழுதுமளவுக்கு விற்பன்னன் ஆகாவிட்டாலும் எழுத்தரட்டை, வாயரட்டை, மின்னஞ்சல் ஆகியவற்றில் அபார தேர்ச்சி பெற்றுவிட்டான்.

ஒரு நாள், மாலை நேரத்து சாட்டிங்கில் மதுவந்தி சிக்கினாள். கோயமுத்தூர்ப் பக்கமுள்ள துடியலூர்க்காரி. துடிப்பு உரையாடலிலேயே தெரிந்தது. தன் மின்னஞ்சல் முகவரியும் தந்தாள். அதுவரை மின்னஞ்சலாக இருந்தது. பிறகு செல்வாவுக்கு மின்னூஞ்சலாக மாறியது. ஒரே வாரத்தில் அவனை நேரில் பார்க்க வேண்டும் எனும் ஆசையை அவள் தெரிவித்தபோது அன்பு செல்போன் வரை நீண்டிருந்தது. பஞ்சு நகரமான கோவையில் சந்திப்பதைவிட மஞ்சு (மேக) நகரமான உதகையில் சந்திப்பது என உடன்பாடும் அது தாவரவியல் பூங்காவில் காலை பதினோரு மணிக்கு என இடந்தலைப்படுதலும் நடந்தன.

சந்திப்பு சுமுகமாக நடந்தது. அவளது கீற்று நெற்றியும் பனிக்காற்றின் வெற்றியும் செல்வாவைப் பரவசத்தில் தள்ளியிருந்தன. கடவுள்கள் காத்திருக்கலாம். சாத்தான்களுமா? அவனது நாவில் மேற்படியான் வந்து அமர்ந்தான். சொன்னான். "ஐ லவ் யூ மது!" அவள் கண்ணுக்குக் கண் பார்த்துக் கேட்டாள்.

"நீங்க யாரு?"

என்ன ஒரு கேள்வி. குளுமையான மலை வாசஸ்தலத்திலும் இப்படியெல்லாம் வினவப்படுவதாக சிலருக்கு நேர்ந்துவிடுகிறது. மதுவந்தியே தொடர்ந்தாள். 'உங்களை நல்ல ஃப்ரெண்டுன்னு நெனச்சேன்!" நல்ல ஃப்ரெண்டுன்னா காலத்துக்கும் புழுங்கியே சாக வேண்டியதுதானா? என மனதுக்குள் நினைத்தான் செல்வராஜ். "மிஸ்டர் செல்வராஜ்! இங்கே நான் எத்தனை முறை எத்தனை ஃப்ரெண்ட்ஸோட வந்திருப்பேன் தெரியுமா! யாருமே உங்களை மாதிரி சொன்னதில்ல. அப்படிச் சொல்லியிருந்தா காட்! இமாஜின் பண்ணவே முடியல. பொட்டானிக்கல் கார்டன்ல இருக்கிற ஒவ்வொரு மரத்தடியிலயும் எனக்கு ஒரு கல்யாணம் நடந்திருக்கும். சே. மனசைப் புண்படுத்திட்டீங்க. குட்பை மிஸ்டர்! " என்று சொன்னவள் காட்சி நிகழ்வாக அவனது கண் முன்னேயே அவனது அலைபேசி என்ணை அழித்துக் காட்டிவிட்டுப் பேருந்து நிறுத்தம் நோக்கி நடந்தாள். தாவரத் தோட்டத்து மரங்களின் இலைகள் அளவுக்கு அவளுக்கு

நண்பர்கள் பெருகக்கடவது எனப் பல்கடித்து வாழ்த்திவிட்டு தேனிக்குப் பேருந்து பிடித்தான் செல்வராஜ்.

தூரம். தொலைவெல்லாம் நமக்குக் கூடி வராது' என்று ஆறு மாதத்துக்கு முன் பழைய பெயராக இருந்தாலும் பரவாயில்லை என மாக்கயன் கோட்டையில் நாகம்மாளைக் காதலித்தான். நாகம்மாளும் தோழியும் பழமுதிர்ச்சோலை போவதாகப் பயண ஏற்பாடு பயணி ஏற்பாடு எல்லாம் செய்து அவள் ஏறுகிற பேருந்திலேயே ஏறி மதுரை சென்று கடையில் பெரியார் பேருந்து நிலையத்தில்தான் அவள் அருகில் அமர முடிந்தது. தோழியின் இருபது மீட்டர் இடைவெளிக் கண்காணிப்பில் அவர்களது சந்திப்பு நடந்தவண்ணம் இருந்தது. காதல் உரையின் ஊடாக மாலழகர், வேலழகன் மற்றும் அவர்தம் பிராட்டியார்களையும் சேவித்தார்கள்.

மாக்கயன் கோட்டைக்கு வந்த மறுகாலில் தோழி நாகுவின் வீட்டில் வத்திவைத்தாள். அந்த இரவே ராகுவின் மச்சான்மார்கள். பங்காளிகள் வகைப் பட்டாளம் செல்வராஜின் வீட்டில் கூடி நின்றது. கைகளில் வெவ்வேறு நீள அகலங்களில் நவீன மற்றும் கற்கால ஆயுதங்கள் செல்வாவின் அப்பாவிடம் 'நியாயத்தைச் சொல்லுங்க' என்பதை 'ரத்தத்தைக் கொடு' என்கிற தொனியில் கேட்டார்கள். யாரோ ஒருமரியாதைக்காரப் பெருசு நடுவில் புகுந்து. "ஏப்பா! ஊசி இடங் குடுக்காம நூலு நுழையுமா?" என ஆரம்பித்து ரத்தப் பலியை நிறுத்துகிற பாவனையில் கூட்டத்தைக் கொண்டுசென்றார். மறு வாரமே. அரிவாள் மச்சான் ஒருவனுக்கு நாகம்மாள் வாக்கப் பட்டாள்.

செல்வராஜின் தகப்பனார், "நீ தேனியிலயே ஏதாச்சும் லாட்ஜுல தங்கிக்கப்பா! உம் மூஞ்சியப் பாக்கக் கஷ்டமா இருக்குது" என்று சொல்லிவிட்டார். நண்பர்கள் இப்போது. "டேய். அது பழமுதிர்ச் சோலை இல்லடா. பழம் உதிர் சோலை" என்று வார்த்தை விளையாட்டு நடத்துகிறார்கள். பெரியகுளம் போகிற சாலையில், ரயில்வே லைன் தாண்டி ஒரு லாட்ஜில் தங்கிக்கொண்டு. சாதிப் பெயர்கள் தாங்கிய உணவகங்களில் சாப்பிட்டு ஜீவித்து வருகிறான் செல்வா.

இப்போது சந்திரிகா. தேனியிலிருந்து பெரியகுளம் போகும் சாலையில் அல்லி நகரத்தை அடுத்துக் கொஞ்ச தூரத்தில் வலப்புறம் திரும்பினதும் கிடைத்துவிடும் ஊரைச் சேர்ந்தவள். பத்தாம் வகுப்பு வரை படிப்பு. அவளது தாத்தா. கல்விக்குப் புகழ்பெற்ற பாளையங்கோட்டையில். ஆங்கில அரசுக்கு எதிராகச் சிறை இருந்தவர். அதற்கும், சந்திரிகா பத்தாவதில் ஆங்கிலத்தில் தோற்றதற்கும் சம்பந்தம் இருக்க வாய்ப்பில்லை. இரண்டு ஆண்டுகள் வீட்டில் சும்மா இருந்தவள் செல்வராஜின் பூத்துக்குப் பக்கமுள்ள சிறு ஜவுளிக்கடை ஒன்றில் விற்பனைப் பெண்ணாக, எண்ணூறு ரூபாய் சம்பளத்தில் பணிபுரிகிறாள். சமீபத்தில் சுடிதார் அணியப் பழகியுள்ளாள். இடுப்பு வரை தொங்கும் கைப்பை ஒன்று வைத்திருக்கிறாள். உடும்புத் தோல் நிறமுடையது அது.

சேதுராமன், சிட்டுக்குருவி ஆகிய பேருந்துகளில் செல்லும் சந்திரிகா கூட்டம் அதிகமான சமயங்களில் அந்தப் பையை முதுகுப்புறம் தள்ளிக் கேடயமாக மாற்றிக்கொள்வாள். செவ்வரியோடாத முட்டை வெள்ளைக் கண்கள். அழுந்தலும் பிதுங்கலும் இல்லாத நடுவாந்தரக் கண்கள். கண் மை இட்டாற்போன்ற ஒரு தோற்றத்தை கருவளையங்களே தருகின்றன. இமைப்பு வேகத்தைப் பாதியாக்கினால், ஒருவித சொக்கவைக்கும் அல்லது சொக்குகிற தோற்றம் கிடைக்கும். செல்வராஜுக்கு அவளைப் பிடித்துவிட்டதன் காரணம் கண்களுக்கு உட்பட்டதாகவோ அப்பாற்பட்டதாகவோ இருக்கலாம்.

இருவரும் கொடைக்கானல் வந்தடைந்தார்கள். பேருந்தில் இருந்து இறங்கியபோது முன் இருக்கை வெள்ளைநிறப் பெண் இவர்களைப் பார்த்துச் சிநேகமாக ஆசீர்வாதம் போலப் புன்னகைத்தாள். கண்வ ரிஷியிடம் இருந்து விடுபடும் சாகுந்தலா போல சகலவற்றின் மீதும் பிரியமாகித் ததும்பிக்கொண்டு இருந்த அவள் அகன்ற பின். மொய்க்கும் வண்டியரிடையே ஒரு டாக்சி பிடித்தார்கள். "முதல்ல சூசைட் பாயின்ட் பாத்துடுங்க!" என்று பதிலுக்குக் காத்திருக்காமல் கியர்களில் தாவினார் டிரைவர். பிழைத்துக்கிடந்தால் மற்றதைப்

பார்க்கலாம் என்பது அவரது எண்ணம்போலும்! நல்லவேளையாக அதைப் பச்சைப் பள்ளத்தாக்கு எனப் பெயர் மாற்றி வைத்திருக்கிறார்கள். உள்ளத்தை கொள்ளும் பள்ளத்தாக்கு. அடுத்து தூண் பாறைகளுக்கு அழைத்துச் சென்று மகிழ்வித்து, "பக்கத்துலயே 'குணா' குகை இருக்கு பாக்கறதுன்னா பாத்துட்டு வாங்க. நடந்தே போய்ட்டு வந்திறலாம். நான் வெயிட்பண்றேன்" என்றார் கார் டிரைவர் கரிசனமாக.

குங்கிலியத் தோப்பின் தேரிமணற் சரிவினூடே நடந்தார்கள். தனிமையாய் இனிமையாய் உணர்ந்தார்கள். காற்றில் ஈரப்பதம் அதிகரித்துக்கொண்டு இருந்தது. குகையின் அனுமதிக்கப்பட்ட எல்லையில் நின்று, எட்டிப் பார்த்தார்கள். மெல்லிய குரலில் செல்வா, "அபிராமி - அபிராமி" என்று கத்தினான். "யாரது அபிராமி?" என்று சந்திரிகா செல்லஞ் சிணுங்கினாள். "நீதான் என் அபிராமி! ராமி, நான் உன் ராமன்" எனக் கவிதையாக மிழற்றினான் செல்வா.

அடுத்து கோக்கர்ஸ் வாக்கில் பால் பிடித்துப் பாதி நாட்களே ஆன மக்காச்சோளத்தை உடன் பொருட்களான எலுமிச்சஞ்சாறு உப்பு மிளகாய்த் தூளுடன் உறிஞ்சிக் கடித்தபடி நடந்தார்கள். வேன் ஆலன் மருத்துவமனை வழியாக நடந்து மேலேறி, உயரக் கோபுரம் கண்டு வானொலி நிலையம் பார்த்தார்கள். லூர்து மாதா திரு ஆலயத்தை வியந்தார்கள். பிரையண்ட் பூங்காவில் பூக்களும் போதிமரமும் பார்த்தவர்கள். வெளியே வந்து ஏரியைச் சுற்றி நடந்தார்கள்.

நேரம் கடுகி விரைய படகுப் பயணத்தைக் கைவிட்டார்கள்.

"சூதாடும் பாறை போலாமா? வட்டக்கானல் தாண்டிப் போகணும்!" என்று செல்வா கேட்டதற்கு சந்திரிகா தலையசைத்து மறுத்தாள்.

"அதுக்கெல்லாம் டயமில்ல. குறிஞ்சி ஆண்டவர் கோயிலுக்கு மட்டும் போயிட்டு சட்டுனு ஊருக்குக் கிளம்பிடுவோம்."

குறிஞ்சி ஆண்டவரைக் கும்பிட்டுவிட்டு, உள்ளே இரண்டே நிமிடங்கள் மட்டும் உட்கார்ந்துவிட்டு வெளியே வந்தபோது, அவளது கைப்பை அவளிடத்தில் இல்லாததை செல்வா பார்த்தான்.

"பை எங்கே?"

"கோயிலுக்குள்ளே கழட்டிக் கீழே வெச்சிட்டுத்தான பேசிட்டிருந்தம்? நீங்க எடுத்தாந்திருப்பீங்கன்னு நெனச்சேன். சரி, வாங்க!"

இருவரும் மீண்டும் கோயிலுக்கு சென்றபோது மதிலின் மீதொரு குரங்கு அந்தப் பையைத் திறக்கும் முறையை ஆராய்ந்துகொண்டு இருந்தது. செல்வா சட்டென புத்திசாலிக் குல்லா வியாபாரியாகி, தனது பர்ஸை அதன் பார்வையில் படுமாறு கீழே எறிந்து காட்டினான். குரங்கு அந்தக் கதையை அறிந்திருக்கும் போல... மசியவில்லை.

"ஏங்க அது உங்க பர்ஸையும் தூக்கிட்டுப் போயிறப் போகுது! அப்புறம் நாமளும் இங்கியே மரம் மரமாத் தாவிக்கிட்டு இருக்கு வேண்டியதுதான்!"

சந்திரிகா அப்படிச் சொன்ன பின் பொருளெறியும் முயற்சிகளைக் கைவிட்டு பழம் வாங்கிப் போட்டான். 'நான் பார்க்காத பழமாடா!'' என்பது போல அவனைப் பழித்துவிட்டுச் சடாரென மதில் நீங்கி, எங்கேயோ தாவி மாயமாயிற்று. அது ஒருவேலை தென்னிலங்கைக்கேகூடச் சென்றிருக்கலாம்.

இருவரும் நிலையம் வந்து பேருந்து பிடித்தார்கள் டிக்கெட் எடுத்துவிட்டு, பைக்குள்ள என்ன இருந்துச்சு? பணங் காசு நிறைய வெச்சிருந்தியா? எனக் கவலையாக வினவினான் செல்வராஜ்

"ஒண்ணுமில்ல. பை போனாப் போகட்டும் விடுங்க!"

"என்கிட்ட சொல்றதுக்கென்ன சந்திரி?"

"அதான் டோன்ட் ஒர்ரின்னு சொல்லிட்டன்ல அப்புறமென்ன? விடுங்க!"

பேருந்து கீழ்நோக்கி இறங்க ஆரம்பித்தது. சூரியனின் சுவடு மெள்ளத் தேய்ந்து வந்தது.

"அட, என்னன்னுதான் செல்லேன்?"

"பொட்டு, கொஞ்சம் பவுடரு ஒரு கண்ணாடி, சீப்பு, கர்ச்சீப் அவ்வளவுதான்!"

செண்பகனூரை வண்டி தாண்டும்போது, "அவ்வளவுதானா" என அனத்தினான்.

சந்திரிகா, செல்வாவை ஏறிட்டுப் பார்த்தாள். "உங்கள போட்டோ கூட வெச்சிருந்தேன்!" அவள் சிரிக்க, அவனுக்கு அங்கமெல்லாம் குளிர்ந்து கொஞ்சம் நடுக்கம்கூட எடுக்க ஆரம்பித்தது.

சட்டென அவள் ஜன்னலோரம் முகத்தைத் திருப்பிக்கொண்டு சொன்னாள். "அது போனாப் போகுது!"

ஒரு கணம் அவனது சப்த நாடிகளும் நின்று நிசப்த நாடிகள் ஆயின. சாணை வட்டத்தில் கத்தியைக் கொடுத்தது போலப் பொறிகள் கிளம்பின.

போனாப் போகுதா? இதுக்கு என்ன அர்த்தம்? என்னென்னவோ யோசித்தோமே! சந்திரிகா பொண்ணு அடுத்த வாரம் கல்யாணப் பத்திரிகை நீட்டிருவாளோ- எனப் பலவிதமாக எண்ணி இறுக்கமடைந்தான். 'கொடைக்கானல்' எனத் தனக்குள்ளாகச் சொல்லிப் பார்த்து 'சந்திரி எனது கொடை' என நினைத்தான். முகத்தில் புன்னகை பூத்தது. சட்டென விகுதிப் பகுதி வந்து மனதில் கொக்கி போட்டது கானல்... 'ஐயகோ' என ஆகியது அவனுக்கு.

மூளை சூடேறியது. கொதிப்பைத் தவிர்க்க. "என்ன சந்து பேசாம வர்றே?" என்றான்.

முகத்தில் மென்சிரிப்புடன், "எங்க ஊரு தெரியுதான்னு பார்க்கிறேன்" என்று ஜன்னலுக்கு வெளியே பார்வையைப் போட்டு, சுடிதாரின் சால்வால் தன்னைப் போர்த்திக்கொண்டாள். கிர்ரென்று ஓர் இரைச்சல்! பேருந்து

வெள்ளியருவியைக் கடந்துகொண்டு இருந்தது. மறுபடியும் செல்வா குழம்ப ஆரம்பித்தான். மொத்தத்தில் அது நிலவொளியில் வானவில்களைத் தோன்றச் செய்வது பற்றியதாக இருந்தது.

கறி

தகவலே சூடேற்றிவிட்டது. புருஷன் காலையில் பத்து மணிக்கு டவுன்பஸ் ஏறிவிடுவான் என்று நேத்து ராத்திரியே தங்காள் சொன்னாள். பருத்திக் காட்டின் வரப்பு இடைவெளியில் அவளுடன் முதன்முதலாய்க் கூடியது நினைவிலோடியது. இம்முறை ஆற அமர பகற்காதல் புரிவதெனத் தீர்மானித்தான் வடிவேல்.

அந்தத் தீர்மானம்தான் இருபத்தேழு வயதுக்காரனான அவனை காலையில் கோழி பிடிக்க ஏவியிருக்கிறது.

இறகுகளையும் பொங்குகளையும் பிய்த்துப் போட்டுவிட்டால் முக்கால் கிலோ தேறும். அந்த சிறு எடையை வைத்துக் கொண்டு என்ன போடு போடுகிறது. குப்பைமேட்டில் அது கிளறி மேயும் விதம் எளிமையாகப் பிடித்துவிடலாம் எனத் தோற்றம் காட்டியது. கைகளுக்கு ஒன்றே கால் அடி இடைவெளி இருக்கையில் பத்தடி தூரத்துக்கு தத்திப் பறந்து ஒரு கட்டையில் அமர்ந்தது. கட்டைக்கு அருகில் போக மறுபடி பறந்தது.

கைக்கு அகப்படும் வரை சொந்தக் கோழியும் சொந்தக் கோழி அல்ல. துரத்த ஆரம்பித்தான். விடுவதற்கில்லை.

இன்று தங்காளுக்காக அவன் உடும்பு, கீரி வகைகளைக் கூட வேட்டையாட ஆயத்தமாயிருந்தான்.

ஒன்பது நிமிடங்கள் ஓட்டமும் பறத்தலும் காட்டி வடிவேலை மூச்சுவாங்க வைத்து கடைசியில் அகப்பட்டது. ஒன்பது நிமிடம் ஒருமணிநேர அலுப்பைத் தந்தது. கிடைத்த கோழியை இறுகப் பிடித்தான். அதன் அடிவயிறு சூடாயிருந்தது.

இன்று விடுமுறை. தறிக்குப் போகவேண்டியதில்லை. அந்த எண்ணம் ஆசுவாசம், உற்சாகம், மதனத் துடிப்பு ஆகியவற்றை உருவாக்கியது.

பத்து மணி டவுன்பஸ் போகட்டும் எனக் காத்திருந்தான். புளிய மர நிழல் நகரும் ஸ்டாப்பிங்கில் தங்காளின் கணவன் பேருந்து ஏறுவதைக் காணும்போதே கிளர்ச்சியானது

உன்மத்தமான இந்தக் கிளர்ச்சிக்குக் காரணம் - தங்காள் மட்டுமாக இருக்க முடியாது. அவளுடனான செயல்தான் காரணமாயிருக்க வேண்டும். பையில் கோழியைப் போட்டு சைக்கிள் ஹேண்டில் பாரில் மாட்டி சைக்கிளை அவளது வீட்டுக்கு ஓட்டினான்.

அவள் பேரழகி ஒன்றும் கிடையாது. கருவேலங்கட்டை எனச் சில இளைஞர்கள் பெயரிடும் விதமாகக் கறுப்பு நிறத்தில் இருந்தாள். ஆனால, 'பெயர் பெற்ற' பொருட்களின் மீது ஏற்படும் கவர்ச்சி அவளைக் கவ்வியிருந்தது. பேரிளம் நிலையிலிருக்கிற அவளது மகன் தூரத்தில் எதோ ஓர் ஊரில் ஏதோ ஒரு வேலையிலிருக்கிறான். ஒன்பதாம் வகுப்புக்குத் தக்க வேலை அது.

தங்காள் சில நாட்கள் காடுகரைக்கு வேலைக்குப் போவாள். சில நாட்கள் போக மாட்டாள்.

கணவனின் கண்படாமல் சில இளைஞர்களுக்கும் பெரியவர்களுக்கும் அவ்வப்போது சரீர ஒத்தாசை செய்து வந்தாள்.

ஆளரவமற்ற அந்திப் பொழுதொன்றில் ஓர் ஒற்றையடி இட்டாரியின் வேலிக் கடவுப் படல் அருகே எதேச்சையாய் வடிவேலும் தங்காளும் சந்தித்த ஒரு விரசமான உரையாடலைத் தொடர்ந்து கடவுப் படலையைத் திறந்து பருத்திக் காட்டில் நிகழ்ந்தது உடன்படுக்கை.

அந்த மோக வேளையின்போது, தாராபுரத்துக்கு சினிமாவுக்குக் கூட்டிப் போகிறேன்; பழநி கோயிலுக்கு அடுத்த

கிருத்திகைக்குப் போகலாம்; வெள்ளக்கோயில் போயி வெல்வெட்டில் ஜாக்கெட் எடுத்து வருகிறேன் என சக்திக்கு உட்பட்ட அளவில் முனகியிருந்தான்.

இந்த முனகல்களுக்குள் அடைபடாத கோழி இப்போது அகப்பட்டுவிட்டது. டவுன்பஸ் தொடுவானம் தாண்டிவிட்டது.

கோழியும் பையுமாய் தங்காளின் தனித்திருக்கும் வீட்டை அடைந்தான். பத்து மணிக்கே பகல் முற்றிவிட்டது. ஊரிலிருந்து அரை மைல் தள்ளி காட்டுப்பாங்கினை அனுசரிக்கும் தங்காளின் வீடு அநியாய சுகங்களுடன் வெம்மை பூண்டிருந்தது. ஊஞ்சல் மிளாறுகளால்

கட்டப்பட்டிருந்த கடவைத் திறந்தாள். இரைதேடியோ இணைதேடியோ நகர்ந்துகொண்டிருந்த அணில் ஒன்று கடவிலிருந்து சாடி ஓடியது. வடிவேலிடம் கோழியை வாங்கிக்கொண்டே, "இன்னிக்கு என்ன விசேஷம்" என்றாள். சகிப்பதற்கு அப்பாற்பட்ட குறும்பு. அவளை வீட்டினுள் இழுத்து... "இதுதான் விசேஷம்" என்றான். "ச்சீ" என்றவாறு அவனது பிடியிலிருந்து விலகி கொத்துமல்லியை வறுக்கத் தயாரானவள், "மொளகாட்டுறேன்" என்றாள். உச்சரிப்புப் பிரக்ஞை அற்ற வட்டார வழக்கில் அவளது 'மிளகு ஆட்டல்' விபரீத அர்த்தத்தைத் தந்தது.

வடிவேலு "காட்டு... காட்டு" என்றான்.

"நீ கோழிய அரி" என்றவள் கண்களை இடுக்கிக் கொண்டு, "சீக்கிரம் ஆக வேண்டாமா?" என்றாள். சிணுங்கலைப் போன்ற அவளது கேள்விக்குறிக்குப் பதிலாக வடிவேலு நட்டுக் கொண்டான். காமம் கிளர்த்தும் அவளது சொல்லாட்சி, பண்டிதர்களுக்கும் எட்டாதது. அது சூழலின் உள்ளூறை இறைச்சி சார்ந்து எழுவது.

மசாலாவும் கறியும் கூட்டுக் கலந்து வெந்து கொண்டிருக்கையில் அடுப்பருகே வீரமண்டி போட்டுக் கட்டி அணைத்தான்.

"என்ன அவசரம், "ஊருக்கா போறே?" எனக் கடிந்தவள், "அவசர அவசரமாச் செய்யறது புடிக்காதமா எனக்கு" என்றாள். அடுத்துச் சொன்னது கடிந்ததை விடவும் கடுமையாக இருந்தது. வடிவேலுக்கு ஆற்றாமையின் கோபம் துளிர்த்தது.

அதையடுத்து கோழிக்கறி தரும் போஷாக்கு, நீண்ட நெடிய இயக்கம் தந்து குளிர்விக்கும் என்கிற எண்ணத்திளைப்பில் தளர்ந்தான். எந்த விநாடியும் தளர்ச்சி நீங்கி புத்துணர்வு உய்யும்படி புன்னகையும் அரைக் கண்ணும் அவன் மீது அவ்வப்போது எறிந்து வந்தாள்.

உலகத்தில் நிறைய சைக்கிள்கள் உள்ளன. வீட்டின் வெளியே ஒரு சைக்கிள் வந்து நிற்கும் சத்தம் கேட்டது. அது கந்தசாமியின் சைக்கிள். வினாடிகளில் வீட்டினுள் நுழைந்தான் கந்தசாமி. அவனைப் பார்த்ததும் வடிவேலுக்கு அடிவயிறு பொக்கென வெடித்தாற் போலிருந்தது.

கந்தசாமி மண்வெட்டி வேலைக்குப் போகிறவன். அதைவிட தங்காளின் மீது ரொம்ப நாளாக பாத்யதை பாலித்து வருபவன் என்பதே இப்போதைய பிரச்னை.

"மாமன் பஸ் ஏறுறதப் பாத்தேன். அப்படியே வந்தேன்" எனச் சொன்னான். தங்காள் அவனுக்கு ஒரு வகைக்கு அத்தை முறை. உவகைக்கு பெண் முறை.

அவனும் வீட்டினுள் இருட்பரப்பில் அமர்ந்திருந்த வடிவேலை எதிர்பார்க்கவில்லை. ஆனால், நொடியில் சுதாரித்து, "என்ன வடிவேலு?" என்றான் சகஜமாக.

"ஒண்ணுமில்ல சும்மா வந்தேன்".

"பீடி வச்சிருக்கியா?"

"இல்லியே"

"சரி, பீடி வாங்கிட்டு வந்திடறேன்" என்றவாறு தனது சைக்கிளை எடுத்துக்கொண்டு போனான். அவன் கிளம்பியதும்

'ஒழிந்தான்' என எண்ணியவாறு தங்காளை வடிவேலு அவசரமாய் முயற்சித்தான்.

"ச்சீ, கந்தன் வந்துருவே கம்முன்னு இரு" என தடுத்தாட் கொன்றாள்.' பெரும் எரிச்சலுடன் வடிவேலு கட்டிலில் வீழ்ந்தான்.

கந்தசாமி வராமல் இருந்தால் போதும். கோயில் கட்டவோ, சிலை வைக்கவோ இல்லாவிட்டாலும் கற்பூரமாவது கொளுத்தலாம்.

கந்தசாமியின் பட்டவர்த்தனம் சாமான்யர்களால் எதிர்கொள்ள முடியாதது. இரண்டு மாதம் இருக்கும். பஸ் ஸ்டாப்பிங்கின் புளிய மரத்தடி.

பஸ் இறங்கி நடந்து போகிற தங்காளை பார்த்துக் கொண்டே அன்பழகன், "ஊருக்கெல்லாம் அவள்தான் உபகாரி" என்று பாடினான்.

அசாத்தியமான மிகை நவிற்சி. அவன் குஷியில் பாடியது. அது தங்காளுக்குக் கேட்கவில்லை. அவளை அது எட்ட வேண்டும் என்பதும் அவனது நோக்கமில்லை. ஆனால், கூடவே அமர்ந்துள்ள கந்தசாமிக்குக் கேட்காமலிருக்குமா?

அன்பழகனைப் பார்த்து, "ம், உபகாரியா? நீ போய்ப் பாரு... அறுத்து அடுப்புல வச்சிருவா" என்றான். முகம் வெம்மையுற அவமானத்தில் நொந்தான் அன்பழகன்.

தாழ்ந்த சுருதியில் "அந்தக் கருவேலங்கட்டை யாருக்கு வேணும்?" என்று கேட்டாலும், இருதயத்தில் கருவேல முள் பாய்ந்துவிட்டது அவனுக்கு.

ஒரு மமுட்டி வேலைக்குப் போகிற பயல், அன்பழகன் பி.காம்-ஐ அப்படிக் கேட்டுவிட்டான். படித்த படிப்பின் அந்தஸ்தும் கடைசியில் அறுத்து அடுப்பில் வைக்கத்தானா?

கந்தசாமியின் கண்டிப்பால் கடவுட் பாடல்கள் சேதமுறாமல் தப்பித்தன. ஆனால், முறை பிறழ்ந்தவனும் அத்தையைக் கூடுகிறவனுமான ஒருத்தன் பாட்டு பாடுவதைக் கண்டிக்கிறான்.

ஒழுக்கம் என்பது என்ன? நிலைப்பாட்டில் உறுதியாக இருப்பதுதான் ஒழுக்கமோ என்னவோ.

பீடி வாங்கிக்கொண்டு கந்தசாமி திரும்பி வந்துவிட்டான்

இந்த நாய் ஏன் இன்னும் சாகாமல் இருக்கிறான் என்று நினைத்த வடிவேல். பிறகு சற்றுக் கழித்து மூச்சடைந்து செத்தால் தேவலை எனவும் நினைத்தான்.

வியர்வைச் சுரப்பிகள் வெறுமனே கனன்ற போது சட்டெனத் தாகம் அதிகரித்தது. அது தண்ணீரில் அடங்கும் வகையாகவும் இல்லை. தங்காள் கருமமே கண்ணாக கறி சமைப்பதில் ஈடுபட்டிருந்தாள். பிறந்ததிலிருந்து காமமே அறிந்திராதது போன்ற தோற்றத்தில் வேறு இருந்தாள்.

கந்தசாமி வடிவேலிடம். "சைக்கிள்ல வரும்போதே பாத்தேன், என்னடா புதுசா ஒரு சைக்கிள் நிக்குதேன்னு. நீதானா.." என்றான்.

கந்தசாமி குற்றம் ஏதும் சாட்டுறானா? துணுக்குத் தருவதாய் இருந்தது அவனது கேள்வி முறை வடிவேலைவிட இரண்டு வயது கூடுதலுள்ள பிரம்மச்சாரி என்பதை விட இந்த நேரம் சிறப்பாக வேறு அதிகத் தகுதிகள் இல்லை. இப்படியான சமயங்களில் நின்ற இடத்தில் யாரோ ஒருவர் காணாமல் போய்விடுவது உத்தமமானது. ஆனால் இயற்கை திட உருவங்களை அலையவிட்டு வேடிக்கை காட்டுவதைத் தொழிலென மேற்கொண்டுள்ளது.

"கோழி ஏது?" என்றான் கந்தசாமி மற்றிருவர் கேட்கும்படி

"வடிவேலு புடிச்சாந்தது" என்றாள் தங்காள்.

கந்தசாமி பீடி வாங்கப் போன நேரம்தான் வடிவேலுவை தங்காள் மெச்சினாள்.

"பெரிய ஆளு ஆயிட்டே"

"கோழியெல்லாம் புடிச்சாந்திருக்கியே.

இதைத் தங்காள் சொன்னபோது வடிவேல் தனது செயலைத் தானே போற்றிக் கொண்டான். தங்காள் வியந்ததற்குக் காரணமிருந்தது. கோழி எடுத்துக்கொண்டு வருவதும் புறப்பட்டுப் போகுங்கால் வெந்நீர்க் குளியலை அனுபவித்துச் செல்வதும் பெரும்பாலும் நாற்பத்தைந்து வயதுக்கு மேற்பட்டவர்களின் காரியமாயிருந்தது - அவளளவில்.

``தறி இன்னிக்கு லீவா?`` - கந்தசாமியும் தறிதான் ஓட்டிக்கொண்டிருந்தான்.

“ஆமா.”

“ஞாயித்துக் கிழமல்ல இன்னிக்கு”என்றாள் கிழமைக்கணக்கை மறந்து போயிருந்த தங்காள்.

“கோழி நல்ல எளங் கோழியா? எளங் கோழின்னாலே அதும் ருசியே தனிதே.”

கந்தசாமி இப்படிச் சொன்னபோது வடிவேலின் கண்முன்னே தங்காள் ‘கொக்கொக்’கென கிழட்டுக் கோழியாய் மாறி ஓடுவது போலத் தோற்றம் வந்தது. ‘சீப்பட்ட பொழப்பு’ எனத் தனக்குள் குமைந்தான்.

``ஏப்பா நீ போறியா, நான் போயிடட்டுமா`` எனக் கந்தசாமியைக் கேட்டுவிடலாமா யோசித்தான். இப்படிக் கேட்கிற தைரியமும் வீரியமும் கந்தசாமிக்கு உண்டே தவிர, வடிவேலுக்கு இல்லை.

கந்தசாமி தங்காளிடம், “நான் வந்தது நல்ல நேரமாப் போச்சு. கறியுஞ் சோறு” என்றான்.

வடிவேலு ‘எனக்குத் தாண்டா நேரம் நல்லாயில்லை’ என நினைத்துக்கொண்டான்.

கால் மணிநேரம் சம்பவமற்று ஓடியது வடிவேலுக்கு அதற்கு பின் நிமிடங்கள் நிமிடங்களாக இருக்க, ஒவ்வொரு நொடியும் 2,4,8,16,32 என பல்கும் நிமிடங்களாக நீட்சி கொண்டு சீக்கிரமாய்ப் பல்கி விரிந்து யுகத்தை எட்டியது.

மழைப் பொழுதின் வைக்கோல் போரில் உள் அடுக்குகளில் வெதும்பும் வெப்பம் தொப்புளுக்குக் கீழே ஓடியது. மண்டையின் ஒவ்வொரு முடிக்காலினும் கீழாக ஆளுயரக் குழிகள் தோன்றி உள்ளே சலிப்பு சுழன்றது. முகமெங்கும் வியர்வை பெருகி ஊற்றுவது போல நினைத்தான். அவனது நினைப்புக்கு மனம் மழைக்கால மலை போல இருந்திருக்க வேண்டும். ஆனால், கன்னத்தில் உள்ளங்கை வைத்துத் தேய்த்தபோது ஈரம் தோன்றாமல் மித வெப்பம் உணரியது. வயிறும் மார்பும் சூடாயிருந்தது. ஒரு முட்டையை உடைக்காமல் விழுங்கினால் நிமிடத்தில் குஞ்சாய்ப் பொரித்துவிடுவான். அமர்ந்திருந்த பவிசில் ஒரு சைக்கிள் டயரைப் போல இருந்தான் வடிவேல்.

கட்டிலில் உடன் உட்கார்ந்திருந்த கந்தசாமி திடீரென கால் நீட்டிக் கிடை கொண்டான். கால தவழ விட்டிருந்த கந்தன் கிடை நிலைக்கு மாறும்போது இடப்புறம் அமர்ந்த வடிவேலின் விலா எலும்பில் கால் பெருவிரல் நிமிண்டுமாறு நேர்ந்தது. படுத்த கந்தன் பாம்பு விரல்களைச் சேர்த்து கைகளைப் பட்டம் போலாக்கி பின் நெட்டி முறித்தான். நீண்டு வந்த வலது கை வடிவேலின் தொடையை உரசியது.

"காலைலயே தண்ணி போட்டுட்டு வந்துட்டியா?" - என்றான் வடிவேலு.

கந்தசாமி, "கறி எடுத்தாந்தவன் கூடவே குவார்ட்டரும் வாங்கியாந்தா குடிக்கவா கசக்குது" என்றான். மிக ரசித்துக் கூறியது போலிருந்தது அது. அதே தொனிதான் வடிவேலுவைச் சட்டென எழுந்து நிற்க வைத்தது. "நான் போறேன்" என்றவாறு வெளியேறி சைக்கிள் ஸ்டாண்டை விடுவித்தான்.

தங்காள் அவசரமாக வெளியே ஓடி வருவதற்குள் ஸீட்டில் அமர்ந்திருந்தான். இடக்கால் தரையிலும் வலக்கால் பெடலிலுமாக ஊன்றியவனின் முன் வந்து ஹேண்டில் பாரைப் பிடித்து நின்றாள்.

"கறியாவது தின்னுட்டுப் போ."

"அது மட்டும் என்னத்துக்கு?" வடிவேலின் முகம் வெடிகளுக்கும் தகராத பாறை போலிருந்தது.

"பாவம் பையன்" என்றாள் தங்காள்.

வடிவேலுக்கு இனிவரும் நாட்கள் பற்றிய நம்பிக்கை லேசாக மனதில் துளிர்த்தது. ஒலியின் மெல்லிய துடிப்பு உருவாகி மீண்டும் குறுக்கத்தில் அமிழ்ந்தது.

"போறேன்" என்றவன் பெடலை அழுத்த, தங்காள் விலகி வழி விட்டாள். வடிவேலின் முதுகை சில வினாடிகள் வெறித்துக் கொண்டு நின்றாள். வீட்டினுள் நுழைந்தாள். உள்ளே கந்தசாமியைப் பார்க்கும் முன்பாகவே அவளது முகத்தில் களியின் ரேகைகள் விரிய ஆரம்பித்திருந்தன.

நெடுவயல் நிறைதல்

தொட்டால் பொடிந்து போகிற பொன்னிற இலைகளை அந்த ஊர் தலைவாசல் வேப்பமரம் உதிர்த்திருந்தது. முதிர் இலைகள் உதிர்ந்த நேரம் புது இலைகளும் துளிர்த்துக்கொண்டிருந்த மாசி மாதத்தில், அந்த ஊருக்கு அம்மாவுடன் போய் இறங்கினான் சரவணன். இறக்கிவிட்டுப் போன பேருந்தின் சக்கரத்தைப் பார்த்துக்கொண்டே நின்றவனை தோளில் ஒரு கை மென்மையாக அழுத்தியது.

"தம்பி" என்ற குரல் கேட்டுத் திரும்பியவன் கொஞ்சம் அண்ணாந்து பார்த்தான்.

சிறியவளாகவும் அதேநேரம் அவனைவிடப் பெரியவளாகவும் இருந்தாஹ அவளை அக்கா என ஏற்றுக்கொள்வதில் அவனுக்கு எவ்விதத் தயக்கமும் இருக்கவில்லை. ஊருக்கு மேற்கேயுள்ள ஒரு வீட்டுக்கு கையைப் பிடித்து அழைத்துப் போகிறவள் அம்மாவிடம், "என்னங்க சித்தி ... சித்தப்பா வர்லியா?" என்று கேட்டபோதும் அம்மாவின் பதிலை எதிர்பார்த்தாற் போலத் தெரியவில்லை. சரவணனை இழுத்துக்கொண்டு நடந்தாள்.

இளைய நான்கு பாதங்களுக்கும் அம்மாவின் பாதங்களுக்கும் இடைவெளி விழுந்திருக்க அக்காவும் தம்பியும் வடக்கு வாசல் வீட்டுக்குள் புகுந்திருந்தனர்.

அரவணைத்தவாறே இழுத்து வந்தவள் பெண் என்பதாலோ என்னவோ பாத்திரங்களையும் பாத்திரங்களின் உள்ளிருப்பனவற்றையும் அவள் அறிந்து வைத்திருந்தாள். பித்தளைப் போசி ஒன்றைத் திறந்து அதிரசம் ஒன்றை எடுத்து அவனிடம் தந்தாள். சாப்பிட்டுவிட்டு கையைத தலையில்

துடைக்கப் போனவனை அப்படியே இழுத்துக்கொண்டு பொடக்காளிப் பக்கம் போய் கையைக் கழுவிவிட்டு துண்டெடுத்துத் துடைத்துவிட்டாள். அவளை விட்டு விலக வெகு நேரமானது அவனுக்கு.

கொஞ்ச நேரத்தில் அவளது தம்பியும் வந்தான். அவன் சரவணனைவிட நான்கைந்து வயது பெரியவனாகக் காட்சியளித்தான். சரவணனைப் பார்த்து, "வாடா சரவணா!" என்றான். வாடா சரவணா - என்று அழைத்தவனை அண்ணா! என்று அழைக்குமளவு அறிவை அக்கா கொடுத்த அதிரசத்தின் மூலமாகவே சரவணன் பெற்றிருந்தான். சரவணனுக்கு நினைவு தெரிந்த பின் அந்த ஊருக்கு வருவது அது முதலாம் முறையாக இருந்தது.

அக்காவின் பெயர் ஜெயலட்சுமி என்றும் அண்ணனின் பெயர் பாலமுருகன் என்றும் உறவுக்காரர்களின் அழைப்பிலிருந்து உறுதிப்படுத்திக்கொண்டான் சரவணன்.

அண்ணனும் அக்காளும் மட்டுமல்லாது அவர்களது பெற்றோரான முத்தனம் பாளையம் பெரியப்பாவும் பெரியம்மாவும் வந்திருந்தனர் விழாவுக்கு. அடுத்து வந்த வருடங்களில் சிவராத்திரிகள் தவறாமல் சந்திப்பது அவர்களிடையே உத்தரவாதப்பட்டிருந்தது.

செல்வக் குமார சாமி கோயிலின் வில்வ மரத்தையும், தலைவாசல் வேப்பமரத்தையும் களத்து மேடுகளையும் அந்த ஊரில் பிறந்த பெண்களான அம்மாவும் பெரியம்மாவும் மறக்காமல் இருந்தனர். சுற்றிய மந்தைகள் சேகரித்த எலந்தைகள் ஆகியவற்றின் வாசம் அவர்களை சதா இழுத்துக்கொண்டிருந்திருக்க வேண்டும். இரண்டு பேரும் உடன் பிறந்த சகோதரிகள் அல்ல. சற்றுத் தள்ளிய சித்தப்பன் பெரியப்பன்களுக்குப் பிறந்தவர்கள்.

சரவணனின் அப்பா சிவராத்திரி விசேஷத்துக்கு அங்கே வருவதில்லை. அக்காவும் அம்மாவைப் பெற்றவளுமாகிய ஒருத்தியிடம் பகைமையும் வீம்பும் பாராட்ட அவருக்கு

விஷயங்கள் இருந்தன. அண்ணனும் அக்காளும் பழகிய பிறகு ஆண்டுதோறும், மாசி மாதத்தின் நிலவு தெரியாத அந்த ஓரிரு நாட்கள் குதூகலம் கொப்புளிக்க ஆரம்பித்தன. அக்காளுக்கும் அண்ணனுக்குமான ஊரான முத்தனம் பாளையம் சரவணனுக்கும் ஊர் போலவே ஆகி வந்தது. முத்தனம்பாளையத்து பெரியப்பாவும் திருவிழாவுக்குத் தவறாமல் வந்துவிடுவார். அந்த ஊரின் மருமகன் என்கிற அளவில் அனைவராலும் அன்புடன் மதிக்கப்படுகிறவராகவும் முதியவர்களால் செல்லமான கேலிக்குள்ளாகிறவராகவும் இருந்தார். அக்காவின் கணவர் என்பதால் சரவணனின் அம்மா அவரை மச்சான் என்றழைப்பாள். அவர் இல்லாத இடங்களில் அவரைப்பற்றி, 'முத்தனம் பாளையத்து மச்சான்' என்று அவள் குறிப்பிடும்போது அந்த ஊரிலும் அவளுக்கு ஒரு கணவன் இருக்கிறார் என்பதான மயக்கத்தைத் தோற்றுவிப்பதான பிரியம் அடர்ந்ததாக அந்தச் சொல் இருக்கும்.

முத்தனம் பாளையத்துப் பெரியப்பா சரவணனிடம் அவனது வயதுக்கு மீறிய அரசியல் பற்றியெல்லாம் பேசுவது சரவணனுக்கு தித்திப்பையும் ஒரு விளங்காத தன்மையையும் உண்டு செய்வதாயிருக்கும். மூத்தார்களிடம் பேசுகிறபொழுதும் ஏற்படுகிற பயஉணர்வு அவரிடம் அவனுக்கு ஏற்பட்டதில்லை.

அவர் விவசாய சங்கத்தில் முன்பும் இப்போதும் ஈடுபாடு காட்டுவதாகவும் எப்போதும் பச்சைத் துண்டு ஒன்றைப் போர்த்தியவராகவும் காட்சி தருவார். அதை விடவும் ஆச்சரியமாக எந்த ஊரில் அவரைப் பார்த்தாலும் அவருக்கென்று கிடைத்துவிடுகிற கதர்க்கடைப் போர்வை - பச்சை நிறத்தில் இருக்கும். சிவராத்திரி புரத்திலோ முத்தனம்பாளையத்திலோ அவர் படுத்திருக்கிற நேரமாக வீடுகளுக்குப் போனால் கட்டிலில் அமர்ந்து கொஞ்ச நேரம் சரவணன் பேட்டியளிப்பான். பசுமையும் கதகதப்பும் மிக்கதாக அந்தச் சந்திப்புகளை அவனது மனம் கொண்டிருந்தது. கொஞ்சம் வளர்ந்துவிட்ட நாட்களில் முத்தனம் பாளையத்து அண்ணன் சிவராத்திரி புரத்திலிருந்து அப்படியே சரவணனை அழைத்துக்கொண்டு கருமை நிற தார்ச்சாலையிலும்

மண்பாதைகளிலுமாக தங்களது ஊருக்கு அழைத்துப் போவான்.

சிவராத்திரி புரத்திலிருந்து பால் கறவைக்குப் போய்த் திரும்புகிற தூரத்தில்தான் அந்த ஊர் இருக்கிறது. அண்ணன் திடீரெனக் காணாமல் போய் இவ்விதம் பால் கறந்து சொசைட்டியில் ஊற்றிவிட்டு திரும்ப சிவராத்திரி புரத்துக்கு நாடகம் பார்க்க வந்து விடுவான். நாடகம் என்றால் இரட்டை நாடகங்கள். வள்ளி திருமணம், மதுரை வீரன், சித்திர வல்லி போன்ற நாடகங்களுக்கு முன் உள்ளூர் சாமியாடிகள் சாமியாடிக் குறி சொல்வது நடைபெறும். அதுவும் நாடகப் பாங்கு மிக்க நிகழ்வாகவே சரவணனுக்குக் காட்சியளிக்கிற ஒன்றாகும்.

மிகுந்த நடைமுறை வாதிகள் நிறைந்த ஊர் அது என்பதால் வேறு எந்த ஊரிலும் இல்லாத விதத்தில் சாமியாடிகளின் குறி சொல்லும் திறன் அங்கே காணப்படும். வடக்குத் திருமங்கலத்துக்கு வாழ்க்கைப்பட்ட தனலட்சுமி ஒருமுறை சாமியாடி. கோவில் கணக்கு வழக்கு வேண்டாம் என்று ஒதுங்கியிருந்த வடிவேலிடம் மீண்டும் கணக்கினை ஒப்படைக்கத் திட்டமிட்டு, "ஊருக்கு கிழவறம் காடு... மேற்கால வீடு ... பண்ணயத்த மாத்த நினைக்கிற பண்ணாடி முன்னால வாப்பா...!" என்றாள். அந்த அடையாளத்துக்குப் பொருந்துகிற ஸ்திதியில் ஐந்தாறு பேர் இருந்தாலும் அவள் யாரைக் குறிப்பிடுகிறாள் என்பது வட்டத்துக்கு வெள்ளிடை மலையாய் இருந்தது. விஷயம் வடிவேலுக்கும் பிடிபடாமலில்லை.

தென்மேற்கு மூலையில் நின்று கொண்டு செல்லிபாளையத்தை சேர்ந்த உலகநாதனிடம், "இவ எதுக்குக் கூப்பிடறான்னு தெரியாதா... திரும்ப என்னயே கோயக் கணக்க பாக்கச் சொல்லுவா" என்றவர் அசையாது நின்று கொண்டிருந்ததை சரவணன் வியப்புடன் பார்த்தான். சாமியாடி அல்லது சாமியாடியின் அழைப்பு என்பது நேரடியாக சாமியே கூப்பிடுவதாகத்தான் அர்த்தம். அதை மறுத்துவிட்டு இந்த வடிவேல்மாமன் நின்று கொண்டிருக்கிறார் என்பது

சரவணனின் ஆச்சரியத்துக்குக் காரணமாயிருந்தது. ஏகாலி பிடித்துக்கொண்டிருந்த தூரத்துத் தீப்பந்தம் அவரது கண்களில் வெட்டிப்போட்ட சுண்டுவிரல் நக அளவில் எரிய, "கணக்கு வழக்குங்கறது சும்மா அல்ல" என்றார்.

சரவணன் எட்டாவது படித்துக்கொண்டிருந்த வருஷம் அது.

ஒன்பதாம் வகுப்பை சிவராத்திரி புரத்திலிருந்து படிக்கிற நிலை ஏற்பட்ட பொழுது வாராந்திர விடுமுறைகளைக் களிக்க முத்தனம் பாளையம் போகிறதான வழக்கம் சரவணனுக்கு வந்தது. மெல்ல ஒரு காலை நேரம் மத்தியானமாக வீங்கி வெப்பங் கொள்ளுகிற நேரம் முத்தனம்பாளையம் போகவேண்டும் என்று தோன்றிவிட்டது. அந்த ஊருக்குப் போகிற வழியை ஏற்கெனவே அண்ணன் காட்டியிருந்தான். மேற்குத் திக்கு நோக்கிய பயணமது. ஊர்க் கோடியில் ஒரு டிரான்ஸ்பார்மர் கடந்து மேற்கே சென்றால் முதலில் மண்காட்டி பாளையம் வரும். அது கடந்தால் திருமங்கலம். அப்புறம் முதலிக்கவுண்டம் புதூர். அடுத்துக் கோடந்தூர் அதையடுத்து முத்தனம் பாளையம்.

அண்ணனைப் பார்க்கப் போவதில் பங்குனி யுகாதித் திருவிழாவான கோடந்தூர் ராசாக்கோயில் திருவிழா அறிமுகமானது. தவிர வெள்ள கோயிலுக்குத் திரைப்படம் பார்க்கச்செல்லுதல், வைரமடை, குருக்கத்தி என மணியும் மலருமான பெயர்களிலுள்ள ஊர்களை சைக்கிளில் கடந்து சரோஜா தியேட்டருக்கும் கார்மேகத்துக்கும் படம் பார்க்கப்போவார்கள். சரவணன் பத்தாம் வகுப்புப் படிக்கையில் ஜெயலட்சுமி அக்காவுக்கு திருமணம் நடந்தது. தாய்மாமனைக் கட்டிக் கொண்டு சிவராத்திரிபுரத்துக்கே வாழ்க்கைப் பட்டு வந்தாள்.

ஒரு தடவை சரவணன் திருமங்கலத்துக்குப் பிறகு வழி மாறியதில் வேட்டுவ பாளைம், கரியாஞ் செட்டிவலசு எல்லாம் போய் பிறகு வழிகேட்டுத் திரும்பி முத்தனம் பாளையம் போனான் சரவணன். அதைக் கேள்விப்பட்ட ஜெயலட்சுமி

அக்கா, "நீ திருமங்கலம் கூடப்போக வேண்டியதில்லை. கோவில் பாளையத்து வழியாப் போயிட்டீனா இன்னம் பக்கம்" என்று மாற்றுவழி சொன்னாள். அந்தப் பாதை அவனது சைக்கிளை தார்ச்சாலைக்குமட்டுமல்லாது மண் பாதைக்கும் திருப்பியதில் சில மைல்கள் மிச்சப்பட்டன. அக்கா சொன்ன வழியை சில ஆண்டுகள் பயன்படுத்தி வந்தான்.

பத்தாவதும் பனிரண்டாவதும் முடிவதற்குள் இரண்டு ஊர்களும் அடிக்கடி அவனுக்கு போய்வருகிற இடமாக மாறிப்போயிருந்தன. அதற்குப்பிறகு ஆறேழு வருடங்கள் சிவராத்திரி புரம் திருவிழாவுக்கு மட்டும் போய்வருகிற ஊராக மாறியது. முத்தனம் பாளையம் அப்படிக்கூட போக முடியாதபடி தூரத்துக்குப் போய்விட்டிருந்தது. நடைமுறை வாழ்வின் ஓட்டத்தில் இயல்பு வாழ்வை மேற்கொண்டு விடுகிற எத்தனத்தில் சரவணன் இருந்தான்.

இதற்கிடையில் இலக்கியப் பித்தெடுத்த ஒரு தருணத்தில் ஒரு சிற்றிதழுக்கு சந்தா சேர்த்தும் வேள்வியில் முத்தனம்பாளையத்துக்கு அண்ணனைத் தேடிப்போனான்.

"இன்னமுமே நீ திருந்தற எண்ணத்துக்கு வரலியா?" எனக் கேட்டு அண்ணன் சந்தாத் தராமல் அனுப்பிவைத்தான். ஆனால் அதற்கடுத்த இரண்டு வருடம் கழித்து சரவணனின் கல்யாணம் குதிர்ந்த பொழுது அம்மா பேசி உறுதிப்படுத்தியிருந்த விதமாக கல்யாணச் செலவுக்கென்று மூவாயிரம் ரூபாய் வாங்கிவந்தான், இது முக்கியமான தருணம். அதற்குப்பின் ஆறு வருடங்கள் முத்தனபாளையமும் போகவில்லை சிவராத்திரி புரத்துக்கும் போகவில்லை. அம்மாபோய்விட்டு வருவாள். பாக்கி நிற்கிற பணத்தைப் பற்றிப் பேசுவாள்.

முத்தனம் பாளையத்துப் பெரியப்பா நோயுற்றுப் படுத்திருக்கிறார் என்றபோது அம்மா பார்க்கப் போய்விட்டு வந்தாள்.

"நீயும் போயி ஒரு எட்டு பாத்துட்டு வந்துறு..." என்று சரவணனிடம் சொன்னாள். பார்க்கப் போகிற விருப்பம்

தலைதூக்கியது. நிறுவமுடியாத பல காரணங்களால் அது தள்ளிக்கொண்டே போயிற்று. யாருக்காகவும் காத்திருக்காத எமன் வந்து பெரியப்பாவின் உயிரை அள்ளிக்கொண்டு போனது.

செய்தி கேள்விப்பட்ட நாளில் சரவணன் திருச்சியில் இருந்தான். முத்தனம்பாளையத்திலிருந்து தொலைபேசியில் பேசிய அம்மா அவனது நிலைமையையும் உணர்ந்தவளாக, "இன்னிக்கு அப்படியே இங்க வந்து கண்டுக்கிட்டு, அப்பறமா நம்ம ஊருக்கு வா!" என்று தொடர்பைத் துண்டித்தாள். அம்மாவால் எப்போதும் கோபமாகப் பேசமுடியாது என்றாலும் இந்தச் செய்தியில் அவள் கோபத்துக்கு கிட்டே வந்திருப்பதாக சரவணனுக்குப்பட்டது.

மறுநாள்... திருச்சியிலிருந்து கரூர் போனவன் அங்கிருந்து வைரமடைக்கு பஸ் பிடித்துப் போய் இறங்கினான். முத்தனம் பாளையத்துக்கு அங்கிருந்து போவதென்றால் போக்கு மொப்பெட்டுகளைத்தான் நம்பவேண்டும். பாதி தூரத்திலுள்ள ஓர் ஊர் வரைக்கும் மொபெட் சவாரி கிடைத்தது. அப்புறம் நடக்க ஆரம்பித்தான்.

வசந்தத்தில் பெய்த மழையாலும் அடுத்துப் பெய்து கொண்டிருக்கிற பனியின் ஈரப்பதத்தாலும் பாதையெல்லாம் பச்சை வீசிக்கிடந்தது. கொளிஞ்சிக் குப்பல்களை ஊடுருவி குருவிகள் தத்திக் கொண்டிருந்தன. தட்டாரப் பூச்சிகள் அலைந்து நாளைக்கு மழை பெய்யும் என அறிவித்துக் கொண்டிருந்தன. இரண்டு கிலோ மீட்டர் நடப்பதற்குள் ஆண்டுகள் முன்னோக்கிப் போக அவனது பள்ளிப் பருவம் வந்தேகியது. திடீரென பெரியப்பாவின் நினைவில் யாருங் காணாக் காட்டு வழியில் ஒரு விசும்பல் வெடித்து கண்ணீர் முட்டியது. அந்தச் சிற்றழுகைக்குப் பிறகு, இனி அங்கே போய் அழ வேண்டியதில்லை என்று தோன்றியதில் தன்மீதே வியப்புக் கொண்டான்.

கிழக்குப் பார்த்த ஆசாரத்துக்குள் நுழைந்து அவனை பெரியம்மா கட்டிக்கொண்டு கண்ணீர் விட்டாள். அவளது

முதுகை சரவணன் தடவிக்கொடுத்தான். அவன் தூண் ஓரமாக அமர்ந்த பெழுது எதிரில் பெரியம்மா அமர்ந்தாள். அக்கா வலது பக்கம் இருந்தாள்.

பிலாக்கண கதியிலிருந்து விலகிய பெரியம்மா,

"கடசி நாலுநாளு ஒரே புலம்பலுடா... நல்லாப் பொழச்சிருந்தா நாலு சனம் வந்து பாத்துருக்குமே! ஒருத்தரும் எட்டி எடறிக்கூடப் பாக்கலியேனு" என்றாள்.

சரவணனுக்கோ அழுகை பீறிட்டது. அடக்கிக் கொண்டான். 'சமயத்துல, கடன் குடுத்து வச்சிருந்தாலும் இப்படி ஆகும்' என்றொரு வாக்கியம் மூளையில் புறப்பட்டு அக்கணமே அஸ்தமித்தது.

"எப்படிறா வந்தே... வண்டியிலயா?"

"இல்ல. பஸ்லதான் வந்தேன். வைர மடைல எறங்கி ஒரு வண்டி கெடச்சுக் கொஞ்ச தூரம் வந்தேன். அப்புறம்நடந்து வந்தேன்."

"எங்க இருந்து நடந்து வர்றே?"

சில சமயங்களில் புனைவுகளை இடங்கள் தீர்மானிக்கின்றன. மெதுவான குரலில் சொன்னான்.

"கோமாளி வலசுல இருந்து."

பெரியம்மா அக்காவைப் பார்த்தாள்.

"இந்த எட்டு செலவு கொஞ்சம் நெறய ஆயிப்போச்சு... சரவணனப் பாத்து அத சீக்கிரமாக் குடுக்கச் சொல்லும்மா."

அக்கா, "ம்...ம்..." என்றாளே தவிர சரவணனைப் பார்க்கவேயில்லை.

சரவணன் எழுந்து வெளியில் நடந்தான். நேருக்கு நேராகச் சந்திக்காத கண்களில் நகக்கண்ணளவு தீப்பந்தங்கள் ஒளிர்வதை உணர்ந்தவாறு வெளியில் உள்ள நாற்காலியில் வந்து அமர்ந்தான்.

கொஞ்ச நேரத்தில் அக்கா, "சித்தி இப்பத்தாண்டா கௌம்பி ஊருக்குப் போகுது..." என்றவாறு காப்பியைக் கொண்டுவந்து தந்தாள். குடித்துவிட்டு டம்ளரைக் குனிந்து கீழே வைக்கையில் வெறிச்சோடிக் கிடந்த வெளித்திண்ணையைப் பார்த்தான். மேற்கு ஓரத்தில் ஒரு பச்சைத்துண்டு கிடந்தது.

தி நேம் இஸ் மணி

ஈடில்லாததும் வீடில்லாததுமான அந்த நாய் கறுப்பு வெள்ளை நிறமுடையது. எங்கள் வீட்டின் தாவாரத்திலும் வெளித்திண்ணையிலும் தங்கி ஊரில் உலவி வருவதால் அது எங்கள் நாயாக அறியப்படுகிறது. 'பூவரச மரத்து வீட்டு நாய்' என்று ஊரில் அதை அடையாளப்படுத்துகிறார்கள்.

நாய்களுக்கு ஷாரூக், இந்தியா என்பன போன்ற பெயர்களும் இப்போது வைக்கப்படுகின்றன. இதற்கு முன்பு எதிர்க்கோட்டை அழகர்சாமியவர் எங்களுக்குக் கொடுத்த சிப்பிபாறை நாய்க்கு. 'ஐசக் விவியன் அலெக்சாண்டர் ரிச்சர்ட்ஸ்' எனப் பெயர் வைத்தேன். பெயரின் நீட்சி தாங்காமல் பத்து ஆண்டுகள் தாண்டுவதற்குள் செத்துப்போய்விட்டது. இந்தக் கறுப்பு வெள்ளை வந்து சேர்ந்து, வீட்டார் 'மணி' என்றபோது மறுப்பில்லாமல் ஏற்றுக்கொண்டேன். நாய்கள் காலம் போன்றவை. 'மணி' என்பது பெருங்கொண்ட காலத்தின் சிறு அளவு. மகாபாரதத்தில் கடைசியில் தருமரின் பின் சென்றதும் நாய்தான். விசுவாசம் வைத்துவிட்டால் அது அதர்மனின் பின்னாலும் செல்லும் பண்புடையது. அதனால் கால பைரவனாகவும் அகால பைரவனாகவும் அது நிற்கிறது. இவ்வளவு நிமிர்த்தாமல் எளிமையாகச் சொல்கிறேனே. மணி என்பது 'நாய்' என்பது மாதிரியே இரண்டெழுத்து உடையது. பெயரின் கடைசியில் ஒரு வாலும் வைத்திருக்கிறது.

மணி வந்த காலம் நான் வெளியூரில் இருந்தேன். இப்போதும் வெளியூரில்தான். ஊருக்குச் செல்லும்போது ஏற்படும் நிகழ்வுகள்தான் எனக்கும் மணிக்குமான உறவு. முதலில் பெரிய அளவு அதன் மீது ஈர்ப்பு ஏற்படவில்லை. நாமே வளர்ந்த வீட்டில் ஒருநாள் வளர்வது ஆச்சர்யம்

ஒன்றுமில்லை. ஊருக்குச் செல்கிறபோது, 'வந்தியா வா வா!' என்கிற அளவில் வெகுகாலம் அது என்னைப் பாவித்து வந்தது.

அது என்னுடன் எவ்வளவு நெருக்கமாக உணர்ந்தது என்பதை விளக்க 'மணி மொழியில்' சொற்கள் இருக்கலாம் தாய்மொழியில் இல்லை. நான் அதனுடன் இணக்கமான புள்ளி நன்றாக நினைவிருக்கிறது. மிகுந்த மனச் சோர்வின்போது (அது நிஜத்தில் மனச் சரிவு. நெடுஞ்சாலையில் அடிபட்ட நாய் போல மனம் கூழாகி இருந்தது) மணியின் நெருக்கத்தை உணர்ந்தேன். உணவைத் தவிர எதன் மீதும் பற்றுக்கொள்ளாமல் அலைந்த நேரம். உண்மையில் அப்போது உணவின் மீதான ஈடுபாடு மட்டுமே பிற்பாடு என்னை உலகின் பற்சக்கரங்களுடன் பொருந்தவைத்தது.

அந்த நாட்களில் ஒருநாள் மாலை நேரத்தில் 'மாலைக் கடனைக் கழிக்க' வெளிக்காட்டுப் பக்கம் செல்வதற்கு முடிவெடுத்து நடந்தேன். நிழலைப் போல கூடவே நடந்து வந்தது மணி. எனக்கு இது ஏன் கூட வருகிறது? எனத் தோன்றியது. பிறகு 'ஒரு கம்பெனிக்கு வருவதாக இருக்கட்டும்' என நினைத்து மேற்கு நோக்கி நடக்க ஆரம்பித்தேன். மனிதன் அநாதை ஆகிவிடுவதில்லை என்றும் பட்டது அப்போது.

மசக்கிருட்டில் ஓர் இடம் தேடி நான் அமர்ந்தபோது அது தார்ச்சாலை ஓரம் நின்றது. எனக்கு 'வெளியே போவதென்பது பாட்டுக் கச்சேரி ஏற்பாடு செய்வது மாதிரி. கல் தேடி எடுத்துக்கொண்டு பாக்கெட்டிலிருந்து சிகரெட்டை எடுத்து அடுத்து தீக்குச்சி பொருத்தும் முன் பார்த்தேன். லேசாகக் குக்கிய நிலையில் மணி 'விட்டை'யைப் போட்டது பிறகு! பிறகென்ன... என்னை அம்போவென விட்டுவிட்டு அதுபாட்டுக்கு கிழக்கு நோக்கி ஓட்டமெடுத்தது வீடு நோக்கி. நான் ஓர் அநாதையின் சிரிப்பை வாய்விட்டுச் சிரித்தேன். மணிதான் கம்பெனிக்கு என்னைத் தேர்ந்தெடுத்திருக்கிறது.

தரிசனம் என்றால் இதுதான் தரிசனம். 'வாழ்வில் ஒரு நாயையும் குறைத்து மதிப்பிட்டுவிடக் கூடாது' என எனக்குள் தத்துவம் புகுந்த தங்க மாலைப் பொழுது அது. அதற்குப்

பிறகு மணியின் மீது அலாதி வாஞ்சை வந்து பெட்டிக்கடை தோறும் ரொட்டி வாங்கிப் போட ஆரம்பித்தேன். அதுவும் பதிலுக்கு நான் ஊர் செல்லும்போதெல்லாம் என் மீது தொத்துக்கால் போட்டு ஏறி, என் சட்டைகளை மேலும் அழுக்காக்கியது. இரு புற விலாப் பகுதிகளை முன்னங்காலால் பிறாண்டி முத்தமிட முயன்றது. அத்தனை ஆவேசமான அன்புப் பாய்ச்சலை மனித உயிர்களிடம் அது வரை நான் அனுபவித்ததில்லை. 'நானும் நாயும் யாராகியரோ. மழைச் சுவரண்டின ஈருயிராய் அன்புடை நெஞ்சந் தாங்கலந்தோம்.'

ஊரின் ஒவ்வொரு மணியும் அதற்கென சிற்சிறு சிறப்பம்சங்கள் கொண்டவையே. எங்கள் ஊர் வங்கியின் காசாளர் அன்பு பாராட்டும் வெள்ளை மற்றும் காப்பி கலர் கொண்ட நாயானது வங்கியின் கேஷ் கவுன்டர் வரை வந்து உலவும். அது அங்கே டெஸ்க்கில் தொத்துக்கால் போட்டபோது, எங்கே காசு விநியோகித்துவிடுமோ என ஐயப்பட்டிருக்கிறேன்.

பசு மாடுகள் பெற்றிருக்கும் அவ்வளவு நிறங்களையும் பெற்றிருக்கும் எட்டுப் பத்து நாய்கள் ஊரின் கடைவீதியில் உலவுகின்றன. ஆண்மணிகள். பெண்மணிகள்.

ஒரு கழுதை வயதை *(20)* நான் எட்டுவதற்கு ஒரு வருடம் முன்வு விவேக சூடாமணியோ என்னவோ படித்துவிட்டு பெண் நாய்க்கு பால் ஸ்தனங்கள் பத்து உள்ளனவா என்று, பாலத்துக் கல்லுக்கட்டில் குனிந்து ஆராய்ச்சி செய்த ஒரு மத்தியானத்தில்தான் நண்பர் சண்முகவேல் சொன்னார்.

"நண்பா! நீ சீக்கிரம் ஊரைவிட்டுப் போய்விடுவது உனக்கும் ஊருக்கும் நன்மை பயக்கும்."

இந்த வாக்கியத்தைப் பெற்ற சில நாட்களிலேயே ஊரிலிருந்து வெளியேறுமாறு பட்டேன். இரண்டு கழுதை வயதை எட்டுவதற்கு இன்னும் இரண்டு ஆண்டுகளே நிலுவையில் உள்ள எனக்கு மணியைப் பிடிக்கவே பிடிக்கும்.

மணியைப் பற்றி நான் விவரிப்பது என்பது அதனது குணம் சார்ந்ததாகவே அமைந்துவிடுகிறது.

மிக விதிவிலக்கான நேரங்கள் தவிர, எங்கள் மணி கடிப்பதுமில்லை குரைப்பதுமில்லை. சமீபத்தில் எங்கள் வீட்டு முன்னால் நிறுத்திவைத்த சைக்கிள் திருட்டுப்போன இரவில் மணி அதைத் தடுக்க முயற்சிக்கவில்லை. சைக்கிள் பரவாயில்லை வீட்டு முகப்பின் கிழக்குப் பகுதி. திண்ணை சார்ந்த தேநீர் விடுதி ஆகையால் பெரியப்பா வீட்டு கேஸ் சிலிண்டர் எப்போதும் வெளியில் இருக்கும். அதையும் யாரோ களவாடிச் சென்றுவிட்டார்கள். பணம், நகை களவுபோவதைவிடவும் இப்படியான பொருட்கள் களவுபோவது உடனடியாகக் கையறு நிலையைத் தோற்றுவிக்கும்தானே?

மணி உலகையே தனதாகப் பாவித்து வருவதால், யாரும் அந்நியம் கிடையாது. இழந்த பொருட்களைப்பற்றிச் சொல்லிக்கொண்டு இருக்கையில் புகழேந்தி சொன்னான். "உங்க நாய் இருக்கே, அதை ஏறி மிதிச்சாத்தான் கடிக்கும்."

அவன் கூற்றில் உண்மை இருக்கிறது. தெரியாமல் ஏறி மிதித்ததற்காக அது என் குழந்தையைக் கடிக்கச் சென்றிருக்கிறது. அப்புறம் மணி, மகள் சுவேதா இருவரிடமும், 'தன்மைகளை' விளக்கி இருவரும் கலந்து உறவாடுமாறு ஏற்பாடு செய்தேன். இப்போது மகள், "எங்க மணி!" எனச் சொந்தம் கொண்டாடுமளவும் "நம்ம மணி எப்படி இருக்குதப்பா?" என்று என்னை வினவுமளவும் தயாராகிவிட்டாள்.

மிதிபடுவதற்கும் கடிக்கப்போவதற்கும் மிகவும் வாகானதாக மணியினது புவியியல் இருப்பு அமைந்துவிட்டது பூவரச மரத்தில் ஒரு பச்சைக் குழல் விளக்கு எரியும் சோமரசம் மங்கிய மாலை மற்றும் இரவு நேரங்களில் மதுக் கடைக்கும் அதை அடுத்த புரோட்டாக் கடைக்கும் இடையில் ஒரு கறுப்பு நிற நாய் படுத்துக்கிடந்தால், அது மிதிபடவே செய்யும் என்பது சூரியன் மேற்கில் மறையும் என்பதற்கு இணையான உண்மை.

மிதிபட்டதும் பல்படாமல் ஒரு கடி கடிக்கும். பிறகு, அவர்கள் கொலைநோக்கில் வரவில்லை தொலைநோக்கில் வந்திருக்கிறார்கள் என்ற உண்மை உணர்ந்து அத்துடன் விட்டுவிடும். ஆனால், அப்பாவுக்கோ பெரியப்பாவுக்கோ பிராதுகள் வந்து சேரும். வெறிகொண்ட நாயைத் தெருவில் விட்டு அலையவைப்பதாக.

மணிக்கு தள்ளிக்கொண்டு செல்லப்படும் கார்கள் லாரிகளைப் பிடிக்காது. தொடக்கத் தொல்லை (ஸ்டார்ட்டிங் டிரபிள்) கொண்ட ஏதாவது வாகனம் அந்தப் பகுதியில் சிக்கிவிட்டால் பாடு திண்டாட்டமே. வண்டி கிளப்ப முயற்சிக்கும் ஓட்டுநருக்குப் பக்கவாட்டில் ஓடி ஓடி திடீரென முன் பகுதிக்கு வந்து போக்குக்காட்டும். 'செல்ஃப் மோட்டார் சரியாக இல்லாதவனுக்கு இந்தச் சாலையில் என்னடா வேலை?' எனக் கேட்பதைப் போல இருக்கும் அதன் நடவடிக்கை.

வாகனங்களைத் துரத்திக்கொண்டு ஓடி தான் சாகாமல் பிற விபத்துகளை உண்டுபண்ணிய புகழ்பெற்ற நாய்கள் ஏற்கெனவே ஊரில் வாழ்ந்திருக்கின்றன. மின்சாரம் நின்றுபோனதையும், நீர் தீர்ந்து வெறும் மோட்டார் ஓடுவதையும் இரவுக் காட்டில் தண்ணீர் மாறியவர்களுக்குத் தெரிவித்து புத்திசாலி நாய்கள் எல்லாம் சுற்றுவட்டத்தில் உண்டு.

எங்கள் நாயைப்பற்றி யோசிக்கிற வேளையில் ஓர் ஒப்பீட்டுக் காரணியை வைத்து பிரிட்டிஷ் அரச குடும்பம் நினைவுக்கு வரும். அங்கே பிரதமர்கள் கட்சி ஆட்சிகள் மாறினாலும் அரச குடும்பம் ஒன்றுதானல்லவா. நாங்கள் மூன்றாண்டுகளுக்கு முன்பு ஆரம்பித்த புரோட்டாக் கடை இப்போது ஐந்தாறு கைகள் மாறிவிட்டது. அனால், கடை யாருடைய பார்வையில் இருந்தபோதும் மாலை தவறாமல் மணி சுற்றிச்சுற்றி வந்தது உணவு மேஜைகளுக்கிடையில். கிராமத்து வாடிக்கையாளர்கள் நாயின் குறுக்கீட்டைப் பெரிதுபடுத்துவதில்லை. மணிக்கு மட்டும் மனித எத்தனத்தில் கிஞ்சித்தாவது இருந்தால் அது இந்நேரத்துக்கு புரோட்டா

பரிமாறப் பழகியிருக்க வேண்டும். இந்த ஏப்பை சாப்பைகளை விடுங்கள். மோப்பத் திறனால் நாளிதழில் புகைப்படமாக வரும் நாய்களும் உண்டு. அவை பன்னாட்டு அதிபர்களின் வருகைக்கு முன்னால் காந்தியின் கல்லறையைச் சுற்றி வந்து புகைப்படமாக வெளியாகின்றன. எப்படியாயினும் நாயினமும் புகழடையவே செய்கின்றன. அவற்றை வளர்ப்போருக்கு அவற்றால் பெருமை. அவப்பெயர்கள் வருவதானால் அவை எப்படியும் வந்தேகும். தொட்டுப் பொட்டு வைத்த கணவன் கட்டிய மனைவி ஊட்டி வளர்த்த பிள்ளை பட்டி ஆடு கட்டாது வளர்த்த நாய் ஏதொன்றும் தலைக்குனிவை உண்டு செய்யலாம்.

எங்கள் நாயை எத்திக் கடிபட்ட சிலர் எதிரிகள் தென்படாத நிலையில் எம் வீட்டின் முன்பு நின்று முதலில் நாயைத் திட்ட ஆரம்பித்து இறுதியில் எங்களைத் திட்டினார்கள். நாயின் இருப்புக்கு எதிர்ப்பு கூடிவருவதைத் துலக்கமாக உணர்ந்து வந்தேன். சமீபத்தில் மணி ஆடு ஒன்றைத் துரத்தி ஓட்டிப் போய் லாரியின் சக்கரத்தில் தள்ளி லாரிக்காரனுக்கு நட்டத்தையும் இரவு ஊரில் கறி வாசத்தையும் உண்டுபண்ணியதற்கு மறு வாரம் உள்ளூர் நண்பன் விஜயபாஸ்கரனைச் சந்தித்தேன்.

இருவரும் தனித்திருந்த வேளையில் அவன் மிக மெதுவாக, "நான் உங்கள் நாயைக் கொல்லப்போகிறேன்" என்றான். நான் நாயின் நியாயங்களை எடுத்தியம்பினேன்.

அவனது பதில் விநோதமாக இருந்தது. முப்பத்தி ஐந்து வயதாகியும் எதிலும் பற்றுக்கொள்ளாமலும் ஊன்றாமலும் அலைந்து வரும் வாழ்க்கை நிலை அவனுடையது. அவன் சொன்னான், "யோசிச்சுப் பாரு 'பாஸ்கரனை வீதியில விட்டு நாய் கடிச்சிருக்கு'ங்கிற அவப்பயெர் வந்துட்டா அதுக்கப்புறம் நான் வாழ முடியுமா? ஒண்ணு நான் இல்லாட்டி நாய்" என்றான். இது கருதத்தக்க புள்ளியாக இருந்தது. அவன் நல்ல வேட்டைக்காரன் பாம்படி வீரன் எண்ணற்ற முயல் அணில்களை வீழ்த்தியவன். ஒரு முறை தங்கையின் பிரியத்துக்காக அணில் குட்டி ஒன்றினுக்கு 'மை நிரப்பி'

கொண்டு பால் வார்த்து சில காலத்துக்குப் பிறகு அணிற்கொலையைக் கைவிட்டு விட்டவன்.

"உயிர்க் கருணையாளனாகிய நீயே இப்படிப் பேசலாமா நண்பா?" என்றேன்.

"தன்னுயிருக்குப் பிறகே பிறவுயிர்" என்றவன் மணியைக் கொல்ல ஒரு ஆள் 'கறியில் விஷம் வைத்துக் கொல்லுமாறு' ஆலோசனை நல்கியதையும் சொன்னான்.

"ஏற்கெனவே ஒண்ணைக் கொன்னுதான் கறி கிடைக்குது. அந்தக் கறியைவெச்சு இன்னொரு உயிரைக் கொல்றதா? அது எப்படிங்க சரியாகும்?" என்று அப்பாவித்தனமாக என்னிடம் கேட்டான். உலகத்தரமான அப்பாவித்தனங்கள் உண்டென்று அப்போது தெரிந்துகொண்டேன். "நம்ம பக்கத்து ஊர்க்காரங்க பண்ணின மாதிரி மடத்தனமான காரியம் நான் பண்ணப்போகிறதில்லை" என்றான். "என்ன பக்கத்து ஊர்க்காரங்க பண்ணின மாதிரி மடத்தனமான காரியம் நான் பண்ணப்போறதில்லை" என்றேன். என்ன மடத்தனமான காரியம் என்று சொன்னான். நாய்கள், பட்டி ஆடுகளைப் பிடிக்கின்றன என்பதற்காக பக்கத்து ஊர்க்காரர்கள் ஆட்டுக் குடலுக்குள் குருணை மருந்தைப் போட்டுக் கட்டி சந்தைத் திடலில் வீசிவிட்டுப் போய்விட்டார்கள். அப்பாவி நாய்கள் கும்பலாக இறந்தன. பட்டிக்குப் போய் ஆடு பிடிக்கும் நாய் ஒன்றுகூடச் சாகவில்லை. ஆறிய கறியைத் தின்னுமளவு அவை எரணம் கெட்டுப் போகவில்லை. நாய்களைக் கொல்வதற்கு ஆறறிவு காணாது பேரறிவு படைத்திருக்க வேண்டும்.

அந்த நாளின் முடிவில் நட்பின் பெயரால் 'மணி' மீதான வன்மத்தைக் கைவிடும்படி அவனிடம் சொன்னேன். "தினம் நூற்றுக்கணக்கான குடிக்கிற முகங்களைப் பார்த்துப் பேதலித்து அது உளவியல் சிக்கலுக்கு உள்ளாகிவிட்டது. தவிரவும் அது எங்கள் வீட்டில் வளர்கிறது என்பதையும் நீ கணக்கில் எடுக்க வேண்டும்" என்று கேட்டுக்கொண்டேன்.

அடுத்த நாள் காலை பேருந்து பிடித்துக் கிளம்பி விட்டேன். நாய்கள் குழந்தைகளைக் கடித்துக் குதறும் நான் இப்போது வாழும் ஊருக்கு.

அந்த மாலையில் புவியியல் அமைப்பு காரணமாக விஜயபாஸ்கரன் நாயை மிதித்துவிட்டான். இடுப்பில் தொற்றி ஏறி உயிர்க்கிலியை உண்டுபண்ணிவிட்ட பிறகு அவனை அது மன்னித்திருக்கிறது. உடனே எங்கள் பெரியப்பாவைச் சந்தித்த விஜயபாஸ்கரன். "தயவுசெய்து நாயைக் கட்டிப்போடுங்கள்!" என மன்றாடியிருக்கிறான். மன்றாட்டுக்கு மனமிரங்கி பெரியப்பாவானவர் மணியைத் தினமும் கட்டிப் போடுவதற்கு ஆயத்தம் பண்ணினார்.

நாளது தேதியில் நாளுக்குப் பத்து மணி நேரமாவது கட்டப்பட்ட நிலையில் மணி ஜீவித்து வருகிறது. இம்முறை நான் ஊருக்குப் போனபோது, அது தொத்துக்கால் போடவுமில்லை தொற்றி ஏறவும் இல்லை. மிகப் பழைய தினங்களைப் போலவே 'வந்தியா. வா.வா!' என்றே எதிர்கொண்டது கொஞ்சம் சதை போட்டிருக்கிறது. என்னுடைய விலா எலும்புகள் ஏமாற்றமடைகின்றன.

அடிபடாமல் நீண்ட நாள் வாழணுமென்றால், கொஞ்சம் கட்டுக்குள்தான் இருக்க வேண்டும் போலிருக்கிறது.

காடெல்லாம் பிச்சிப்பூவு

சென்னை அண்ணாநகரில் நான்கு அறைகள்கொண்ட 'ஆண் பண்ணை' எங்கள் வீடு. அறைவாசிகளுக்கு அப்பாலும், இரவு நேரங்களிலும் விடுமுறை நாட்களிலும் அறை 'மந்தை'யைப் போல விளங்குவதற்கு வேறு காரணங்கள் இருந்தன.

வீட்டு உரிமையாளர் அருகில் இல்லை. கழிப்பறையில் தீப்பெட்டி வசதி உண்டு. பெண்களை மணக்காத பிரம்மச்சாரிகள் நாங்கள். சமையலறைக்கு இணையாகக் கட்டப்பட்ட ஓர் அறையில் அழுக்குத் துணிகளின் அம்பாரம். அறையின் ஓரத்தில் காற்றடைத்த காலி மதுப் புட்டிகள். உபயோகத்துக்குச் சற்று முன்னரே கழுவப்படும் கண்ணாடி டம்ளர்கள் ஆறு.

அறைக்கு முதன் முதலில் அட்வான்ஸ் கொடுத்த பிரேம் இப்போது அமெரிக்காவில் கணினி விற்பன்னம் கொண்டு திகழ்கிறான். வருஷத்துக்கு ஒரு முறை வந்து “எப்படி இருந்த ரூம் இப்படி ஆயிருச்சு?” எனப் புலம்புவான். அறை விழாக் காலத்துச் சிறப்புப் பேருந்து மாதிரியே பெரும்பாலும் இருந்தது. எங்கள் அறுவருக்கும் கணினி, கால் சென்டர், கட்டடத் தொழில், ஆடிட்டிங் என வகைவகையான வேலைகள் இருந்தன. வந்தவர்களை உபசரிக்கும் செழிப்பும் இருந்தது.

அறையில் ஒரு விடுமுறை நாள் காலையில் நினைவில் தட்டிய சில கனவு மிச்சங்களுக்கு ஒரு வடிவம் கொடுத்து கனவுகளின் வழியாக மீண்டும் உறக்கத்தைப் பிடிக்கப் புரண்டு போராடிக்கொண்டு இருந்தேன். அறையின் மற்ற நண்பர்கள் விழித்துக்கொண்டதும் யாரோ புது நபர்களுடன்

பேசிக்கொண்டு இருந்ததும் மங்கலாக உணர்வுக்கு வந்தது. பேச்சினூடாக 'ஹீரோ... ஹீரோ' என்றும் 'நிலவு தேய்வதில்லை' என்றும் அடிக்கடி கேட்டது. இந்தப் பகலில் நிலவுக்கு என்ன கேடு வந்தது என எரிச்சலாக விழித்து எழுந்தேன். அறையில் புதிய இருவரைப் பார்த்து குசலப் புன்னகை சிந்திவிட்டு முகம் கழுவி வந்தேன்.

ஜெயப்பிரகாஷ், பிரேம் இருவருக்கும் தெரிந்தவர்கள் எனும் அடிப்படையில் அறைக்கு வருகை புரிந்திருக்கிறார்கள். கோயமுத்தூர் பக்கமிருந்து கிளம்பிய சினிமாக் கனவர்கள். ஜெயப்பிரகாஷ் இருவரையும் எனக்கு அறிமுகம் செய்தான்.

"இது கவிஞர் பூந்துறை பாரதி இவரு எம்.ஆர்.பி."

"எம்.ஆர்.பி.யா?"

"மகாராஜன் பழனிச்சாமிங்க. பழனிச்சாமி, அப்பாவோட பேரு" என்று விளக்கமளித்த மகாராஜனைக் காட்டிய ஜெயப்பிரகாஷ் "இவருதான் நிலவு தேய்வதில்லை படத்துல ஹீரோ" என்றான்.

"யாரு டைரக்டர்?" - ஆர்வமாக செல்வகணபதி கேட்டான்.

"ஒடவை காமராஜ்."

"ஒடவையா?"

"ஒடவைன்னா ஒட்டன்சத்திரங்க."

பூந்துறை பாரதியை அறிமுகப்படுத்தியதும் மகத்தான புன்னகை செய்தார் அவர். ஒலிப் பின்னணியுடன் நான் சந்தித்த முதல் புன்னகை அது. கவிஞர் பூந்துறை பாரதியின் சொந்தப் பெயர் ராமதுரை. சொந்த ஊர், 'அவல் பூந்துறை'. தட்டையானவர், தலை சொட்டையானவர். உடல்வகைப்பட்ட இந்த எதுகை மோனை தவிர தாம் கவிஞர் என்பதற்கான வெளிப்பாடுகளை அவர் கடைசி வரையிலும் காட்டிக்கொள்ளவில்லை. எப்போது பேசினாலும் நடிகைகளின் 'ரேட்' எவ்வளவு என்றே கேட்டுக்கொண்டு இருந்தார்.

எம்.ஆர்.பி.யின் மன ஏரியில் முதல் கல் எறிந்தது வஞ்சிப்பாளையத்து ஜோசியர் செங்குட்டுவன். ஆடு மேய்க்கிற உணவு எடுக்கிற உறங்குகிற நேரம் தவிர வானியல் ஆராய்ச்சியில் ஈடுபட்டு ஜோசியம் கைவரப் பெற்றவர்.

செங்குட்டுவன் மகாராஜனிடம் "இருபத்தேழு வயதுக்கு மேல் கீர்த்தி வரப்பெறும்" என்றும், "அவமானங்களைத் தாங்கினால் விமானம் ஏறலாம்" என்றும் கூறிய அதே நேரம் மகாராஜனிடம் திரைப்படக் கனவை ஏர் பூட்டி விதைத்து நீர் பாய்ச்சி வளர்த்தார். ராமதுரை பிறகு ஏதோ ஒரு சுழிவில் இயக்குநர் ஓடவையாரிடம் அறிமுகமாகி இருக்கிறார்கள்.

மேடு, காடு, தோட்டம் துரவு, பால் மாடு, பைக், டிராக்டர் உள்ளிட்ட நிலக்கிழார் வாழ்வின் சகல சம்பத்துகளையும் பெற்றிருந்த மகாராஜன், பெற்றோருக்கு ஒரே பையன். சிவந்த நிறம். அறைக்கு வரும்போது 55 கிலோ இருந்தார். கண்ணாடியில் தன்னைத் தானே பார்த்தவாறிருந்தும் தான் ஒரு நாயகன் என நம்பவே செய்தார்.

பூந்துறை ராமதுரை தொழிலால் மெக்கானிக். கிணறு இறவை மோட்டார்கள், டீசல் எஞ்சின்கள் பழுது நீக்குதலில் வின்னன். தேவைப்பட்டால் கவிதை மடை திறந்த வெள்ளம் போலக் கொட்டும் என நம்புகிறவராக இருந்தார்.

அவர்கள் தங்கியிருந்த இரண்டு மாதத்துக்கிடையில் ஒரு நாள் படத்தின் இயக்குநர் எங்கள் அறைக்கு வந்து இரவு உற்சவத்தின்போது படத்தின் கதையை (நட்புக்காக) சொன்னார். கடைசியில் இரண்டு ஜோடித் திருமணங்கள் நடக்கின்றன என்பதைத் தவிர, சிறப்பம்சம் ஒன்றும் இருப்பது போலத் தெரியவில்லை. ஒரே ஒரு சிறப்பம்சம் அது அரச வம்சாவளிக் கதை என்பதுதான்.

செஞ்சி அரண்மனையின் கடைசி (ஆண்) வாரிசைச் சுற்றி தற்காலத்தில் சமகால உடைகள் மற்றும் பகைப் புலத்தில் கதை நடக்கிறது. "அப்படின்னா, ஹீரோ காலேஜுக்குப் புரவியில் செல்வானா?" என்று முருகானந்தம் குறுக்கிட்டான்.

"புரவியா. புதுசா அப்படி ஒரு பைக் வந்திருக்கா"? என விசாரித்த மகாராஜனிடம் புரவி = குதிரை என விளக்க வேண்டியதாக ஆயிற்று.

"பட்ஜெட் எவ்ளோ சார்?" என்று ஜெயப்பிரகாஷ் வினவினான். இயக்குநர். "எழுபது ரூவா" என்றார்.

"முடியுமா. ரொம்பக் கம்மியாச் சொல்றீங்க?"

"எல்லாம் மாடர்ன் டெக்னாலஜி. ஸ்கிரிப்ட் பக்கவா ரெடி பண்ணிக்கறோம். நல்லா ரிகர்சல் பாத்துட்டு ஒரே டேக்குல அத்தனை ஸீனுகளையும் ஓ.கே. பண்றம். காஸ்ட்யூமெல்லாம் அவங்கவங்களேதான் பாத்துக்கணும். எம்.ஆர்.பி-க்கு அறுபது செட் டிரெஸ் அவரே பொறுப்பெடுத்துக்கறாரு அதில்லாமப் பணமும் மூணு லட்சம் ஏற்பாடு பண்ணிடறாரு தட்ஸ் ஆல்."

ஜெயப்பிரகாஷ், "அப்படிங்களா எம்.ஆர்.பி?" என அதிர்ச்சி தெரிவித்தான்.

அவர் தலையசைத்து ஒப்புக்கொண்டவாறு கூறினார். "தோட்டத்துல நம்ம டிராக்டர் சும்மாதான நிக்குது. அத வித்துடலாம்னு இருக்கேன்."

செல்வகணபதி, "நடிக்க நமக்கத்தான் அவங்க காசு தரணும்?" என்றான்.

இயக்குநர் குறுக்கிட்டு. "இல்லீங்க இது எல்லாருக்குமே முதப் படம் இப்படியெல்லாம் கணக்குப் பாத்தா ஆகாது. போட்ட காசைப் படம் மூணு நாள் ஓடுனா எடுத்திறலாம். ஜெயிச்சிட்டம்னு வைங்க லட்சம். கோடின்னு எகிறிக்கிட்டே இருக்க வேண்டியததான்."

இயக்குநரை நான் வியந்தவாறிருந்தேன். முருகானந்தன் விழிப்புடன் இருந்து கேள்வி கேட்டான். நீங்க எந்தெந்தப் படத்துல வொர்க் பண்ணீருக்கீங்க?"

"விளக்கு வைக்கப் போறோம். மச்சு வீட்டு மச்சான் ரெண்டுலயும் அசோசியேட்டு"

"என்னங்க கேள்விப்பட்ட மாதிரி இல்லியே. படம் தியேட்டர்ல ஓடிச்சா பெட்டிக்குள்ளயே ஓடிச்சா?"

"நல்லா சொன்னீங்க சார். அதுகள்ல வேல பண்ணினதல என்னென்ன பண்ணக் கூடாதுன்னு தெளிவாத் தெரிஞ்சுக்கிட்டேன்."

"படத்துல ரெண்டு ஹீரோன்னீங்க?"

"ஆமாங்க! ரெண்டு பேருக்குமே ஈக்குவல் வெயிட். இன்னொரு ஹீரோ விமல்நாத். அந்தப் பையன் திருச்சீல ரிட்டயர்டு டி.எஸ்.பி-யோட பையன். பத்து லட்சம் ஃபைனான்சும் பண்றாப்ல."

அப்பா காந்தி போட்டோவின் கீழ் கண் விழித்துச் சம்பாதித்ததை பையன் இப்படி முதலீடு செய்கிறான் என்று தோன்றியது.

"ஹீரோயினப் பாக்கறம்னு கேரளா போனீங்களே சார். பாத்துட்டு வந்துட்டீங்களா?" - இதை ஆவலுடன் கேட்டது கவிஞர்.

"உம் உம். மூணு லட்சம் இல்லீனா ஒப்புக்க மாட்டேங்குது. நம்ம படத்துலயே அதுக்கு மட்டும்தான் காசு குடுக்கவேண்டி வரும் போல இருக்கு" - இயக்குநரின் குரலில் மெல்லிய சோர்வும் சலிப்பும் இருந்தது. ஆனால், நாயகியின் அழகைப் பற்றி வினா எழுப்பியபோது சோர்வு அகன்றுவிட்டது. அவரது வர்ணிப்பிலிருந்து நாயகி பலாச்சுளை நிறத்திலோ உரிக்காத நேந்திரம் பழத்தின் நிறத்திலோ இருப்பாள் என யூகித்தேன்.

"இன்னொரு ஹீரோயின்?"

முருகானந்தன் விட்டால் படமே எடுத்துவிடுவான் போலக் கேள்விகளைப் போட்டுத் தாக்கிக்கொண்டு இருந்தான்.

"நீங்கதான் தயாரிப்பாளரா?"

"காசு எங்கிட்ட இருந்தா இவ்வளவு நாளு சும்மா இருந்திருப்போமாங்க? விழுப்புரம் விநியோகஸ்தர் ஒருத்தரு கிடைச்சிருக்காரு எவ்வளவு நாள் தெலுங்கு டப்பிங். டப்பாப் படம்னு மத்தவங்களுதா எடுத்து ஓட்டறது. நம்மளா ஒரு தமிழ்ப் படம் பண்ணணும்னு அவருக்கு ஒரு ஆசை. என்ட்ரி ஆகறாரு. 'அம்பது லட்சம் வரைக்கும் தாங்குவேன். அதுக்கு நான் பொறுப்பு தம்பீன்னு சொல்லிட்டார். மேல்மலையனூர் அம்மன் பிக்சர்ஸ்."

"மியூஸிக்??"

"சக்தீஷ்னு ஒரு பையன். மதுரை கேபிள் டி.வீ-ல மெட்டுக்குப் பாட்டுன்னு ஒரு நிகழ்ச்சி நடக்குது. அதுல மியூஸிக் போட்டுக்கிட்டிருக்கான். குடும்பமே இசைக் குடும்பம். அவங்க தாத்தா மணப்பாறை சுந்தரி நாடக செட்டுல ஆர்மோனிஸ்ட்."

"கேமரா யாரு?"

"அதுக்குத்தான் இன்னும் ஆள் ஏற்பாடாகல. உங்களுக்கு தெரிஞ்சவங்க யாராவது இருந்தாக்கூட சொல்லுங்க. நமக்கு சார்! திறமை எங்க இருந்தாலும் வெளீல கண்டுபிடிச்சுக் கொண்டுவரணும். பெஸ்ட் வொர்க். எக்சலன்ட் அவுட்புட். எக்ஸ்டிராடினரி ஹிட்."

"சார், மேக்-அப்?"

"சாரி முருகானந்தம். இப்பவே மணி பத்தரைக்கு மேல ஆயிடுச்சு. இன்னிக்கு கொஞ்சம் டிஸ்கஸ் இருக்கு நான் எம்ஆர்பி பாரதி மூணு பேரும் டிஸ்கஸ்ல உட்கார்றோமே. ப்ளீஸ்" என்றவாறு வேறு அறைக்குள் நுழைந்தார். நுழைவதற்குச் சற்று முன் ஜெயப்பிரகாஷைப் பார்த்து. "மிஸ்டர் ஜேபீ! இப் யூ டோன்ட் மைண்ட் நீங்க வரலாம்." ஜேப்பீ முகப்பிரகாசனாக உள்ளே நுழைந்தான். அந்த அறைக் கதவு தாழிடப்பட்டது.

அன்றைக்குத்தான் இயக்குநர் ஓடவை காமராஜை நான் கடைசியாகப் பார்த்தது காலையில் நான் விழிக்கும் முன்னரே சென்றுவிட்டார்.

அதற்குப் பிறகு சுமார் ஒரு மாத காலம் எம்.ஆர்.பி-யும் கவிஞரும் அறையில் தங்கியிருந்தார்கள். மகாராஜன், நாயகனுக்கு உடற்கட்டு முக்கியம் என உணர்ந்திருந்ததால் மது, புகை ஆகியன தவிர்த்துவந்தார். இயற்கை உணவுகளை விரும்பி உண்டார். பச்சைக் கொய்யா, ரத்த வண்ணத் தக்காளி, ஃபேன்டா வண்ண கேரட் ஆகியவற்றை அடிக்கடி சாப்பிட்டார். ஒயின் அருந்தினார். கலர் சாராயக் கடைகள் அவ்வளவும் ஒயின்ஸ். ஆனால் ஒயின் மது அல்லவாம். கன்னம் சிவப்பதற்காகவும் மேனி பளபளக்கவும் ஒயின் எடுத்துக்கொண்டார் அவர்.

கவிஞர் இப்படியான கட்டுத்திட்டங்கள் வைத்துக்கொள்ளவில்லை. கவிஞருக்கு உடம்பா முக்கியம். தலைதானே முக்கியம். மது அருந்த வரும்போது மட்டும் "கண்ணதாசனே இப்படித்தான்" - என்பதை 'சியர்சு'க்கு மாற்றாகக் கூறினார்.

தினமும் காலையில் கிளம்பி மகாராஜனும் ராமதுரையும் வெளியே சென்றார்கள். மாலையில் வந்து துணை நடிகர்களை, நடிகைகளைப் பேசி ஒப்பந்தம் செய்ததாகத் தெரிவித்தவண்ணம் இருந்தார்கள். சில நாட்கள் கவிஞர் அறையிலேயே இருந்துவிடுவார்.

கவிஞர் ஒரு நாள் காலை அறைவாசிகள் ஒவ்வொருவரிடமும், "ஏனுங்க, இன்னிக்கு ரூமுல இருக்கீங்களா? வெளீல போறீங்களா?" எனத் தனித்தனியாக வினவினார். அவர் அவ்விதம் கேட்டுக்கொண்டு இருந்தது நாங்கள் தெரு முக்குக் கடையில் டீ குடிக்கும்போது நிகழ்ந்த உரையாடலின்

எதேச்சைப் புள்ளி ஒன்றில் வெளிச்சத்துக்கு வந்துவிட்டது. செல்வகணபதி உஷாராகி, "ஏண்டா! ரூமுல ஆள் ஏத்தற பிளான் ஏதும் இருக்குமோ?" என ஐயம் கிளப்பினான்.

பிறகு, முருகானந்தம் கவிஞரிடம் சென்று "எக்காரணத்தைக்கொண்டும் சினிமா ஆளுக ரூமுக்கு வரக் கூடாது. குறிப்பா லேடீஸ்" என்று கூறிவிட்டான்.

இரண்டு மாதம் முன்பு அவர்கள் கிளம்பிப் போவதற்குள், உப விளைவுகளாக ஜெயப்பிரகாஷ் டான்ஸ் கிளாஸில் சேர்ந்தான். கம்ப்யூட்டர் இருக்கும் அறையிலேயே தாழிட்டுத் தூங்கினான். தூங்கும் முன் அதிரும் பாடல்களுக்கு வியர்வை உதிர்த்து உதிர்த்து நடனமாடி நடுராத்திரிக் குளியல் ஒன்று போட்டுவிட்டுப் படுத்தான். காலை நேரங்களில் காய்ந்த வாழை மட்டை போலக் கிடக்கும் அவனைப் பார்த்தால் பரிதாபம் மேலோங்கியது. பாடல் காட்சிகள் கேரளாவில் எடுக்கப்படும்போது உடன் நடனமாடி சினிமாவில் கால், கை மற்றும் உடம்பெல்லாம் பதிக்கத் திட்டம் தவிர படம் வெளியானதும் கோவை ஈரோடு விநியோக உரிமையை ஜேபி-க்கே தருவதாக வாக்களித்திருக்கிறார்கள்.

நேற்று ஜெயப்பிரகாஷிடம் "ஊர்ல உங்க கார யாரு ஓட்டிக்கிட்டிருக்காங்க? அப்பாவா!" என்று கேட்டேன்.

"உனக்கு விஷயம் தெரியாதா? லொகேஷன் பார்க்க எம்.ஆர்.பி.சார் எடுத்துக்கிட்டுப் போயிருக்காரு" என்றான்.

"நீ படத்துல டான்ஸ் ஆடறியா?"

"அடுத்த வாரம் சாலக்குடி வரச்சொல்லி டைரக்டர் சொல்லிட்டாரு" என்று கே.பி.என்னில் கோயமுத்தூருக்கு எடுத்துவைத்திருந்த டிக்கெட்டைக் காட்டினான். படம் வருவதை நம்பியாக வேண்டிய சூசனைகள்

அதிகமாகிக்கொண்டு இருந்தன. படம் வெளியானால் அது வெளியான ரகசியத்தை - சூட்சுமத்தை எம்.ஆர்.பி.-யின் வீட்டு டிராக்டர் சக்கரத்து டியூப்பில் இருக்கும் காற்றிடம் கேட்க வேண்டும்.

ஒருவேளை படம் வெற்றியும் பெற்றுவிட்டால். அதன் தங்கச் சூத்திரத்தை அறிய ஒரு நடை செஞ்சிக்கோட்டை போய்விட்டு வந்துவிட வேண்டியதுதான்.

குருசேவ் குழந்தையாக இருந்தபோது...

வெளித்திண்ணைப் பக்கமாக, எழுகிற இளவெயில் வெகுநேரமாக அடித்துக் கொண்டிருந்தது. அங்கே சம்மணமிட்டு எவ்வளவோ நேரமாக மேல் சட்டை உரியப்பட்டவனாக அமர்ந்திருந்தேன். வெள்ளை வேட்டியைக் கீழ்ப்பாய்ச்சாகக் கட்டிய, சட்டை அணியாததால் நெஞ்செலும்புகள் துருத்தித் தெரிகிற அந்த வயதான மனிதர் என் எதிரில் வந்து அமரவும் நான் தலைகுனிந்தேன். கண்களில் நீர் முட்டியது.

சுவாமி அய்யப்பன் பாணியில் அமர்ந்து தான் வேங்கடகிருஷ்ணன் முடிவெட்டுவார். இதே பாணியில் அமர்ந்து சைக்கிளுக்கு பஞ்சர் போடுகிறவர்களும் இருக்கிறார்கள். எனது முடியில் முதலில் கத்திரி வைத்தவர் அவராகவே இருக்கக் கூடும். அவர் முன்பு மிலிட்டரியில் இருந்ததாக ஊருக்குள் பேச்சு உண்டு.

காற்றைச் சிறையிட்டதுபோல யுகக்கணக்கில் குழந்தைமையைச் சிறையிட்டு முடிவெட்டிக் கொள்ளுகையில், மிலிட்டரி என்பது வேதனையான, மர்மமான ஏதோ ஒரு வஸ்து என்பது போலத் தோன்ற ஆரம்பித்தது.

ஆனால், கிராமத்தில் 'மிலிட்டரி' என அழைக்கப்படும் குணாதிசயங்களை வரிசை திரட்டிப்பார்த்தால், பாரதம், 'பாதுகாப்பு' பற்றி எப்போதுமே கவலைப்படாத தேசம் என்ற முடிவுக்கே வரமுடியும்.

முடிவெட்டிக் கொள்வதற்கு வற்புறுத்துவதில், வலி உறுத்துவதில் பெற்றோரின் பங்கு கொடூரமானது. சிண்டைப் பிடித்துக்கொண்டு வந்து முடி திருத்துகிறவர் முன்னே உட்கார வைப்பார்கள். அப்புறம் தலையில் கழியும் முடிகள். யுகங்கள் மீது படியும்.

'தலையை வெட்டிக் கொள்வது' என்பது தவிர்க்கவே முடியாதது என்கிற உண்மை புலப்பட்டபின் அவரிடமே தலை கொடுக்க ஆயத்தமாகி விட்டேன்.

ஊரின் வரலாற்றை, வளரும் மனிதர்கள் நாவிதர்களின் கத்திரிக்கோல்களில் ஒப்படைக்கிறார்கள். சமயங்களில் வரலாறும் கண்ட துண்டமாகும். ஊர்களின் கதிக்கும் நாடுகளின் கதிக்கும் பெரிய வித்யாசமில்லை.

ஒன்பது அல்லது பத்து வயதிருக்கும் எனக்கு அப்போது. முடி இறக்க வேளையின் போது அவர் "குருசேவ் தெரியுமா"? என்றார்.

"தெரியாது."

" முதல்ல ரஷ்ய அதிபரா இருந்தாரு..."

"ம்"

"அவருக்கே நான் சேவிங் பண்ணி விட்டிருக்கேன்..."

"அய்யய்யோ" நான் வியப்படைந்தேன். திடீரென இது நினைவுக்கு வருகிற பருவத்தில், எங்க ஊர் கிட்ணன் குருசேவுக்கு மழித்த அதே பெங்களூரில் நான் வசித்துக்கொண்டிருப்பது வியப்பை வலுவடையச்செய்கிறது.

வேங்கடகிருஷ்ணன்தான், கிட்ணன் என அறியப்படுகிறார். அவரது மனைவி லட்சுமியோ ரச்சாள் என அறியப்படுகிறார். இயற்பெயர் அடிபடாமல் வாழ்வது எல்லோருக்கும் ஆவதில்லை. குருசேவுக்கு வேண்டுமானால் வைத்த பெயரும் அதுவாகவே இருக்கக் கூடும்.

முகம் மழிப்பதற்கு பிளேடுக்குப் பதிலாக சவரக்கத்தியும், ஆப்டர்ஷேவ் லோஷனுக்குப் பதிலாக படிகாரக்கல்லும் பயன்பட்ட காட்சியையோ காலத்தையோ நீங்கள் அறிந்திருந்தால், குருசேவ் கிட்ணனிடம் ஷேவிங் செய்து கொண்டதை ஒப்புக்கொள்வீர்கள்.

கிட்ணனின் மனைவிதான் ரச்சாள் என்ற உண்மை, அவர் இறந்து சில வருடங்கள் கழித்து தான் எனக்குத் தெரிந்தது.

மாரியம்மன் கோயிலில், ஊரின் இதர கோயில்களில், கல்யாண வீடுகளில், நேற்றிருந்த ஒருவன் வாழ்ந்த தெருவில்... இப்படிப் பல இடங்களில் ரச்சாளைப் பார்த்திருக்கிறேன். 'பாட்டி' என்றழைக்கப்படும் விதமாகத் தோற்றம் பெற்றிருந்த ரச்சாளின் மீது, 'வெள்ளைச் சேலைக்' கிழவிகள் மீது தோன்றக் கூடிய உதாசீனமும் பிரியமும் ஒருசேர ஏற்பட்ட வண்ணமிருந்தன.

பிரியம் முற்றடையாமல் இருந்தது. திடீர்ச் செய்திகள் திகைக்க வைப்பவை. எதோ ஒரு வீட்டின் குழந்தையை, முழங்கால் இடைவெளிப் பாலத்தில் மல்லாத்தி, ரச்சாள் குளிப்பித்துக் கொண்டிருக்கையில் அம்மா சொன்னாள்.

"உனக்கும் இவதாண்டா குளிப்பாட்டியுட்டது."

ரச்சாளினால் ஊரில் குளிப்பாட்டப்பட்ட குழந்தைகள் அநேகம். அவை பெரும்பாலும் ஆதிக்கசாதி குழந்தைகளாக அமைந்தது, வரலாற்றின் போக்குக் குணம். வரலாற்றின் துயர்கள் இயற்கையின் துயர்களாக வடிவெடுக்க அதிக நாள் தேவைப்படுவதில்லை. அதை விடுங்கள்.

அழகின் மூலங்கள் சிறிதேனும் இருப்பின், அதை நீவி நிமிர்த்தி மேலும் பொலிவுறச் செய்துவிடும் குளிப்பாட்டுக்காரிதான் ரச்சாள். என் மூக்கும் அதற்கொரு சாட்சியாகும்.

கிணற்றில் நீரெடுத்துக் குளிப்பாட்டப்பட்ட வம்சம் நான். 'நீர் சொரிவதால் நிறம் மாறும்' என்ற மூட நம்பிக்கைளால் அண்டா அண்டாவாக நீர் வார்க்கப்பட்டவன்.

இன்றைக்கு குளிக்கப் பிடிக்காமல் பல நாட்கள் சோம்பிக் கிடப்பதற்குப் பழைய உளவியல் காரணம் ஏதேனும் இருக்கக் கூடும் என்றும் நம்புகிறேன்.

ஊரில் ஒவ்வொரு குழந்தை பிறக்கும்போதும் ரச்சாளுக்குப் புதிதாக ஒரு சூரியன் முளைக்கும். துளிரும் அந்தச் சூரியனை நாடி பார்த்துத்தான் அவ்வக் குழந்தைகளைக் குளிப்பாட்டப் போவது நாள்தோறும்.

வெயிலால் தணலேறிய இளஞ்சூட்டு நீரை சிசுக்கள் மேனியில் பெற்று வனப்பேறுவார்கள்.

ஆக, கிட்ணனை அறியும் முன்பே ரச்சாளை எனக்குத் தெரியும். ஆனால் குழந்தையாய் இருந்தபோது பெற்ற ஸ்பரிசம் - முன்னம் குளித்த நீரைப் போல காணாமல், மறந்தும் மறைந்தும் போய்விட்டது.

என் மகளுக்கும் ரச்சாள் சிலநாள் குளிப்பாட்டினார். மகளின் மூக்கு அவ்வளவு எடுப்பானதல்ல. என் மூக்கும் மூளையும் அவளுக்கு வேண்டாமே என நினைக்கையில் விநோத உணர்வுகள் கவிகின்றன.

பெங்களூரில் இருந்து ஊருக்கு வந்து ஒரு தடவை ரச்சாள் உடல் நலமின்றிப் படுத்திருப்பதாய்க் கேள்விப்பட்டு, வீட்டுக்குப் போய்ப் பார்த்தேன்.

வெள்ளைத் துணி போர்த்தப்பட்டிருந்தது மேனியில். வயிற்றின் வாகான ஒரு பகுதியில் துளையிடப்பட்டு, பச்சைக் குழாய் ஒன்றின் வழியே பிளாஸ்டிக் பையினுள் மூத்திரம் இறங்கிக்கொண்டிருந்தது. தன் அறியாது கண் அந்தப் பைக்கும் போனது. அன்றைய பகலின் நிறத்தில் அது இருந்தது.

நீர் இறங்காமல், ஊன் இறங்காமல், நல் உறக்கமின்றி துவண்டு, மலங்க விழித்துக் கிடந்தது.

கண்ணின் தொனிப்பில் என்னைக் கண்டுபிடித்துவிட்டார் என்பதான பாவம். குருசேவும் கிட்ணனும் சந்தித்துக் கொண்ட ஊரிலிருந்து அம்மாவுக்குத் தொலைபேசும் நேரங்களில் ரச்சாள் பற்றியும் விசாரித்துக் கொள்வேன்.

அம்மாவை ஊரின் ஜனன மரணப் பதிவாளினியாக நியமித்துள்ளேன். போன்களுக்கு இடைப்பட்ட தினங்களில் சுப ஜனனம் முதல் துர் மரணம் ஈறான கணக்குகளை எனக்கு ஒப்பித்து, என் கிராமத்தை மனதுக்குள் உயிர்ப்பாக வைத்திருப்பது அம்மாதான்.

தொலைபேசி எடுக்கப்பட்டதும், “அம்மா, நல்லா இருக்கியா?” என்று கேட்டுவிடுவேன். இந்த முப்பத்தேழு வயதில் இதற்கு மாறாத பற்றுறுதி தேவையாக இருக்கிறது.

ரச்சாளைக் கிடக்கையில் கண்டபோது கண்கள் கரிந்தன. குழந்தை குளிப்பாட்டும் தாதிகளின் - அந்தக் கலையின் - கடைசிக் கண்ணிகளில் ரச்சாளும் ஒருத்தி.

இனி அவ்விதமாக சிற்றுயிர்களின் மண்டைகளை வடிவமைத்து, முகலாவண்யத்தைச் சீர்படுத்தும் கரங்கள் அரிதாகவே உருவாகப் போகின்றன.

தளிர்க் கரங்களை நீவிச் சொடக்கிட்ட ரச்சாளின் உறுதியும் மென்மையும் ஒருங்கே மிக்க கரங்கள் தளர்ந்துவிட்டன.

முதுமையின் கோல் கொண்டு தெருவில் அவர் தட்டுத் தடுமாறி நடப்பதாகக் கேள்வி. யாவருக்கும் உத்தரவாதமான மரணம். மூச்சை நிறுத்திக் கோலையும் பிடுங்கும். அப்போது அவர் யாரால் குளிப்பிக்கப்படுவார் என்பது கேள்வியாய் எழுகிறது.

நான் உள்ளூரில் இருக்கும்போது, தற்கொலையற்ற முது மரணங்கள் நிகழவேண்டும் என விரும்புகிறவனாக இருக்கிறேன். இப்போது ஊருக்கும் எனக்கும் இடையே நானூறு கிலோமீட்டர். இந்த இடைவெளி, வாழ்வு, மரணம் யாவற்றுக்குமான இடைவெளியேதான்.

இரண்டு இடங்களும் மாஸ்கோவும் ஒரே காற்று மண்டலத்தால் சூழப்பட்டுள்ளன என்பது தவிர மகிழ்ச்சி தரவல்ல செய்தி வேறு எது?

சுவாசிக்கும் என் இதே மூக்கில் தான் சில்லிமூக்கு ஒரே தரம் உடைந்தது. கோட்டைக்கிணற்றில் வாளி நீர் இறைத்து, முகம் கழுவித்து சக மாணவர்கள் ஆசுவாசப்படுத்தியபோது வயது பத்து. அந்நாட்களில் கிட்ணன் உயிருடன் இருந்ததாக ஞாபகம்.

காற்றுக் குழாய்களில் ரத்தம் வருவது மரணபயத்தை. விளைவிக்கக் கூடியதேதான். ஆயினும், ரச்சாள் மரிக்கிற தினத்தில் நான் ஊரிலில்லாமல் இருந்தால், சில்லிமூக்காவது உடைய வேண்டும் என்று விரும்புகிறேன்.

ராஜசேகர ரணதீரன்

அந்த ஊருக்கு முன் மத்தியானத்தில் தபால்கள் வந்தன. தபால்கள் பலவகை. அதில் எதிர்பார்ப்பையும் கனவுகளையும் தூண்டி விடுகிற தபால்களும் உண்டு.

ராஜசேகரன் (26)-க்கு அப்படியான ஒரு தபால் வந்துவிட்டது. நேர்முகத் தேர்வு ஒன்றிற்கான அழைப்பு. மூடி முத்திரையிடப்பட்ட உறையைப் பிரித்ததும் வெள்ளைத்தாளில் கறுப்பு எழுத்துக்கள் உயிர்பெற்றுத் ததும்பி அசைந்தன. அவன் மானசீகமாய் அவனது கிராமத்திலிருந்து வெளியேறி ஒரு காற்றுபதன அறையில் சுழலும் நாற்காலியில் அமர்ந்து கோப்புகளில் கையெழுத்திட்டான். இதே மாதிரியான கனவை "ஓர் ஒற்றை நாற்காலிக்கு" முப்பத்தெட்டுப் பேருக்கு நிறுவனம் வழங்கியுள்ளது. அது கனவு காணுகிற உரிமையை யாருக்கும் மறுக்கவில்லை.

நேர்முகத்திற்கு என்னென்ன உபகரணங்களுடன் வரவேண்டுமென கட்டளை வழங்கியிருந்தது கடிதம். நேர்கேள்விக்கான நேரடி பதில்களைத் தவிர காகித அளவில் அவனிடம் அனைத்தும் தயாராயிருந்தன - சாதிச் சான்றிதழ் தவிர.

சாதி மதத்துடன் இரண்டற; நகமும் சதையும் போல; நாகமும் சாரையும் போல இணைந்திருப்பதாலோ என்னவோ அதில், 'சமீபத்தில் பெறப்பட்ட சாதிச் சான்றிதழ்' என்ற வாக்கியமாய்க் கண்டிருந்தது.

அவன் பிறந்த எட்டாம் நாளே பஞ்சாயத்துப் போர்டு ஆபிஸில் பிறப்பு பதிவு செய்யப்பட்ட போது அவனையும் அறியாமல் முப்பாட்டன் மூதாதைச் சொத்தாய் தொத்திக்கொண்டது ஜாதி. அவனது பிறப்பை அவன்

தானாகப் பதிவு செய்து கொள்ளவில்லை. மற்றபடி இறப்பைப் பதிவு செய்கிற வேலையும் அவனுக்கு இருக்காதுதான். ஆனால் இடைப்பட்ட நாட்களை வாழ்ந்தே தீர்க்கவேண்டும் கட்டாயத்தை வாழ்க்கையே வழங்கியிருந்தது. இதுவரை பீஷ்மர் போல பிரம்மச்சாரியாய் வாழ்ந்துவிட்டான். இதுபோல 'இச்சா மிருத்யூ' வாக விரும்பும்போது மட்டும் சாவு வந்து தழுவுகிற பேறினை அவன் பெற்றிருக்கவில்லை. அப்படி ஒரு வரம் கிடைத்திருந்தால் அவன் நினைத்த அளவுக்கு இதுகாறும் இருநூற்று எழுபது தடவைகள் செத்தொழிந்திருப்பான். பாரதத்தை நிர்ணயிக்கிற பெரும் பொறுப்பை ஏற்காததால் அவன் பீஷ்மராகவில்லை.

பீஷ்மர் காலத்தில் 'கவர்னர்' எனக் கையெழுத்திட்ட ரூபாய் நோட்டுகள் புழக்கத்தில் இல்லை. ராஜசேகரனிடமும் புழக்கத்திலில்லை. சான்றிதழ் அட்டையைப் பெற அவனுக்கு ரூபாய் நோட்டுகள் தேவையாயிருந்தது. செவ்வக வடிவில் டிஸைன் வேல்யூவும் உள்ள நோட்டுக்கள்.

சாதிச்சான்றிதழ் பெறுவது பல்வேறு கட்டச் செயல்பாடுகளை உள்ளடக்கியிருந்தது. படிப்படியாக அவன் தாலுக்கா ஆபீசுவரை செல்ல வேண்டும். நல்ல வேளையாக இந்த விவகாரம் தில்லி வரை போகாமல் இந்த வட்டத்தில் முடிந்து போகிறது.

முதலில் உள்ளூரிலேயே உள்ள வி.ஏ.ஓவிடம் சென்றான். வி.ஏ.ஓ ராஜசேகரன் குடும்பத்தாரின் நிலம் பற்றி விசாரித்தார். "நிலம் இருக்குங்க சார்" என்று கூறியபோத ஓணான், பல்லி, கரப்பான் வகையறாக்கள் கூட மூத்திரம் பெய்யத் தயங்கும் தமது காடுகளை நினைத்துக் கொண்டான்.

அவனும் அவனது பாட்டாதி, பூட்டன்களும் வானம் பார்த்த பூமியின் அதிபதிகள். வி.ஏ.ஓ அவர்களது கால நம்பரைத் தேடி தமது பேரேட்டில் பார்த்துவிட்டு "உங்களுடையது கிஸ்தி கட்ட வேண்டியது பாக்கியிருக்கு" என்றார்.

இதுபோன்ற இக்கட்டான தருணங்களையோ - தேர்தலில் மக்கள் போட்டியிடும் வாய்ப்புகளையோ பயன்படுத்திதான்

வரிகிஸ்தி வசூல் செய்து வந்தார். சாமான்யரும் பதவி பெறும்படி - வார்டு உறுப்பினர் பதவியெல்லாம் வந்திருப்பது வரி வசூலுக்காகத்தானோ என்னவோ?

"எவ்வளவுங்க சார்"

"ஐநூத்தி முப்பத்தேழு"

"இதோ, இப்ப வர்றேன் சார்" என்று வந்தவன் தந்தையாரைத் தேடியடைந்தான். தந்தை மகற்காற்றும் உதவியாக அவர் அவனது இண்டர்வ்யூவுக்காகவே மட்டும் எங்கேயோ ஆயிரம் ரூபாய் கடன் புரட்டினார்.

ஐநூத்தி முப்பத்தேழு ரூபாயைக் கட்டியதும்.

"அப்ளிகேஷன், எழுதிக் குடுங்க" என்றார் வி.ஏ.ஓ.

ஒரு காகிதத்தில் அவன் எழுதத் தொடங்கியதும்

"சங்கர் கடையிலே இதுக்குனே ஃபாரம் இருக்கு அத வாங்கி எழுதுங்க என்றார். 'மனு' தர்மம் என ஒன்று இருக்கிறதல்லவா?

அவன் அவ்விதமே வாங்கி எழுதித்தரவும் அவர் சான்றளித்தார்.

அதன் ஒப்புநீட்சியாக ஆர்.ஐ. என்று அறியப்படும் ரெவின்யூ இன்ஸ்பெக்டர் கையெழுத்திட வேண்டியிருந்தது.

கற்பூரம் கேட்கும் துவார பாலகர்களைப் போன்ற ப்யூன்கள். அவர்களைக் கடந்து ஆர்.ஐ.யை அடைந்து கைச்சாத்து வாங்கினான். கைச்சாத்துக்குப் பிறகு - 'ரப்பர் ஸ்டாம்ப் சாத்தி' ஒன்று. சிறிய முள்ளின் உடலுக்குமேல் பெரிய முள் பரவிவரிந்து நிற்பது போன்ற நடு மத்தியானத்தில் சூரியன் பூமிக்கு நேர் மேலாக நின்றெரித்தது.

தபால் வருகிற நேரத்தில் காலை உணவைத் தவிர்த்திருந்த ராஜசேகரனுக்கு இப்போது பசி, தாகம், களைப்பு, நாவறள்வின் கமறல் யாவும் தோன்றி நாளைக்கே செத்து விடுபவன் போலக் காட்சியளித்தான்.

வீட்டுக்கு வந்தவனிடம் அவனது அம்மா,

"சாப்பிட்டுட்டுப் போடா!" என்றாள்.

``வேண்டாம்மா, இன்னிக்கு இந்த வேலையை முடிச்சிடணும்''

கண்துஞ்சார், ஊண் உண்ணார் என்பது போலக் கருமவீரனாய் காட்சியளித்தான்.

வட்டாட்சியர் அலுவலகம் ஊரிலிருந்து ஒருமணிநேரப் பஸ் பயண தூரத்தில் இருந்தது. அங்கேதான் அவனது 'சான்றிதழைப்' பெறவேண்டும்.

அப்பம் ஓரிடத்தில் அக்கார வடிசில் ஓரிடத்தில் என்பது மாதிரி ஒவ்வொரு பிரசாதத்துக்கென்றும் ஓரிடம் இருக்கவே இருக்கிறது.

பேருந்து நிறுத்தத்துக்கு வந்தபோது கடந்து விட்ட பேருந்தை ஓடித்தாவி ஏறினான். கொஞ்சம் ஆற அமர்ந்து அரை மணிக்கூர் கழித்தே அவன் பிரயாணம் மேற்கொண்டிருக்கலாம்.

தொண்ணாந்து கிடக்க விதிக்கப்பட்டவனை எதுவும் தடுத்திட இயலாது. வட்டாட்சியர் அலுவலகத்துக்கு அதிகாரிகள் ஆயத்தமாகியிருந்தனர். பசியின் சாட்சியாக ஃபைல்கள் ஒதுங்கிய டேபிள்களில் வெளிச்சங் குன்றிய அறைகளில் தண்ணீர் பாட்டில்களின் முன் டிஃபன் பாக்ஸ்கள் லஞ்ச் பாக்ஸ்கள் திறக்கப்பட்டன. மொபெட்டுகள் - பைக்குகள், வளாகத்திலிருந்து வெளியேறின. பாதை வழியில் 'பவ்யம்' வாய்பொத்தி நின்றிருக்க ஓரிரு கார்கள், ஜீப்கள் காம்பவுண்டைக் கடந்தன.

ராஜசேகரனுக்குப் பசித்தது. அம்மா கூப்பிட்ட போதே சாப்பிட்டுவிட்டு வந்திருக்க வேண்டும். கைக்கெட்டும் தூரத்தில் இருக்கிறபோது எதுவின் மகத்துவமும் தெரிவதில்லை. இப்போதும் கடைக்குப்போய் சாப்பிடவும் தோணவில்லை. எதிரிலுள்ள கடைக்குச் சென்று டீ குடித்தான். ஒரு அரைமணி நேரத்தைப் போக்கிவிடும் எத்தனத்துடன் நாளிதழைப் பார்த்தான். தாலுக்காபீஸ் முன் உள்ள கடைகளில் எந்தப் பேப்பரும் ஒரே நாளில் இருபது வருடத்துக்கு முந்திய பேப்பர் ஆகிவிடுகிறது.

ஏரியில் பஸ்... லாரியில் சிறுவன்... ஓட ஓட விரட்டி...

அமைச்சர் ராஜினாமா... நடிகை பேட்டி... முட்டையில் ஓவியம்...

குடும்பத் தற்கொலை... மிதுனம்... மனச்சோர்வு எல்லாவற்றையும் ஒரு மேய்ப்பு பார்த்ததில் கால்மணி நேரம் ஆயிற்று.

திரும்ப வட்டாட்சி அலுவலகத்துக்கு வந்தபோது எந்த டேபிள் இயக்கத்துக்கு வந்துள்ளது எது இயக்கத்துக்கு வரவில்லை எனப் புரியாமல் இருந்தது.

இந்த ஆஃபிஸ் இப்படியே முடங்கி விடுமோ என்று லேசாய் பயம் தட்டியது ராஜசேகரனுக்கு. அலுவலகங்கள் ஸ்தம்பித்துப் போனால் உலகம் ஸ்தம்பித்துப் போய்விடுமா தெரியவில்லை. இரண்டரை மணிக்குப் பிறகு ஒரு விதமாக முழுமை பெற்ற தோற்றம் அலுவலகத்துக்கு வந்தது. வராண்டாவில் அமர்ந்த பெரியவர் விண்ணப்பங்களை வாங்கிக்கொண்டிருந்தார். அவன் தனது தாளைத் தந்தபோது.

"தம்பி! அப்ளிகேஷனுக்கு ஸ்டாம்ப் ஒட்டுப்பா" என்றார். அவரது குரலிலேயே 'நீயெல்லாம் படிச்சுக் கிழிச்சு வேலைக்குப் போயீ' என்பது உட்கிடக்கையாய் ஓடியது.

ஸ்டாம்புகள் அஞ்சல் ஸ்டாம்ப், ரெவின்யூ ஸ்டாம்ப், விண்ணப்ப ஸ்டாம்ப்... ராஜ சேகரனுக்குத் தெரியாமல் இன்னும் எத்தனை ஸ்டாம்புகள் உள்ளனவோ.

அவர் குறிப்பிட்ட ஸ்டாம்ப் எங்கே கிடைக்கும் என வினவினான். அலுவலகத்தின் காம்பவுண்டுச் சுவருக்கு முன்பு பத்திரம் எழுதுகிறவர்களிடத்தில் கிடைக்கும் என்றார்.

கத்திரிப்பூ நிறத்தை லேசான வயலட்டில் தோய்த்து எடுத்தாற்போல அந்த ஸ்டாம்ப் இருந்தது. ஒரு ரூபாய் மதிப்பு மிக்க அதை ரூபாய் இரண்டுக்கு வாங்கினான்.

அப்போது, ஓர் அலுவலகத்தில் வேலை பார்ப்பதென்ன. அலுவலகங்களுக்குள் நுழையவே நமக்கெல்லாம் தகுதியில்லை

எனப்புழுங்கினான். தொடர்ந்துமனம் புழுங்க வசதியாக அவனது பசிக்குடல் ஒத்துழைத்தது.

ஸ்டாம்ப் ஒட்டி அவன் விண்ணபத்தை அலுவலகத்துக்குக் கொண்டுசேர்த்த போது அலுவலகம் களை கூடியிருந்தது. என்ன இருந்தாலும் ஸ்டாம்புகளுக்கு ஒரு மதிப்பு இருக்கவே செய்கிறது.

விண்ணப்பங்கள் கத்தை சேர்ந்ததும் அவை உள்ளே சென்றன. ஆட்கள் நுழைய முடியாத இடத்தில் விண்ணப்பங்கள் நுழைந்துவிடுகின்றன. அவை உள்ளே நுழைய கவுண்ட்டரோ ஊசிக்காதோ கூடப் போதும்.

ராஜசேகரன் பார்க்கிற போது ஒரு ப்யூன் ஏகஸைட்டுக்கு பந்தா விட்டுக் கொண்டிருந்தான். அவனே நிறையப்பேருக்கு சான்றிதழ் வழங்குகிறவனாயும் காணப்பட்டான். தன்னை விட எடை கூடுதலாய் அவன் இருந்ததே ராஜசேகரனுக்கு எரிச்சலைத் தந்தவிதமிருந்தது. குண்டான ஆசாமியாகப்பட்ட அவன் ஒத்துழைத்தால் விரைவில் தான் சான்றிதழ் பெறமுடியும் என நினைத்தான்.

யாருக்காகிலும் கையூட்டு தந்தாகிலும் சான்றிதழைப் பெற்று வருமாறு அவனது அப்பா கூறியிருந்தார். அவர் தர்ம ஆவேசங்களுக்கு ஆட்பட்டால் பட்டினி கிடக்க வேண்டும் என அறிந்திருந்தார். தவிர கையூட்டு பெறுவதுதான் தவறே தவிர தருவது தவறல்ல என உரைத்திருந்தார். அதே பொதுப் புத்தியில் ராஜசேகரனுக்கு மூளைவேலை செய்தது.

வேலை வாங்குவதற்கு முன் லஞ்சம் வாங்குவது பற்றி யோசிப்பது பாவம்.

'பந்தியிலேயே இடமில்லை என்கிற போது இலை பீத்தல்' என்கிற பேச்செல்லாம் எதற்கு.

ராஜசேகரனுக்கு தனது சான்றிதழ் நிமித்தம் குண்டு ஆசாமியை அணுகலாம் என்று தோணிய அதே நேரம் லஞ்சம் கொடுத்தால் அந்த ஆள் அடித்தே விடுவான் என்றும் தோன்றியது. அவனது நடையும் மிடுக்கும் கம்பீரமும் அடடா அப்பப்பா.

ஒருவரைச் சந்தித்து விவரம் கூறி சான்றிதழ் எப்போது கிடைக்கும் என்ற போது "கிடைக்கும்" என்றார். என்ன உத்தரவாதமான பதில். அடுத்து குண்டான ஆசாமியை அணுகி ராஜசேகரன் தயங்கித் தயங்கிக் கேட்டான். அவன் ஆழமாக ஊடுருவுவது போலப் பார்த்துவிட்டு

"இன்னிக்குத்தானே குடுத்தே. நாளைக்குத்தான் கிடைக்கும்" என்றான். சான்றிதழுக்கென்று பாரதப் பிரதமர்கள் வந்து நின்றாலும் அவன் ஏக வசனத்தில் தான் பேசுவான் என ராஜசேகர் நினைத்தான். அப்படி நினைத்ததன் தொடர்ச்சியாக. 'இந்தியாவில் பிரதமர்களாயிருந்தவர்கள் இப்படி சர்ட்டிஃபிகேட்டுகளுக்காக அலைந்திருக்கவே மாட்டார்களோ' என நினைத்தான்.

இன்றைக்கே சர்ட்டிஃபிகேட் வாங்கிப் போய் விட்டால்தான் இன்னும் இரண்டு நாள் நேர்முகத் தேர்வுக்கு ஏதாகிலும் படித்துத் தயாராகலாம்.

மூன்றரை மணிவரை பொழுது பொதிக்கழுதையாய் நகர்ந்தது. முதன் முதலாய் கையூட்டு தருவதற்கு - பெறுவதை விட அதிகம் தைரியம் வேண்டும்.

எதிர்பாராத விதமாக ராஜசேகரனின் ஊரிலிருந்து ஆர்.ஐ.ஆபிசில் வேலைபார்க்கிற பால்ராஜ் வந்தார். அவனைப் பார்த்துவிட்டு "இன்னமே வாங்கலியா?" என்றார்

"இல்ல சார்."

"சரி வா" என்றவர் நேராக அவனையும் அழைத்துக் கொண்டு குண்டு ஆசாமியிடம் போனார்.

"ஏப்பா தம்பீது சர்ட்டிஃபிகேட் ஏற்பாடு பண்ணித்தர்றது?"

"செய்யலாம் தம்பி ஒண்ணும் கவனிக்கிற மாதிரித் தெரியலியே?"

இப்போது பால்ராஜ் "தம்பி இப்படி வா" என ஓர் இடத்துக்குக் கூட்டிப்போனார்.

இடம் சுமாரான மறைவிடமாயிருந்தது. குறைவான

பேருடைய கண்ணில்பட்டால் தார்மீக எல்லைக்குப் பாதகமில்லை என்பது மாதிரியான சந்தடி.

ராஜசேகரன் மெல்லிய அதிர்ச்சிக்கு ஆட்பட்டிருந்தான்.

குண்டு ஆசாமி லஞ்சம் வாங்குவான் என்பதே மதிப்பீட்டின் சரிவாயிருந்தது.

கையூட்டு பெறுகிற ஒருவன் எப்படி இவ்வளவு கம்பீரத்தைச் சுமந்து திரிய முடியும்? - ஆனால் முடிந்திருக்கிறது. அடுத்து அவன் லஞ்சம் கேட்ட தோரணை.

சம்பளத்தைக் கூட அவ்வளவு மிடுக்காய்க் கேட்டிருக்க மாட்டான். அது அவசியமில்லை அது தானாய்க் கனிவது. அதை ஒருகால் அவன் இடக்கையால் வாங்கக்கூடும்.

பால்ராஜ் "ஒரு அம்பது ரூபா கொடு" என்றதும் ராஜசேகர் கொடுத்தான்.

"இது அவனுக்கு ; சர்ட்டிபிகேட்டுக்கு. எனக்கு பத்தோ இருபதோ கொடு"

"சார். இனி பஸ்சுக்குத்தான் காசு இருக்கு. நாளைக்கு ஊர்ல தர்றேனே."

மீதிக் கையூட்டை கடனாக ராஜசேகர் ஏற்றுக்கொண்டான். பால்ராஜ் குண்டு ஆசாமி வாயிலாக இருபதே நிமிடத்தில் சான்றிதழ் கைக்கு வர ஏற்பாடு செய்தார்.

"சரி வர்றேன் சார்" என்றவாறு கிளம்பி பஸ் நிறுத்தம் நோக்கி வந்த ராஜசேகரனை நினைவின் பழைய அடுக்கிலிருந்த பள்ளித்தோழன் ஒருவன் எதிர்பட்டு கையிலிருந்த அட்டையைப் பார்த்தவாறே.

"என்ன ராஜு! சாதி சர்ட்டிபிகேட்டா?" என்றான்.

"ஆம்மா பொல்லாத ஜாதி - நாய்ச்சாதி" என்று பதில் சொன்னான்.

வெள்ளிக்கருக்க மேடு

காத்தசாமி பாளையத்தில், ஆறுமுகம் பத்மாவதியைக் காதலித்தான். புஷ்பலதா மனோகரனக் காதலித்தாள். வஞ்சியப்பன் அருக்காணியைக்காதலித்தான். தங்கவேலு முத்தாச்சியைக் காதலித்தான். இவை இந்த இருபது ஆண்டுகளில் காற்றில் பதிவு செய்யப்பட்ட செய்திகளில் சில. காற்றுக்கும் வராமல் மறைந்து ஒழிந்த செய்திகள் எத்தனையோ உண்டு. தராதரம் பார்த்துக் காதலித்த சில செம்புலப் பெயல் நீர் போலக் கைகூடவும் செய்தன. அரும்பிய காதல்களில் கருகின காதல்கள் அனேகம். விரும்பினவற்றைக் கரம் பிடிக்கிறவர்கள் அபூர்வம்.

பாலகிருஷ்ணன் கொண்ட காதல் வினோதமானது. அவனது பெயரோடு சம்பந்தப்படுத்திப் பார்த்தால் மயிற்பீலியைத் தலையில் செருகிய எவளையாவது அவன் காதலித்திருக்க வேண்டும். அவனோ பின் மண்டையில் கொக்கு முடி சூடிய ஒரு பெண்ணைக் காதலித்தான். கொக்கு முடியைப் பற்றிச் சொல்வதென்றால் - அதை நீங்கள் எளிமையாகப் புரிந்துகொள்ள ஒரே வழி நீங்கள் கரகாட்டம் பார்க்க வேண்டியதுதான். வெள்ளை நிற நார்களால் விசிறி வளையமாகக் கோக்கப்பட்டு கரகமாடும் பெண்கள் அதை ஆட்டநேரத்தில் அணிந்து வருவார்கள். பார்த்தவுடன் கோதத் தூண்டும் கவர்ச்சியுள்ள அது எம்.ஜி.ஆர் தொப்பியின் நிறத்திலிருக்கும்.

காத்தசாமி பாளையத்தை ஊராரும் அவர்களது உறவாரும் அழைக்கும் பெயர் காச்சாம் பாளையம் என்பதாகும். பெயருக்குக் காரணமான 'காத்தசாமி' ஊருக்குக் கிழக்கு ஓரமாக, ஒரு காட்டு வேலிக்கு மேற்குப்புறமாக இருக்கிறது. அதன்

வழங்கு பெயர் 'வைத்தியனார்'. சில நூற்றாண்டுகளுக்கு முன் ஊரின் தொடர் சாவுகளைத் தடுத்து நிறுத்திய பெருமகனாராக அந்தத் தெய்வம் இருந்திருக்க வேண்டும். அதெல்லாம் காவல் தெய்வ ஆராய்ச்சி மேற்கொள்ள வேண்டியவர்கள் கவனிக்கவேண்டிய அம்சம். தெய்வங்களால் நிவர்த்திக்க முடியாத சீக்கு காதல்தான். காதல் தெய்வம் ககனப் பெருந்தெய்வம். வைத்தியனார் கோயில் திருவிழாவின்போது பாலனுக்குக் காதல் வந்தது.

கடும் கோடைப் பருவம் அது. 'இப்படிக் காந்துதே அடங்கப்பா' என்று ஊரின் தலைவாசலில் அமரும் பெருசுகள் வியந்துகொண்டும் வியர்த்துக்கொண்டும் இருக்கிற காலம். அவர்களிடம் அப்போது காதலைப் பற்றிக் கேட்டால் கடும் வசவுகளாலேயே மன்மதனை இரண்டாம் முறையாக எரித்துவிடுவார்கள். பாலன் இருபது வயது இனிய இளமையிலிருந்தான். உடம்பும் நரம்பும் காதலை வேண்டுகிற நிலைமையிலிருந்தான்.

இரவு கறுமை பூண்டதில் கோடை வெப்பம் கொஞ்சம் தணிந்திருந்தது. மாரியம்மனாகட்டும் வைத்தியனாராகட்டும் விசேஷத்தின் போது கலை நிகழ்ச்சிகள் நடப்பது தலைவாசலில்தான். காலையில் சுலோ சைக்கிள் ரேஸ், கரண்டிக் கம்பியைக் கவ்விக்கொண்டு ஏந்து முகப்பில் எலுமிச்சங்கனியை வைத்துக்கொண்டு பெண்கள் ஓடுதல் ஆகியன அங்கே முடிந்திருந்தன. மத்தியானத்துக்கு மேல் மஞ்சள் தண்ணீர் இறைத்து முறைகாரர்களின் மேல் கறையையும் அக்கறையையும் ஒருசேரக் கவிழ்க்கிற நிகழ்ச்சிகள். அதே தலைவாசல் திடலில் இரவு கரகாட்டம்.

பெரியகுளத்திலிருந்து ஆடுவதற்கும் தஞ்சாவூரிலிருந்து ஊதுவதற்கும் ஆட்கள் வந்திருந்தார்கள்.

"ஆடறதுக்கும் தஞ்சாவூரிலிருந்தே ஏற்பாடு பண்ணீருக்கோணும்" என்பது ரசனை விற்பன்னர்களின் கருத்தாயிருந்தது.

'பெரியகுளத்தின் ஒரு காதல் மீனாகி 'காத்தசாமி

பாளையத்து இளைஞன் ஒருவன் திளைக்க வேண்டுமென்பது விதியாயிருந்தால் யார் மாற்ற முடியும்.

பதினாறு வயது அளவிடத்தக்க பதினைந்தரை வயதே ஆன ரஞ்சிதம் ஆட்டத்தின் மூன்றாவது ஆட்டக்காரியாக ஆடுவதற்கு வந்திருந்தாள். அவளை பாலன் பார்த்தான். எல்லோருக்கும் வீசுகிற பார்வையைத்தான் பாலனுக்கும் அவள் வீசினாள். பலன் வேறாயிருந்தது. அன்றைக்கு சூரியன் சந்திரனைச் சுற்றி பரிவேஷமிட்டிருந்தது. வடக்கே மின்னல் காணப்பட்டது. என்றபோதும் சுபிட்சமழை ஏதும் வருஷிக்கவில்லை. மாறாக ரஞ்சி பாலனின் மனதுக்குள் உட்கார்ந்து மழையடித்தாள்.

வளையஞ்சுற்றி வருகையில் பார்வையாளர்களைப் பார்த்து ஒரு புன்னகை பூத்துவிட்டு லயம் கெடாமல் பார்வையை மாற்றிக்கொள்ள வேண்டுமென்பது ஆடுகிறவர்களுக்கு முதல்நிலைப் பாடமாகும். இது பாலனுக்குத் தெரிந்திருக்க வாய்ப்பில்லை. பார்க்கின்ற பார்வையெல்லாம் பரிபூரணமாகத் தனக்கேயானது என நினைத்தான். அவன் அறிந்திராத பகுதிகளிலிருந்து குமிழிகள் கிளம்பி நெஞ்சை நிறைத்தது. பக்கத்திலிருப்பவர்கள் பேசுகிற சத்தம் காதுக்கு அரை அடி முன்னமே நின்றுபோய் ரீங்காரமாக மட்டும் கேட்டது. அது காதலருவி அன்பைப் பிரமாண்ட தாரையாகப் பொழிவதன் எதிரொலியாகும்.

அந்த ஒரு இரவுக்குப்பின் திடீரென அவன் வாழ்வில் அவள் இல்லாது போனாள். இது எதிர்பார்க்கக்கூடிய ஒன்றே. ஆடுவதற்கு வருகிற ஊரிலெல்லாம் அவள் வீடுகட்டி வாழ்ந்துகொண்டிருக்க முடியாது. இதில் எதிர்பாராத ஒன்று நிகழ்ந்தது - பாலன் பழனிக்காவடிக்குப்போனது. பாலனின் தாய்மாமனின் ஊர் சீலம்பட்டி. அவனது ஊரிலிருந்து வடமேற்கு முகமாகப்போனால் ஐந்து மைலுக்குள் வரும். பங்குனி உத்திரம் தவறாமல் பழனிமுருகனுக்கு, பாதங்கள் வலிக்க காதவழி நடந்து போவார்கள். அதில் சில வருடங்களில் வாய்ப்புக்கிடைத்தால் பாலனும் போவான்.

காவடி போகும் வழியெல்லாம் இளைப்பாற்றுத் தலங்கள் ஏராளம் உண்டு. வருங்காவடிகளுக்கு உணவிடுவதாக நேர்ந்தவர்

உணவிடுவர். காப்பி தர நேர்ந்தவர் காப்பி தருவர். இப்படி வகைகளுக்குத் தக்கபடியும் நேரகாலங்கள் அனுசரித்தும் சீலம்பட்டிக் காவடியார் ஏற்பாடு செய்து உடனழைத்துப்போகிற கரகாட்டக்குழு ஆடிவிட்டுச் செல்லும். வைகாசியில் சந்தித்த ரஞ்சிதத்தை ஆண்டு முடியும் தறுவாயில் மறுபடியும் சந்தித்தான். அவனது பருவத்தில் மறுபடியும் கோடைவந்தது. கோடையில் அவள் குளிரோடை, வாடையில் அவள் போர்வை எனத் தன்னுள் மூழ்கிக் கண்டுபிடித்தான்.

ஓரத்துப்பாளையத்தில் அவள் ஆடும்போது பழைய பரவசத்தை எய்தினான். முக்கால் வருடம் வயது கூடியதன் காரணமாக எல்லோரையும் பார்க்கும் பார்வைதான் நம்மைப் பார்க்கும் பார்வையும் என்பதையும் மிக சீக்கிரமாகவே உணர்ந்து வருந்தினான். அவளைக் கவனமீர்ப்பதான முயற்சியில் இறங்கி, அடுத்த ஆட்ட நேரங்களில் புன்னகைகளைத் தவழவிட்டான். இப்போது அவளது பார்வை அவன்மீது துல்லியமாக இரண்டு வினாடிகள் நிலைத்தது. ரஞ்சிதம் தலையிற் சுமந்த பித்தளைக் கலசத்தின் மீதிருந்த கிளி ஆடும் ஊர்களில் எல்லாம் திசைகளையும் துழாவியது.

அந்தச் சுற்றுப் பக்கத்தில், வெள்ளிக்கருக்க மேட்டில் எப்படியாப்பட்ட காவடியானாலும் அரை மணி நேரமாவது ஆடாமல் போகாது. அந்த வட்டாரத்தினர் கரகாட்டக்காரர்களின் திறன் பார்த்து மதிப்பிடுவது அந்த ஊரின் ஆட்டத்தில் வைத்துத்தான். பகலிலே ஆடினாலும் ஒதுங்கியிருந்து பார்க்க பெரிய வேம்பு ஒன்றின் நிழலுண்டு அங்கே. மற்றபடி வழிகாட்டிப் பலகைகளையே பிரித்துப்போட்டாற்போலக் காணுகிற நாற்சந்தியில் ஆட்டம் நடக்கும். அந்த நேரத்து ஆட்டத்தில் சொக்கிய சிலர் அடுத்த ஆண்டுக்கான முன்பதிவை அங்கேயே செய்துவிடுவதுமுண்டு.

பால கிருஷ்ணனின் பிந்தைய வாழ்வு மொத்தமும் பிணையப்பட்டதும் அவ்விடத்தில்தான். ஆடிமுடித்து ஒரு பூந்துவாலையை போர்த்திக்கொண்டு ஜுவாலையைப் போல கதகதத்த அவள் அமர்ந்த இடத்துக்கு அருகிலேயே பாலகிருஷ்ணன் இருந்தான். உலகில் யாருமே தன்னைக்

கவனிக்காத பாவனையோடு கேட்டாள்.

"உங்க பேரென்னா?"

"பாலு... பாலா.. பாலகிருஷ்ணன்."

"நல்லபேரு."

அதற்குப் பிறகும் பழனி போவதற்குள் காவடி எட்டு இடங்களில் தங்கிச்சென்றது. ரஞ்சிதமும் பாலனும் பேசிக்கொள்வதைப் பார்த்தவர்களும் வயதுக்கோளாறு, வாலிப முறுக்கு என்பதாக பேசிச்சிரித்தார்களே தவிர உள்ளூறையைக் கவனிக்கவில்லை. பக்தர்களின் மிதமிஞ்சிய வருகையால் கட்டுண்டிருந்த முருகன் கூட இதைக் கவனிக்கவில்லை.

சித்திரை மாதத்தில் ஒருநாள் பெரியகுளத்தில் பஸ் இறங்கி தேனி செல்லும் பாதையில் பாலன் நடந்தான். அதற்கான இடந்தலைப்படுதல் அவர்களுக்கிடையே, பழனி கந்தவிலாஸ் விபூதிக்கடை முன்னால் நடந்திருந்தது. பெரியகுளத்தில் ரஞ்சிதத்தைச் சந்தித்தான். பின்னும் கும்பக்கரை, குரங்கணி, வைகை அணை, அளந்து வைத்தாற்போன்ற கச்சித அருவியான சுருளி ஆகிய வடிவுடை இடங்களில் சஞ்சரித்தனர்; சந்தித்தனர்.

பாலாவின் பற்றுறுதி கண்டு மலைத்த ரஞ்சிதத்தின் குடும்பத்தினர் அவனுக்கு அவளை மணம் செய்துவைக்க மனம் இரங்கினர். பாலாவின் குடும்பத்தாருக்குச் சொல்லாமல் அந்தத் திருமணம் ஒட்டன் சத்திரத்துக்குச் சற்றே மேற்கேயுள்ள குழந்தை வேலப்பர் கோவிலில் நடைபெற்றது. திருமணம் நடைபெற்ற மாலையோடு பாலன் ரஞ்சிதத்தை காத்தசாமி பாளையத்துக்குக் கூட்டிவந்தான்.

வெட்டுவேன் கொல் குத்துவேன் கொல் என்று குடும்பத்தினர் நிற்கவும்,' ஆனதைப் பாத்துக்கலாம்' என்று சின்னதாராபுரத்துக்குக் குடிபோய் போலீஸ் காலனிக்குப் பக்கத்தில் வீடெடுத்து வசிக்க ஆரம்பித்தான். இல்லந்தோறும் இறங்கும் கேபிள் தொலைக்காட்சிக்கான காசு

வசூலாளனாகிவிட்டான். ரஞ்சிதத்தை கரகாட்டம் ஆடப்போகக்கூடாது என்று சொல்லிவிட்டான்.

"அதுல என்ன தப்பு இருக்கு" என்று கேட்டு வாதிட்டவள் காதல் கொண்ட முகத்தின் கோபத்தை முதன்முறையாகப் பார்த்தாள். வத்தலக்குண்டுவிலிருந்து வந்திருந்த ரஞ்சிதத்தின் பெரியம்மாக்காரி, "இந்த ஒரு ஆட்டம் ஆடிக்குடு..." என்று நயந்துகொண்டிருந்தபோது பாலன் வீட்டில் நுழைந்துவிட்டான்.

"இந்தப் பேச்செல்லாம் பேசற மாதிரியிருந்தா இங்கே வரவேண்டாம்" என்று கூறிவிட்டான். ரஞ்சிதத்தின் பக்கத்து ஆட்களை அவன் மாமா அத்தை என்றெல்லாம் முறை வைத்துக்கூப்பிடுவதில்லை.

பெண் குழந்தை ஒன்று பிறந்தபின் பாலனின் வீட்டார் வந்து போக ஆரம்பித்தார்கள்.

பாலனின் தாயாரை ரஞ்சிதம் அத்தை என்று அழைத்தபோது அவள் போனஜென்மத்திலிருந்தே காதுகேளாதவள் போல முகத்தை வைத்திருந்தாள். பிறகு, 'என்னங்க' என்று அழைப்பதை ரஞ்சிதம் வழக்கமாக்கிக் கொண்டுவிட்டாள்.

ரஞ்சிதத்தின் மகள் ஸ்நேகா, சின்னதாராபுரத்தில் டீச்சர் டிரெயினிங்க் ஸ்கூல் என அறியப்படுகிற பள்ளியில் ஆறாம் வகுப்புப் படிக்கிறாள். நடந்துதான் பள்ளிக்குப் போய்வருகிறாள். வீட்டிலிருந்து ஒரு கிலோமீட்டர் தூரம்வரும். நடையின் இடையில் வானொலி மற்றும் ஒலிநாடாத் தயவுகளால் பத்துப்பாட்டேனும் காதில் விழும். ஒவ்வொரு பாடலுக்கும் அவள் அங்கங்கள் துடிப்பதையும் அவள் தன்னைக் கட்டுக்குள் வைப்பதற்குத் துடிப்பதையும் சிலர் அவதானித்துக் கருத்துப் பரிமாறிக்கொள்கின்றனர்.

ஒவ்வொரு மேகமும் தனக்கென ஒரு வெள்ளிக்கோட்டினை வைத்திருக்கிறது.

ஸ்நேகா இந்த வருடம் பள்ளி அண்டு விழாவில்

தகப்பனுக்குத் தெரியாமல் 'மாங்குயிலே... பூங்குயிலே' பாட்டுக்கு நடனமாடினாள்.

சாதி, மதம், இனம், கண்டம், நாடு, வர்க்கம், வழக்கம். என்னென்னவோ விதமாக மனிதர்கள் பாகுபட்டிருக்கிறார்கள். ஆனாலும் காதலென்பது தலையில் தூக்கிவைத்து ஆடவேண்டிய பொருளேதான்.

வீட்டிலும் தகப்பன் இல்லாத நேரம்பார்த்து மகள் தலையில் சொம்பைத்தூக்கிவைத்துக்கொண்டு ஆடுவதை தாயார் மனமுவந்து ரசிக்கிறாள்.

எம பயம்

தர்மராஜன் என்று பெயர் இருந்தால் கூட எமனுக்குப் பயப்பட வேண்டித்தான் இருக்கிறது. போய்ச் சேர்ந்து விட்டால் தர்ம ராஜ கிரீடம் எதுவும் இருக்காதல்லவா? தர்ம ராஜனுக்கு ஓட்டுநர் தொழில். அரசுப் பேருந்து ஒன்றில் பன்னெடுங்காலமாகப் பணிபுரிந்து வருகிறார். நெடிய உழைப்பின் அத்தாட்சியாக காக்கிச் சட்டைக்குப் பதிலாக பழுத்த நீலத்தில் ஃபேண்ட்டும் வெளுத்த நீலத்தில் சட்டையும் அணியக் கிடைத்தது. டூட்டி முடிந்து அப்படியே கல்யாணம் கருமாதிகளை அட்டென் செய்ய இது சவுகரியமாக இருந்தது. காக்கிச் சட்டையுடன் பொது நிகழ்ச்சிகளுக்குப் போவது போலீஸ்காரர்களுக்குத்தான் சரி என்பது அவரது எண்ணமாயிருந்தது. இதுவரை அவர் கைப்பட வாகனத்தில் மனிதர்களைக் கொல்ல இதுகாறும் எமன் எத்தனித்ததில்லை.

தாராபுரத்துக்கும் கோயமுத்தூருக்கும் இடையே அவரது பயண வழிப்பாதை. தாராபுரம் டிப்போவுக்கு உட்பட்டவர். அவரது வழித்தடத்தில் ஊர்த்தெரு நாய்கள் முதல் ஆடுகோழி வகையிலான பண்டங்கள் வரை அவற்றின் மனநிலை உட்பட அவருக்குப் பரிச்சயமுண்டு. பேருந்தின் காற்றுகூட அவற்றின் மீது படாத வண்ணம் வண்டியைச் செலுத்துவார்.

ஒரே ஒரு தடவை பழனிக்கு அவரை ரூட் மாற்றிவிட்டார்கள். அலங்கியத்துக்கு அருகே அநியாயமாக ஒரு நாய் பின்சக்கரத்தில் வந்து விழுந்து முருகலோக பதவியடைந்தது. அதற்குப்பின் கிளை மேலாளரிடம், "கரூர் போச் சொல்லுங்க. திருப்பூர் போச்சொல்லுங்க. மதுரை போச் சொல்லுங்க. எங்கனா போறேன். பழனி மட்டும் போச் சொல்லாதீங்க." என கட் அண்ட் ரைட்டாகச் சொல்லிவிட்டார்.

கிளை மேலாளரும் ஒப்புக்கொண்டுவிட்டார். இதில் வியப்படைய ஒன்றுமில்லை. ஒரு காலத்தில் அவர் கரூர் - திருச்சி வண்டி ஓட்டிக் கொண்டிருந்தபோது லாலாப்பேட்டையில் டிரைவருக்குக் கை காட்டுகிற சிறுவனாயிருந்தவர்தான் இப்போ பிராஞ்ச் மேனேஜர். அந்த நாட்களில் அவனையும் பதிலுக்குக் கையசைத்து வந்ததற்காக இப்போது நினைக்கப்படுகிறார். முற்பகல் அறியாமலே விதைத்ததும் பிற்பகலில் அறுவடையாய் விளைவதுண்டு. அவன் அவருக்காக தன் வேலையை விடுவதைவிட எதையும் செய்வான். ஓர் அளவுக்குத்தான் கவர்மென்ட். அப்புறம் சென்டிமென்ட்.

நாய் மரணத்துக்கு அப்புறம் குடும்பத்துக்கே வாரண்ட் போட்டுக்கொண்டு அதே பேருந்தில் மைய இருக்கையில் அமர்ந்துகொண்டு பழனி போய் மொட்டை போட்டுக் கொண்டுவந்தார்.

முடியெடுத்த தலை பழைய வடிவத்துக்கு வருவதற்குள் கிளி ரூபத்தில் பிரச்சனை வந்துவிட்டது. டூட்டியில் இருந்து இறங்கி வந்தவர், குண்டடத்தில் அவரது வீட்டில் மதிய உணவுக்குப் பின் ஓய்வாக இருந்தார். ஓய்வை அசை போடத்தோதாக அருகில் இருபத்தைந்து வயது மதிக்கத்தக்க முருகேசன் இருந்தான். உள்ளூரில் ஒரு பயலும் அவனை மதிப்பதில்லை என்பதால், இருபத்தைந்து வயது அளவிடத்தக்க என்றே குறிப்பிட வேண்டும். அவனளவில் வேலைவெட்டியும் கிடையாது வெட்டிவேலையும் கிடையாது. யார் என்ன சொன்னாலும் கேட்டுக்கொள்வான். கேட்டுக்கொள்வான் என்றால் கேட்டுச் செயல்படுத்துவான் என்று பொருளல்ல. காது கொடுத்துக் கேட்டுக்கொள்வான்.

காது கொடுத்துக் கேட்பது எவ்வளவு பெரிய காரியம் என்பது காதுகளால் புறக்கணிக்கப்பட்டவர்களுக்கு நன்கு தெரியும். அந்தப் பெரியகாரியம் யாரும் கற்றுத்தராமலே அவனுக்குக் கைவந்திருந்தது. காதுள்ளவன் கேட்கக் கடவன் என்கிற மத்தேயுவின் வரிகளைக்கூட அவன் படித்ததில்லை.

அதனாலேயே அவனுக்கு இந்தக் கதையில் இடமில்லை. ஆனால் கதை நடந்ததென்னவோ அவனால்தான். ரொம்பவும் யோசித்தால் இந்தக்கதை நடைபெற ஒரு கிளி ஜோசியக்காரனோ, அவனை வைத்துப் பிழைக்கும் கிளியோ, கிளி அலகால் கவ்வும் அட்டையைத் தயாரித்தவனோ, மதுவைக் கண்டுபிடித்த ஒருவனோ, முருகேசனோ தர்மராஜனோ பிறக்கக் காரணமாயிருந்த அவர்தம் மூதாதையரோ இவ்வளவு ஏன்... ஓர் அமீபாவோ கூடக் காரணமாயிருக்கலாம்.

கிளி ஜோசியக்காரனொருவன் தெருவழியே வந்தான். வேட்டி கட்டி மேலாகச் சட்டை போட்டிருந்தான். ஃபேண்ட் போட்ட கிளி ஜோசியக்காரர்கள் இன்னும் கோவை, ஈரோடு மாவட்டங்களில் உருவாகவில்லை. அவர்கள் என்னென்ன அணிந்தாலும் கிளிகள் நிர்வாணமாகத்தான் இருக்கப்போகின்றன என்பதிலும் சந்தேகமில்லை.

கிளி ஜோசியக்காரர்கள் அம்மி கொத்துகிறவர்களைப் போல தொண்டை வறளக் கத்தவேண்டியதில்லை. அம்மி கிடைத்த பின் அவர்கள் சத்தம் நின்று போகும். ஆள் கிடைத்தபின் இவர்கள் சத்தம் தொடங்கிவிடும். இவர்கள் ஆட்கள் விரட்டிவிடாத ஒரு திண்ணையைப் பார்த்து அமரவேண்டும். ஸ்திதி கதிகள் அமைந்து வரும் சாதகங்கள் தென்பட்டால் ரெக்ஸீனை விரித்து அடுத்து சீட்டுகளை விரிக்க வேண்டியதுதான். இதில் விரிக்க இயலாமல் கட்டுப்படுத்தப் பட்டவை, கூண்டும் கிளிகளின் இறக்கைகளும்தான்.

கிளியும் கிளியனும் தர்மராஜனின் வீட்டுத் திண்ணையைப் பார்த்தார்கள். இது நல்லது எனக் கண்டார்கள். தயங்கி அமரும் போதே சந்தர்ப்ப வசத்தால் முதலாம் போணி உருவாயிற்று.

கிளி அலகிலாகவும் கிளிக்காரன் வாயிலாகவும் முருகேசனின் எதிர்காலம் சித்தரிக்கப்படுவதை தர்மராஜன் விரும்பிவிட்டார். வெறும் இரண்டு ரூபாயில் துல்லியமாக இல்லாவிட்டாலும் குத்துமதிப்பான எதிர்காலம் தெரியப் பெறுவதில் முருகேசனுக்கு மறுப்பு இருக்கவில்லை.

"என்ன மாப்ள! உனக்கு என்னன்னு பாத்துருவமா?" என்று அவர் கேட்டதும் அவன் விரிந்த காதுகளை மேலும் விடைத்துக்கொண்டு "அதுக்கென்ன பாத்தாப் போகுது" என்று தன்தன்மையாகக் கூறிவிட்டான்.

"முருகேசன்கற பேருக்கு சீட்டு எடுப்பா!" என்றார் தர்மராஜன். அவர் கூறியதைக் கேட்கும் போது கிளிஜோசியக் காரனே மூக்கினாலோ வாயினாலோ நெம்பி எடுப்பான் என்பது போலத்தான் தோன்றியது.

ஆனால் உலகம் கட்டளை, கோரிக்கை எதுவாக இருந்தாலும் நூறு சதமானம் அப்படியே அமல் படுத்துவதில்லை. ஜோசியன் பதிலுக்கு கிளியை ஏவினான்.

"முருகேசன்கற பேருக்கு ஒரு சீட்டு எடு ராஜா!" - ஜோசியக்கிளிகள் பெட்டையாக இருந்தாலும் ராஜா என்றுதான் அழைக்கப்படுகின்றன. உடை அணியாதபோதும் ராஜாக்கள் ராஜாக்கள்தான். கிளி மெதுவாக வெளியே வந்து தேவையல்லாத சீட்டுக்களைப் புறக்கணித்துவிட்டு ஏழாம் எண்ணுள்ள சீட்டை எடுத்தது. வள்ளி தெய்வானை உடநின்ற முருகன்.

இப்படியான ஒரு சீட்டு ஒரு பிரம்மச்சாரிப் பயலுக்கு வந்தால் சுற்றிலும் எவ்வளவு கெக்கலிகள் நடக்கும் என்பது நீங்கள் அறிந்ததே. அவனுக்கான பாட்டை ஜோசியன் படிக்கத் தொடங்கும் முன்னரே அங்கே ஏழெட்டுப்பேர் கூடிவிட்டனர். கடைசியில் அவன் முகத்தில் யாரோ கனிந்த தக்காளியைக் கடித்துத் துப்பினாற்போல சிவந்திருந்தது.

தர்மராஜன் அங்கிருந்த ஒவ்வொருவரையும் கிளிக்கு வேலை தரும்படி ஏவிக்கொண்டிருந்தார். காசு இல்லை என்று கூறியவர்களுக்கு தான் ஜவாப்தாரி ஆவதாகவும் பைசாவுக்கு தான் பொறுப்பு என்றும் கடமையாற்றினார். பெரும்பான்மைக்கு பார்த்தும் கேட்டும் முடித்தபின் "ஐயா, உங்களுக்கு பாக்கலியா?" என்று ஜோசியக்காரன் கேட்டான்.

மக்கள் திரள் கிளியின் பக்கம் சாய்ந்தது. தர்மராஜன் மறுப்பதற்கில்லை. பிற்பகலில் விதைத்தது சூரியன் சாயுமுன் அறுவடையாகும் என்று அவர் அப்போது யூகித்திருக்கவில்லை. தர்மராஜன், "பாரு பாரு" என்றார். அப்படிச் சொல்லும்போதே இந்தமாதிரி விவகாரத்தையெல்லாம் தனிப்பட வைத்துக்கொள்ள வேண்டும் என்று அவருக்குத் தோன்றிவிட்டது. கிளியாட்டம் ஆனாலும் சீட்டாட்டம் ஆனாலும் யாரும் எதிர்பாராதவைதான் வந்து சேர்கின்றன. தர்மராஜனுக்கு வந்ததென்னவோ எருமை மேலமர் எமதர்மன். லேசாகச் சிரித்த முகத்துடன்தான் எமனின் படம் இருந்தது. கையிற் சுருட்டிய பாசக் கையிற்றைக் கடந்து எமனின் சிரிப்பைத் தரிசிக்க எல்லோராலும் முடியாது. தர்மராஜனின் அடிவயிற்றுக் குடலின் மீது வீசிப்போட்ட பாசக்கயிறு விழுந்தது. திடுக்கிட்டார் துணுக்குற்றார். கிளிஜோசியனோ தன் பாட்டு மொழியால் கிலிக்கு வலுச்சேர்த்தான்.

"வண்டி வாகனத்துலோ, வழித்தடத்துலோ, வலது பக்க எடது பக்கமோ, வாசப்படியுலோ ஐயா ஒரு கண்டமிருக்குதய்யா கண்டமிருக்குது..."

கண்டமெனச் சொன்னவனுக்கு காசு கொடுத்து அனுப்பினார். கூட்டமும் கலைந்தது. மறு வினாடியே சீக்குக் கோழி போலக் குக்கினார். கிளைக்கு தொலைபேசியில் பேசி, இரண்டு நாள் விடுப்பு கேட்டார். கேட்டதும் கிடைத்துவிட்டது. கால்மணி நேரம் அங்குமிங்கும் உலாத்தினார். அவரது குடும்பம் தலைவனின் சொல்லுக்கும் உணர்வுகளுக்கும் கட்டுப்பட்டது. தனிமை வேண்டிய சந்தர்ப்பங்களில் அவர் மாடியறையை ஆக்ரமித்துக்கொள்வார். யாரும் தலையிட மாட்டார்கள். மூக்கை நீட்ட மாட்டார்கள். அவர் ஏதாவது கீழ் நோக்கிக் குரல் தந்தால் குடும்பத்தாரின் கைகள்மட்டும் உதவி செய்யும்.

மதுக்கடைக்குச் சென்று ஒரு ஆஃப் குப்பியை வாங்கிக்கொண்டு வந்து மாடியேறினார். போதையின் வழித்தடம் வீறுகொண்டு பயணப்பட்டது. மன வெளியில்

மிருகலோகத்திலிருந்து தேர்ந்தெடுக்கப்பட்ட நாயும் எருமையும் அலைந்தன. தொடர்ந்து சுற்றி அவரை தத்துவ ஏரியாவுக்கு அழைத்துச்சென்றன.

நாய்கள்தான் அதிகம் அடிபட்டுச் சாகின்றன. எருமைகள் எங்காவது அடிபட்டுச் சாகின்றனவா?... ஹாங் இப்பொழுது புரிகிறது. எருமை ஏன் எமனுக்கு வாகனமாக இருக்கிறதென்று. நிதானம் வேண்டும் நிதானமிருந்தால் விபத்தில்லை.

தனக்குள் முகிழ்த்த தத்துவத் தெறிப்பு கண்டு மகிழ்ச்சியுற்று இருக்கையில் பக்கத்துவீட்டு வேங்கடசாமி மாடிநோக்கி வந்தார். நிதானங்கடத்தலின் தருணங்கள் இனிதாகத் தொடங்கியது. ஆஃபில் கால்வாசியை வேங்கடசாமி குடித்தார். ஆகவே இருவருக்கும் இப்போது அடுத்த சுற்று அவசியமெனப்பட்டது. அதிலும் கூடுதலாக வேங்கடசாமி மில் சிஃப்ட் முடிந்து வந்துவிட்டார். இனி நாளைக் காலைக்குள் அவர் தெளிவடைந்தால் போதுமானது. தர்மராஜனுக்கு இரண்டு நாட்களுக்கு விடுப்பு. தர்மராஜனிடம் குடிவாங்கக் காசு இருக்கிறது. ஆழத்தில் பயமிருக்கிறது. நீரோட்டத்தில் தெம்பும் தன்னம்பிக்கையும் இருக்கின்றன.

"இருப்பா... நானே போறேன். பஸ்ஸ எம்பதுல ஓட்டற ஆளு நானு. ஆப்பே முடியல... நம்மள என்ன பண்ணீரப் போகுது" என்று படிகளில் ஃபஸ்ட் கியரில் இறங்கி மதுக்கடை நோக்கிப் போனார். அடுத்த ஆஃப். அதில் குவார்ட்டரை முடித்துவிட்டு வேங்கடசாமி வீடு சென்றார். போவதற்கு முன், "உன் சர்வீஸ் என்ன? உன் டிரைவிங் என்ன... அதெல்லாம் ஒன்னும் ஆகாது பாத்துக்கோ..." என்று கூறிவிட்டுச் சென்றார்.

தர்மராஜன் அன்றைக்குக் கொஞ்சூண்டு சாப்பிட்டுவிட்டுப் படுத்த மப்புத்தூக்கத்தில் ஒரு எருமையை ஓட்டினார். எருமையின் மீது அவர் இருந்தார். எருமைக்கு கொம்பு இருக்கும் இடத்தல் ஸ்டியரிங் இருந்தது. மறுநாள் காலை அது நினைவிலும் இருந்தது. அந்த நினைவுவேறு மாற்றே இல்லாமல் மதுக்கடைக்கு ஏவியது. எட்டாவது

ஆளாக அன்று காலையில் மதுப்புட்டி வாங்கினார். இரவு கடை அடைபடும் நேரத்திலும் காலை திறப்பு நேரத்திலும் மதுக்கடைகளின் முன்னால் நாய்கள் அலையும் என்பதும் நாம் அறிந்ததே.

தத்துவ ஓட்டங்கள் பிரேக் அறுந்த வண்டிமாதிரி ஓடிக்கொண்டிருந்தன. வேங்கடசாமி எப்போ வருவான் என்றிருந்தது. ஆலைச் சங்கு மாதிரி முந்தைய நாளின் அதே நேரத்துக்கு கண கச்சிதமாக வேங்கடசாமி வந்து மாடிமிசை ஏறினார்.

விடைபெற்றுப் போவதற்குமுன் அவர் சொல்லிச் சென்றது, "யாருக்குத்தான் ஆக்சிடென்ட் நடக்காது... அட நடக்காததே நடக்குதுன்னு வெய்யி.. நம்ம என்ன பண்ண முடியும்."

மறுநாள் தர்மராஜன் எட்டாவது ஆளாக ஆளாக மதுக்கடையில் நிற்கவில்லை. முந்தைய நாளின் சோர்வு அதற்கு இடந்தரவில்லை. அவ்வளவுதான் அவரது தெருவிலேயே வசிக்கும் ஐந்தாம் வீட்டு நாச்சிமுத்து.. "குடிச்சா உன்னையாட்டம் குடிக்கணுமய்யா... பாரு... நாங்க இந்த நாத்தம் புடிச்ச எழவ இதே நாத்தம் புடிச்ச எடத்துல வச்சுக் குடிச்சுக்கிட்டு இருக்கறோம்" என்றார்.

தர்மராஜனுக்கு தான் குடிக்கிற விதம் பற்றி பெருமையாகவும் மிதப்பாகவும் இருந்தது. அந்த நாளில் சற்று தாமதமாக வந்த வேங்கடசாமியிடம்," ஏம்பா உனக்கு கரெக்ட் டயத்துக்கு வரத் தெரியாதா?" என்று கேள்வி கேட்டார்.

தர்மராஜனின் விடுமுறை மேலும் இரண்டு நாட்கள் நீடித்தது. இந்த விடுமுறையை கிளைமேலாளரே ஃபோன் பேசி ஊர்ஜிதம் செய்து கொண்டார்.

தர்மராஜனுக்கு உணவின் அளவு குறைந்து திரவ ஆதாரத்தில் நிற்கும் துணிச்சல் மிகுந்துகொண்டிருந்தது.

மறுநாள் நாய்களும் ஓய்ந்திருக்கும் மட்டமத்தியானத்தில் தர்மராஜனின் மனைவி லோகநாயகி மாடிப்படி ஏறி வந்தார்.

“உங்கூடத்தான் அந்த ஆளும் குடிக்கிறான். ஒரு நாளாவது லீவு போட்டானா... பாத்தியா...” எனத்தொடங்கி வசவு உரித்தெடுத்தாள். கடைசியாக, “எமன் எங்கேயும் இல்லய்யா... இங்கதான் இருக்கான்” என்று பாட்டிலை வலது காலால் எத்தி உடைத்தாள். பாசக்கயிறு வேலையைக் காட்டிவிட்டது.

அந்த சாயங்காலம் வேங்கடசாமி ஏமாந்தார். மறுநாள் தர்மராஜன் வேலைக்குப்போனார்

இச்சைகள் நிறைவேறா விதம்

மாலை வேளையும் மங்கிக்கொண்டிருந்த நேரம் அது. சாலையின் ஓர் ஓரமாக சீமைக்கருவேல முட்களை உரசிக்கொண்டு கார் நிற்கிறது. எங்களுக்கு. எங்களே எங்கள் குடும்பத்துக்குச் சொந்தமான கார். ரிப்பேரோ, பஞ்சரோ ஆகிவிட்ட அதை குடும்ப சமேதமாகத் தள்ளிக்கொண்டு மறுபுறத்துக்கு வந்து சேர்த்தாகிவிட்டது. மறுபுறத்தில் பழுது நீக்கும் கடை ஒன்று இருக்கிறது. புளிய மரம் ஒன்றைத் தழுவி, தென்னங்கீற்றுகளால் சுவரும் விதானமும் வேய்ந்து, டயர்கள், கிரீஸ் வாடை, உருளை வடிவ கம்பிக் கட்டுக்குள் அடைபட்ட குண்டுபல்பின் ஒளி யாவும் விரவி நிற்கிற மெக்கானிக் ஷாப்.

காரினை பழுது நீக்குமாறு நான் ஒருவனிடம் கேட்டுக் கொண்டதும். முன்னமே வந்து நிற்கிற பேருந்தினைச் சரி செய்துவிட்டு முடித்துத் தருகிறேன் என்று அவன் முன்னே நகர்கிறான்.

பேருந்துச் சரியாக்கத்தில் நானும் அவனுக்கு உதவ இயலும் என்று தோன்றி, அவனோடு சேர்ந்து பின் சக்கரத்துக்கு அருகில் குனிகிறேன். ஒத்து நாகஸ்வரக் காரனுடைய ஒத்திசைவு அந்தக் குனிவில் இருந்தது.

மினிபஸ்ஸா, பஸ்ஸா என அறுதியிட முடியாத அம்சத்தில் இருந்தது அந்த வாகனம். அதன் பின் சக்கரத்துக்கு - கவ்விப் பிடித்து இருந்தவை நான்கே நான்கு போல்ட்கள்தான். இந்திய இயந்திரவியல் - இயங்கூர்திகளை அறிந்தவர்கட்கு இது திகில் கதையைப் போலத் தோன்றக்கூடுமாகையால் இவ்விடத்து ஓர் அரிய உண்மையைக் கூறக் கடமைப்பட்டவனாகிறேன்.

சமீபத்தில் வெளியாகியிருக்கும் மலிவுவிலை காரும், அதையொட்டி என் மனையாட்டியுடன் நடத்திய

உரையாடலும் இப்படி ஒரு கணவிற்கான அகத்தூண்டலை உண்டாக்கி இருக்க வேண்டும்.

மற்றபடி ஃபிராய்டுகள் தோன்றியிருக்காவிடினும் கனவுகள் மனித வழக்கத்தில் தோன்றியிருக்கும்தானே? மெக்கானிக் பையன் வெளிமுனையில் துளையுள்ள ஸ்பானரை போல்ட்டில் இருத்திப் பிடிக்க, துளையில் கடப்பாரையைச் செருகி நுழைத்து நான்போல்ட்டை சுழற்றிக் கழட்டுகிறேன்.

பேருந்துச் சீராக்கத்தில் இயன்றதைச் செய்தவன் அதனுள்ளே ஏறினேன். மனைவி, குழந்தை, கார் ஆகியோர் கனவுக்கும் காத தூரமுள்ள அகால வெளியில் சுழன்று மறைந்திருந்தனர்.

பேருந்தினுள் ஞானசேகரி இருந்தாள். சுருள்முடி கொண்ட அருள் வடிவினள். அத்தை மகள்.

குழந்தை மணவாளனுள்ள தற்கால வரலாறு மேலெழாமல் குமரிப் பருவத்தினளாயிருந்தாள்.

"ஒரு காப்பி சாப்பிடலாம் வாயேன்" எனவும், இருவரும் பேருந்தில் இருந்து இறங்கினோம்.

இப்போது அந்த இடம் ஒரு ஓட்டல் போலவோ அல்லது புற நகர் முச்சந்தி போன்றதோ ஆன தோற்றம் கொண்டு விட்டது.

நானும் ஞானாவும் ஒரு தேநீர்க் கடையை நெருங்கினோம். பஜ்ஜிகள், போண்டாக்கள், பாய்லர் அனைத்தும் ஆவி பறந்து கொண்டிருக்க, ஒரு மார்கழிக் காலை அங்கே மிதந்தெழுந்தலைந்தது.

"பஜ்ஜி சாப்பிடலாமா?" என்றாள் ஞானசேகரி. நான் காதலிக்காத, என்னைக் காதலிக்காத அத்தைமகள்.

விழிப்பு வந்துவிட்டது. மெய் விழிப்பு, மெய்யான விழிப்பு, நள்ளிரவில் விடிவிளக்கொளியில் வீட்டுப் படுக்கையில் என் நிராதரவான விழிப்பு.

எச்சில் விழுங்கினேன். இயல்பூக்க நிகழ்வோ, தாகமோ,

மூத்திர உணர்ச்சியோ எதுவும் இல்லை. எப்படித்தான் இந்தக் கனவு கலைந்தது? சுய வெறுப்பு மிகுந்தெழுந்தது.

என்ன பாவமடா செய்தோம்? ஒரு டீ குடித்து, பஜ்ஜி தின்னவும் வக்கில்லையா" என மனம் துடித்தது.

விடியும் வரை துக்கித்து யோசித்ததில் படாரென பொறி தட்டியது.

ஞானா, 'பஜ்ஜி சாப்பிடலாமா?' எனக் கேட்டதும் அவளது கேள்விக்கு ஒப்புதலாகத் தலையை ஆட்டிச் சம்மதம் தெரிவித்துருக்கிறேன்.

அந்தத் தலையாட்டலில்தான் அடியேன் முழித்துக் கொண்டது. எனக்கே எதிராக கோஷத்தை எழுப்பினேன்.

"கனவில் எப்படி நடந்து கொள்ள வேண்டும் எனத் தெரியாத மூடா! உனக்கெல்லாம் பஜ்ஜி ஒரு கேடா?"

பேய்களின் ரேஷன் அட்டை

சந்தை நாளின் சந்தடி அதிகமாக இருந்தது ஊரில். நேரம் மாலை மூன்று மணி. வீட்டின் முன்னால் நின்றிருந்த என்னிலிருந்து பேருந்து நிறுத்தம் நூறடி தொலைவிலிருந்தது. கிழக்கே வண்டி ஏறுகிறவர்களுக்கு நிற்கக் கூரை இருந்தது.

அந்தக் கூரையிலிருந்து வந்த பாட்டு ஆண்குரலுடையதாக இருந்தது. நாட்டுப்புறப்பாட்டு. அந்தக் குரலிலும் கவியிலும் முற்காலத்து ஆண்மகன் அத்தை மகளை விளித்துக் கொண்டிருந்தான். குரல் வசீகரித்து அருகில் சென்றபோது நடு இருக்கைக்கு பின்பக்கத்தில் ஒரு பெரியவர் அமர்ந்து பாடிக்கொண்டிருந்தார்.

நண்பன் வெங்கடேசனின் காரில் அமர்ந்த வாக்கில் இரண்டுபேர் ஏற்கனவே அதில் கவனமாக இருந்தார்கள். நானுமவர்களோடு சேர்ந்தமர்ந்தேன். கேட்க ரசமான பாடல்களை முழுமையாகப் பாடாமல் துண்டுதுண்டாகப் பாடினார். பாடி முடித்தபின், "உங்க பேர் என்னங்க?" என்று வினவியதற்கு பதில் இப்படியிருந்தது.

"கோழிக்காரன். நம்ம சந்தைலதானுங்க ஏழெட்டு வருஷமா கோழி வித்துக்கிட்டிருந்தேன். இப்பத்தான் விட்டுட்டேன்..."

"சொந்த ஊரு?"

"புளியம்பட்டி."

ஆவலாக விசாரித்த என்னை திடீரென சைகையால் அழைத்து அவரருகில் தரையில் அமருமாறு பணித்தார். எனக்கும் அப்படி ஆசை மேலிட்டாலும், "உள்ளூர்ல எல்லாரும் பாப்பாங்க. வேண்ணா இன்னம் கொஞ்சம் கிட்ட உக்காந்துக்கறேன்" என்று கார் கதவைத் திறந்து சீட்டின் கீழ்

அமர்ந்து. கால்களைத் தரையில் வைத்தேன். தொடு தூரத்துக்கு வந்துவிட்ட என்னை கோழிக்காரர் நெருங்கி வந்து வலது கையைப் பிடித்துக்கொண்டார். ரேகைகளை நீவினார்.

"என்னய்யா பண்றீங்க?"

"மாயவன் உங்களுக்கு ஏதாவது சொல்லணும்னு உத்தரவு கொடுத்திட்டான்."

அப்போது தளர்வுற்றிருந்த தனக்கு, அவரது கூற்றும் வருங்கால வாக்குகள் குறித்த எதிர்பார்ப்பும் அவசியமாக இருந்தன.

"சரி. சொல்லுங்க!"

சகோதரம், சந்தானம் முதலான விவரங்களை ஊகவடிவில் கூறி, ஊர்ஜிதமான முடிவுகளைக் கடைசியில் தெரிவித்தார்.

"இப்பத்திக்கு உங்க பொழப்பு தானத்துல தான் ஓடுது."

வள்ளல் என்கிறாரா எனக் குழப்பம் வந்து, "என்ன சொல்றீங்க?" என்றேன்.

"இது புரியலயா! பொழப்பே மத்தவங்க தர்ற தானத்தை வச்சுத்தான் ஓடுது"

ஒப்புக்கொள்ள எனக்குத் தயக்கம் இருக்கவில்லை.

"இப்ப இப்படி ஓடுனாப் பரவாயில்ல. காலத்துக்கும் இப்படித்தான் ஓடுமா?"

"கவலப்படாதீங்க. கார்த்திகைக்கு மேல நல்லா இருக்கும்!"

"என்ன மாதிரி வேல கிடைக்கும்?"

"நீங்க விரும்பற மாதிரித்தான்."

"நான் விரும்பறது சுத்திக்கிட்டிருக்கறதத் தான். அதுசரி... காசு குடுத்தா வாங்கிக்குவீங்களா?"

"உம். பின்ன? உங்களுக்கும் வாக்குப் பலிக்கணுமல்ல..."

பத்து ரூபாய்த்தாளை எடுத்து நீட்டி சாதகக் குறிப்புகளுக்கு

முற்றுப்புள்ளி வைத்தேன். மற்றவை நோக்கிப்பேச்சுத் திரும்பியது. "காத்துக் கருப்பு வேலையெல்லாம் கூடத் தெரியும். ஆனா நல்ல காரியத்துக்கு மட்டுந்தான் பண்றது. கல்யாணம் ஆகிரொம்ப நாள் குழந்தை இல்லாதவங்க யாராவது இருந்தா சொல்லுங்க..."

"என்ன பண்ணுவீங்க... குழந்த வாங்கித் தந்துடுவீங்களா?"

"ஆமாங்க. ஆனா எம்மேல நம்பிக்கை வைக்கணும்!"

எதிர்பாராத விதமாகத் தொழில் ரகசியத்தை என்னிடம் பகிர்ந்து கொண்டார்.

"ஒண்ணும் பெரிய செலவு கிடையாது. ஒரு பொங்க வச்சாப்போதும். மேற்கொண்டு அவங்க சத்துக்குத் தக்கன நமக்குக் கொஞ்சம் காசு... அவ்வளவுதான்!"

"பொங்கல் எங்க வைக்கிறது?"

"சுடுகாட்டுலதான்."

"என்ன சொல்றீங்க?"

"அங்கதானுங்க. நைட்டுப் பன்னண்டு மணிக்கு."

"சரியாப்போச்சு..."

"இதுல பயப்படறதுக்கு ஒண்ணுமில்ல. அந்தப் பொண்ணு தனியா வரவேண்டியதில்ல. அம்மா, அப்பா, அண்ணந்தம்பி ஆர வேண்ணாலும் கூட்டிக்கிட்டு வரலாம். புதூ மண்பானைல பொங்க வைக்கணும்."

"பொங்க வச்சு சுடுகாட்லயே சாப்டுட்டு வந்திரணுமா?"

"அதெல்லாங் கிடையாது. சட்டிய அங்கியே வச்சிடணும். அந்தப் பொம்பளப் புள்ள கதறி அழணும்."

"அழணுமா?"

"ஆமா. அங்க ஆவியா அலையறவங்க எத்தன பேரு இருப்பாங்க. அவங்கள்ல எத்தனநல்லவங்க இருப்பாங்க. அதுல யாராவது ஒருத்தரு... அவங்களுக்கு அந்தப் பொண்ணு அழறது

கேக்காதா? அவங்க மனசு வச்சாப் போதும். குழந்தை கிடைச்சுடும்?"

ஒரு நள்ளிரவில் பிணக்காட்டில் அழும் மலட்டுப் பெண்ணின் சித்திரம் மனதுக்குள் ஆடியது.

கோழிக்காரருக்கு மனைவி இறந்து இரண்டு ஆண்டுகள் ஆகின்றன. அது முதல் இதுவரை தன் கையால் பொங்கியும் கடைகளில் தின்றும் வாழ்ந்து வருகிறார். இரு மகள்களுக்குத் திருமணம் கட்டியாகிவிட்டது. ஒரே மகன் ஈரோடு அருகில் ஓர் ஊரில் தறி ஓட்டிக்கொண்டு மனைவி குழந்தையுடன் வாழ்கிறான். சொந்தக்காரப் பையன் எங்கள் ஊர் மதுக்கடையில் வேலை பார்க்கிறான் என தன்வரலாற்றின் பகுதிகளை எடுத்தியம்பிக் கடைசியாக, "இப்ப நமக்கு இருக்கறது இந்த வாகனம் ஒண்ணுதானுங்க..." என்று பத்தடி தூரத்துக்கு அப்பால் படுத்துக்கிடந்த மிதிவண்டியைக் காட்டினார்.

"இனி வெய்யில் இறங்கத்தான் போகணும்."

அவரது கூற்றில் பொருள் இருந்தது. வெயில் இறங்க வேண்டியது முக்கியம். அதைவிட முக்கியம், தாழ்ந்து கிடந்த அவரது கண் ரப்பைகள் மேலேற வேண்டியதும்.

"ஏய்யா... கவர்மென்ட்டுக்கு எழுதிப்போட்டு ஓல்ட் ஏஜ் பென்சன் வாங்கலாமல்ல. கொஞ்சம் செலவுக்கு ஆகும்."

"அது முடியாதுங்க. நம்ம மகன் பேரு அட்டைல இருக்குது."

"அவரத் தனியா அட்ட வாங்கச் சொல்லலாமில்லயா?.

"நம்ம பையனுக்கு அப்படி அலஞ்சு திரிஞ்சு வாங்கற அளவுக்கு விவரம் பத்தாதுங்க. இருக்கற ஊர்லயே இன்னம் கார்டு வாங்காமத்தான் இருக்கான். ஒரு பக்கமுமே பேர் இல்லாம, வர்ற காலத்துல ஆத்திர அவசரத்துக்கு என்ன பன்றது. நானும் தனியா அட்ட வாங்கிறலான்னு மணியார்றப் பாத்தேன். நாலு நடை அலையைவிட்டாரு. சரி, நமக்கு எழுத்து அவ்வளவுதான்னு கம்முனு இருந்துளட்டேன்."

"என்னமோ ஒரு பத்து நானூறு கிடைச்சா செலவுக்கு ஆகும்னு சொல்றது தான்."

"அது வேணாங்க. மாணிக்கமாட்ட ஒரு பையனயும் ஈத்துப் பேத்துகளையும் வச்சிக்கிட்டு, யாருமில்லைன்னு சொல்லி அந்தக் காசை வாங்கித்தான் என்ன பண்ணப்போறோம்..."

அவர் இப்படிச் சொன்னபோது சுடுகாட்டில் நள்ளிரவுப் பூஜைகள் நடத்திக்காட்டுகிறவர் மாதிரித்தான் என்று தோன்றியது.

நான்விடை பெற்றுக் கிளம்பி வீட்டுக்குப் போய்விட்டு அந்தியும் மயங்கியபின் முன்னிரவில் வந்து பார்த்தபோது அவர் உடம்பில் மண் அப்பியவாறு உறங்கிக் கிடந்தார். சைக்கிள் பதினைந்தடி தூரத்துக்கு விலகியிருந்தது.

உப்புக் கடலைக் குடிக்கும் பூனை

கல்தூண்கள் நட்டு, கம்பிவேலி இட்ட இரண்டு ஏக்கர் பரப்புக்குள் உலகத்தின் தாவரங்களை எல்லாம் வளர்க்கும் முஸ்தீபின்ளள மாமனார் இருக்கிறார். பாப்ளார், பேரீச்சை போன்றவற்றை அவர் பார்த்திராததால், அவ்வகை இனங்களைத் தென் மேற்குப் பருவக் காற்று வீசும் இந்தப் பரப்பில் அவர் முயற்சிக்கவில்லை.

மண் அனைத்தையும் பச்சையாகப் பூக்கவைக்க நீரும், மின்சாரமும், சோறும், சுடுகுழம்பும், விதைகளும் சில தளவாடங்களும் அவருக்குப் போதுமானவை. அவரோடும் அத்தையாரோடும் என் சிறுமகள், சிறு கிராமத்தின் அத் தோட்டத்தில் வசித்து வருகிறாள். முளைத்து வரிசைகொண்ட முதற் பற்கள் இன்னும் விழ ஆரம்பிக்கவில்லை அவளுக்கு.

மகளைப் பார்க்கவென்று பெருநகர் நீங்கிப் பேருந்து ஏறி, வண்டி தாம்பரத்தில் நிற்கையில், அலைபேசி ஒலிக்கவும் எடுத்தேன்.

“அப்பா! பூனைக்குட்டி செத்துப்போச்சு.”

“எந்தக் குட்டி? கருவாச்சி பப்லூவா, மீச வெச்ச தாடிக்காரப் பயலா?”

“ஏம்ப்பா நேத்து வரலேன்னு கேளு. அத விட்டுட்டு நாய் செத்துப்போச்சு, பூன செத்துப்போச்சுன்னு...” என்ற அதட்டலுடன் போனை வாங்கிய மாமனார், “தண்ணி டிரம்முல விழுந்து செத்துப்போச்சு. மாப்ள, பஸ் ஏறியாச்சா?”

“ம். ஏறியாச்சுங்க மாமா. காலைல வந்திடறேன்” என்று தொடர்பைத் துண்டிக்கையில், பேருந்து நகர்கிறது. எனது

நோவாப் படகு குலுங்குகிறது. இல்லத்தரசி அதிகம் சம்பாதிக்கும் திட்டத்திலும் திடத்திலும் ஆகாய விமானம் ஏறிய பிறகு, மாமனாரின் வீட்டுக்கு மகளும் நானும் வந்தோம்.

"பாப்பாவை எங்க ஊர்ல படிக்கவெச்சிடலாமே?" என்று நான் சொன்னதற்கு மனைவி அரை மணி நேரம் உரையாற்றினாள். அதன் சுருக்கம், "உங்க ஊர்ல நீ வளர்ந்து சாதிச்சதெல்லாம் பாத்தாச்சு. அவளாவது வளர்ந்து உருப்படியாகட்டும்" என்பதாக இருந்தது. மறுப்பதற்கான தரவுகள் இல்லாத நிலையில், மாமனார் வீடு வர ஒப்புக்கொள்ள வேண்டி இருந்தது.

கல்நார்க் கூரை வேய்ந்த இவ்வீடு தொலைவிலிருந்து காணுகையில் தேங்காய் கோடவுன் போலவோ அல்லது நாலு தறிகள் ஓடுகிற பட்டறை போலவோ இருக்கும். முகப்பு வாசல் தரை தோடும் மண் விளிம்பில் டேலியா, வாடாமல்லி, ரோஜாச் செடிகளும், கவின் மரங்களும் நடப்பட்டிருக்கும்.

ககன வெளி செய்வித்த காற்றைத் தோட்டத் தாவரங்கள் மெருகூட்டி மேலும் குளிராக்கும் சூழல். அங்கே இரண்டு வாத்துகள், இரண்டு பூனைக் குட்டிகள், இரண்டு நாய்க் குட்டிகள் என இரண்டிரண்டாக இருக்கக்கண்டு - அவற்றின் பாலின வகை பற்றிக் கவலைப்படாமல் - அதற்கு 'நோவா படகு' என்று பெயரிட்டேன். பண்ணையத்தின் பசுமை கண்டு, மாடியில் தோட்டம் போட்ட ஈஜிப்ட் மன்னன் 'நெபுகத் நெசார்' என்ற பேரை மாமாவுக்கு வைத்தேன். அந்தப் பெயர் வைத்ததை ஒரு பிரமிடுக்குள் வைத்துப் பூட்டினேன். நாய்கள், பூனைகளுக்குப் பெயரிட்ட செல்ல மகள் ஒரு பசு மாட்டுக்கு 'லட்சுமி சுதா' எனப் பெயரிட்டாள். கன்றுக்குட்டிக்கு மாமியார் வைத்த பெயர் 'சில்க் சுமித்ரா'.

முதல் நாள் மாமனார் வீட்டில் இரவு தங்க நேர்ந்தபோது, பூனைகளின் இருப்பை வெறுக்காவிடினும், அவை அருகில் வந்து மூசுவதை வெறுத்தேன். அவை படுக்கையில் இடம் கேட்டன. உயர்திணைகள் தொட்டுக்கொண்டு படுத்தாலே உறக்கம் வராது எனக்கு. புரண்டே கிடப்பினும் உறங்கப் போகையில் அவரவர் தனித்தனி.

சிறுமியைத் தாவிக் கழுத்தடைந்த பூனைகள் மெத்தை விதிகளை மாற்றிப் போட்டன. பெரிய முயற்சிகள் மேற்கொண்டன அவை எனச் சொல்வதற்கில்லை. சிறுமி உயர்த்தியும் மடியிட்டும் கொஞ்சும்போது, கால் நகங்களை உட் சுருக்கிக்கொண்டன. பச்சையும் எலுமிச்சையுமாகப் படர்ந்த கண்ணில் வெட்டிய நகக் கீற்றை ஒட்ட வைத்தாற் போன்ற பார்வைப் பீலியை அருகில் வருகையில் அகலமாக்கிக்கொண்டன.

சுட்டு விரலால் தொட்டுப் பொட்டுவைத்த அளவு அவை விரியும். பின்புலத்தின் பலத்தால் ஒளிரும் கருஞ்சுடர்கள் அவை. பூனைகளின் மெத்தென்ற தன்மை. எவ்வளவு வயதானபோதும் தூக்கிக்கொள்ளும் தரத்தில் இருக்கும் அவற்றின் இயல்புத்திறம். நாய்கள் எஜமானர்களை நேசிப்பது போல பூனைகள் இருப்பிடத்தை நேசிக்கும் எனக் கேட்டிருந்தேன். ஆனால், அவை இருப்பிடங்களாக மடி, அடிவயிறு, நெஞ்சு,தோள் எனவும் தேர்ந்துகொள்ளும் என நிரூபித்தன.

ஒரு விடுமுறைநாளின் பகலில், படுத்திருக்கும் மகளின் தோள் மீது கருவாச்சி பப்லூ கிடந்தது. மகளும்பூனையும் நல்ல உறக்கம். ஆண்டாள் மீனாள் தோள்களில் நின்றிருக்கும் கிளிகள் நினைவாடியது எனக்கு. பாப்பா உறக்கம் புரள்கிறாள். இடது கழுத்தின் அருகேயிருந்த கருவாச்சி, அப்படியே வலது கழுத்துக்கு அருகே மாறிவிட்டது. இரண்டும், கெடாத தூக்கத்தைத் தொடர்கின்றன. ஒரு கண்ணாடிக் காட்சியைப் போல இருந்தது அது. அல்லது, ரிப்பன்களைத் திரிக்கும் மேஜிக் மேனின் தந்திரத்தைப் போல.

இரண்டு பூனைக்குட்டிகளில் மரித்தது எது?

கருவாச்சி முழுக் கறுப்பு. மீச வெச்ச தாடிக்காரப் பயல் கொஞ்ச இடங்களில் வெள்ளை பூண்டிருக்கும் கறுப்பு. வெள்ளை பாலின் நிறத்தையும் நினைவூட்டும். கறுப்பு எதன் நிறம்? பால் காம்புத் துளையின் உள்ளிருந்து நீளும் குழல் வழியின் நிறம். பாப்பா படுக்கிற நேரமெல்லாம் ஏதாவதொரு பூனைக்குட்டியுடன் கிடந்தாள். குட்டிகள் தனியாகக் கிடக்கும் வேளை பாப்பாவின்

நினைவும் எப்போதேனும் பாப்பா தனியாய்ப் படுத்திருக்கையில் பூனையைக் காணுகிற பதிவும் மனதில் ஏற்பட்டிருந்தது. பேருந்துக் கடைசி இருக்கையின் இடது கோடியில் அமர்ந்த என் மூக்காந் தண்டு சிலிர்த்து, சிறு நாக்கில் சிறு கசப்பின் எச்சில் சுரந்து பின் கண்கள் கசிந்தன.

கண்ணீர்த் துளி உப்பின் சுவையினுடையது. உப்பும் முத்தும் ஒரே ஒலிச் சுவை. முத்தை அறியாதவன் உப்பை உணர்கிறேன். முத்து விளைகிற கடலும் உப்பு விளைகிற உடலும்கூட ஆழங்காண முடியாததே. பூனைகளின் கடவுளே... ஒரு குட்டி மரித்ததை என் மனைவிக்குச் சொல்லப்போவதில்லை. மகவைச் சூலாக ஏந்தி மகளாகப் பெற்றவள்; பொருள் வயின் பிரிந்தவள். முற்று முதலாக என்றோ, ஒற்றைத் தாரகம் என்றோ நேசிக்கப்படாத அவள் குறித்து நான் சிந்திப்பது உடல் நிமித்தமானதாக மட்டுமே இருக்காதென நம்புகிறேன்.

பொழுதெல்லாம் எரிந்து தொடுவானின் கடைசிப் படிக்கட்டில் இறங்குகிற சூரியன் சருகுப் படல ஒளித் தூண்களை வீசுவதன் மூலம் தொங்கும் மேக விளிம்புகளில், தீ ஒளிரும் தங்கம் தகடாக நீள்கிறது.

கடல்கொள்ளும் நிறங்களின் மீது வானவில்லின் சுவாலைகளை வீசினாற்கிட்டுவன எல்லாம் மேற்கில் தோன்றி, கன ரக வேகத்தில் காட்சிகள் மாறிய விதம் உள்ளன. இந்தக் களைப்பில் முதலில் இரவு மேற்கில் வரும். பின் பத்துத் திசையும் இரவு வரும். அவரையும், மல்லியும், மிளகாயும், எள்ளுமாக அண்டம் பூவெடுத்து ஆகாசம் ஜொலிஜொலிக்கும்.

மனைவி வசிக்கும் கடற்கறைக்கு இன்னும் இரண்டரை மணி கழித்து இரவு வரும். இயற்கை வகுத்ததை மனிதன் இருபத்து நான்காகப் பிரித்தான்.

'அன்பே! ஜலத்தையும் நிலத்தையும் பிரித்த பேரியற்கை உன்னையும் என்னையும் பிரித்திருக்கிறது. பிணைத்த கையேதான் அதுவும்!'

இறக்கைகொண்ட பெருமீன்களென ஆகாய விமானங்கள்

நிற்கிற தாவளம். சரிபார்ப்புச் சோதனைகளுக்கும் பயணத்துக்கும் முந்தையதான கண்ணாடித் தடுப்புக்கு வெளியே ஆன பொதுப் பரப்பில், கைப்பை திறந்து முக்கிய ஆவணங்களை அவள் சரிபார்த்துக்கொண்டு இருக்கிறாள்.

"பாஸ்போர்ட், விசா, பணம், டாலர், தினார், நீ பேசும் செல்போன், வெளி நாட்டிலிருந்து எங்களிடம் பேச வெப் காமிரா பொதிவுடன் நீ வாங்கப்போகும் லேப்டாப் எல்லாம் செவ்வகம்" என்கிறேன். கொஞ்சம் கண்ணீருடன் என்னை முறைக்க முயல்கிறாள்.

வார்டு எண், கதவு எண் இடப்பட்ட தலங்களில் ஆவேசமான நிகழ்வுகள் முடிந்திருந்ததால், அமைதியாகப் பதிலளித்தாள்.

"ஆம்மா. உலகம் உருண்டை. உன் மண்டை உருண்டை. உலகமெல்லாம் மண்ணு."

"பயணம், மனிதர்களைக் கவிஞர்கள் ஆக்குகிறது. நிலம் கால்பகுதி. கடல் முக்கால்பகுதி!"

"நல்லது, நான் சம்பாதிப்பதில் பாதியாவது சம்பாதிக்கலாம் நீ. இனிமேலாவது."

"நீ பணக்காரன் ஆவது பற்றிப் பேசுகிறாய். நாய் பேயெல்லாம் காசு சம்பாதிக்குது."

"காசு இல்லேன்னா நாய்கூட மதிக்காதுன்றது எல்லாருக்கும் தெரிஞ்சிருக்கு. நாய் ஆனாலும் பிஸ்கட் போடணும். பிஸ்கட், பிரெட் எல்லாம் பணம்தான்."

"நீ பேச்சாளராக இருந்தால் வேலை நிமித்தம் இல்லாமல் வாழ்வு முறையாகவே அடிக்கடி வெளிநாடு போகலாம்."

"நீ முதலில் பாஸ்போர்ட் எடு மண்டு!" என்று கை குலுக்கிப் பிரிந்தவள், கண்ணாடித் தடுப்புக்கு அப்பால் போனாள்.

வேல மரத்தடியில் மண் அள்ளித் தின்றவள். உப்புத்தாள் மீது தொடக்கப் பள்ளி நாளில் முட்டிக்கால் போட்டவள். குட்டிக் காலங்களில், ஆண்களுக்கு ஆண்களும், பெண்களுக்குப்

பெண்களும் பிறப்பார்கள் என நம்பிக்கொண்டு இருந்தவள். பிரமாணத் தர்க்கம் பேதலித்து தொடைகளிலிருந்து தொடைகளும், கைகளில் இருந்து கைகளும், வயிற்றிலிருந்து வயிறும் வரும் என நம்பிக்கொண்டு இருந்த சிறுமி, சிறுமியல்ல இனியவள். செவிலி. குலுக்கப் பற்றிய கைத்தலம் விலகியபோது புன்னகையே வந்தது எனக்கு.

கொஞ்ச நேரத்தில் ஒரு விமானம் உயரப் பறக்கக் கண்டேன். இனி நகரத்தில் அடைந்த மூட்டைகளுடனும் முடிச்சுகளுடனும் வண்டி பிடிக்க வேண்டும்.

மத்தியத் தரைக் கடல் நாடொன்றுக்கு மனைவியை அனுப்பிட்டு, கல்நார்க் கூரை வீட்டுக்கு வந்ததும் மகள் கேட்டாள்..

"அம்மா என்னப்பா சொன்னா?"

"உன்ன இங்கியே வீட்டுட்டு என்னய வேலைக்குப் போகச் சொன்னா."

"நீ எங்கயும் போ வேணாம். எங்கூடயே இரு!"

"மகளே, மகளே, என் செல்ல முயலே!" என அவளைக் கட்டிக்கொண்டு உச்சி நுகர்ந்தேன். இரண்டு நாட்கள் தலைக்குக் குளிக்காவிட்டால், அவித்த நிலக் கடலையின் வாசம் வீசும் அவளுக்கு.

நான் வேலைக்குப் போவதென்றால், அந்த நிறுவனத்துக்கு நானே முதலாளியாகவும் அதிகாரியாகவும் இருக்க வேண்டும். அப்புறம் என்னை அறிந்து என்னையே ஏவுகிற ஓர் உதவியாளன் வேண்டும். இந்த உதவியாளன் கடவுளிடமும் சாத்தானிடமும் சமகாலம் பணி புரிந்திருத்தல் உத்தமம்.

அயல்நாட்டில் அவள் தன் கைப் பேசிக்கு உட்கிடை (சிம்கார்டு) வாங்கிய பின் அழைத்துப் பேசிய உரையாடல் இவ்விதம் அமைந்தது...

"நலமா?"

"நலம். வீட்டில்தான் இருக்கிறேன். யாவரும் நலம். அங்கு

விலைவாசி எல்லாம் எப்படி?"

"பெட்ரோல் லிட்டர் எட்டணா. தண்ணீர் என்பது ரூபாய்."

"குழம்பு, சோறு, ரசத்துக்கு என்ன பண்ணுகிறாய்?"

"எலெக்ட்ரிக் அடுப்பு. அந்தந்த வேளைக்கு அரிசி... ஃப்ரிஜ்ஜில் வைத்த குழம்பு அவ்வப்போது சுடவைத்து. அதாவது, ஒரு வருடம் என்பது 60 குழம்புகள்."

"உன் வருகைக்காக நாட்காட்டியைப் பார்த்துத் தவமிருக்கிறேன். காலண்டரில் கழிகிற நாளெல்லாம் கரிப்பின் சுவை ; நம் பிரிவின் வேதனை."

"தூரம் அதிகமென்பதற்காக அடர்த்தியாள்ன பொய்களை அனுப்ப வேண்டியதில்லை. காலண்டர் கிழிப்பதென்பது குப்பை கூட்டுவது மாதிரி அன்றாடச் செயல். ராசி பலன் போடாத காலண்டர் வாங்குவது ரொம்ப நல்லது. காலண்டர், கடிகாரம் என்றெல்லாம் பேசுவதைக் காட்டிலும், உருப்படியாக வேலையைப் பார். பாப்பாவைக் கூப்பிடுகிறாயா?" - கண்படும் தூரத்தில் விளையாடிய மகள் என் கை அசைப்பினால் வருவதற்குள்ளான புள்ளிகளின் இடைவெளியில் கண்ணீர்ப் பெருக்கின் விசும்பல் கேட்டது.

பாப்பாவும் அவளும் பேசு கருவிகளில் கொஞ்சிக் கொண்டு இருந்தபோது, அழுகையின் சுவடு வறண்ட பாலைவனச் சோலையின் உணர்வடித்தது. என்றால், கடலுக்குள் நன்னீரோட்டங்கள் உள்ளன.

மூழ்கிச் செத்த பூனைக்குட்டி விழுந்த டிரம்மினுள் உப்பு நீர் ஓடியதா? குறைந்தபட்சம் பூனையின் மரணக் கண்ணீர். பூனைகள் அழுமா?

கல்நார்க் கூரையில் அகடுமுகடுகளை ஆர்மோனியப் பெட்டியின் கட்டைகளாக மாற்றிய எங்கள் கறுப்பு மற்றும் கறுப்பு வெள்ளைப் பூனைக் குட்டிகள்.

அவை தாயைப் பிரிந்திருக்கும் ஒரு சிறுமியைத் தங்களுக்கு 'செல்ல அம்மா'வாக மாற்றின. முன்னம் தாயார் தன்னைக்

கொஞ்சிய வார்த்தைகளை அவள் குட்டிகள் மீது பூசினாள்.

ஒரு முன்னிரவில் வானத்து நிலவையும் மீனையும் ஒருப்பட வைத்தாங்கே ஒரு கதை சொல்ல நான் முயற்சிக்கும்போது, வட திசை போகும் ஒரு விமானம் பார்த்து பாப்பா ஆர்வமாகக் கூறுகிறாள்... "அப்பா! இதுல போயிப்பா இப்பவே அம்மாவைக் கடத்திக் கூட்டிக்கிட்டு வந்திரலாமா?"

ஆசை வேகத்தின் முன்னால் அகிலம் சிதறுதடி கிளியே!

சொல்லத் தொடங்கிய கதை முற்றுப் பெறவில்லை. விண்மீன்கள்தோறும் சிலந்தி இழைகள் இறங்கி, பின்னி முடிக்காத அந்த விழுதுகள் அத்துவானத்தில் தொங்க, நானும் பாப்பாவும் உறங்கப் போனோம்.

நாங்கள் கிடந்ததுதான் தாமதமென இரண்டும் தாவிப் படுக்கையில் ஏறின. குட்டிகளைப் பாப்பா அணைத்துக்கொண்டாள்.

'நான் ஒரு கத சொன்னேன்ல. நீ ஒரு கத சொல்லு."

பாப்பா இரண்டு குட்டிகளின் தலைகளையும் ஒட்டவைத்து தன் விழிகளை அசைத்துக் கூற ஆரம்பித்தாள்.

"இது அப்பா... இது அம்மா... ஒரு நா அப்பாப் பூன என்ன பண்ணுச்சாம்..." இயன்ற அளவு நீண்ட இந்தக் கதையும் முடியவில்லை.

கல்நார்க் கூரையைத் தொட்டுவிட்ட சிலந்தி இழைகள் மீண்டும் வானம் நோக்கிச் சுருங்க ஆரம்பித்தன.

நானும் மகளும் பூனைக் குட்டிகளும் தூங்கிப் போனோம் தனித்தனிகளாக.

பஸ் ஜன்னல் கம்பி மேல் உண்டி வில் மடித்த முழங்கையின் மீது கன்னம் ஒருக்களித்துச் சாய்ந்திருக்கிறேன். முழங்கைப் பகுதியில் குளிர்த் தூவலுடன் ஒரு சொட்டு ஈரம். என் கண் நீரோ எனத் திகைத்து, பின் கண் உயர்த்தி வானம் பார்க்கிறேன். கறுத்தலையும் மேகங்கள் கருத்தரித்துச் சரம் விடுதலின் முதல் தொடக்கம். மின்னல், மழைத் துளிகளை தற்காலிக

வைரங்களாக்குகின்றன. மின்னலின் புறத்து மேகங்களில் ஏராளம் காட்சிகளும் உயிர் ராசிகளும் மெள்ள அலைகின்றன.

ஒட்டகம், மாடு, யானை, நத்தை, சிலந்தி, குயில், புறா... டிரம்மில் இறந்த குட்டி அங்கே தட்டுப்படுகிறதா என விழி கூர்கிறேன். காணவில்லை.

கருவாச்சி பப்லுவா? தாடி வெச்ச மீசக்காரப் பயலா?

செத்தது எதுவாக இருக்கும்? மத்தது அதுவாக இருக்கும்!

குறுஞ்செய்திகளைக் கடத்தும் கோபுரம்

நகரத்துக்கு வந்து சேர்ந்த உடனே 'நாளைக்குப் பார்க்கலாமா?' எனக் குறுந்தகவல் அனுப்பின நண்பரின் வீட்டில் மூன்றாம் நாள் மத்தியானம் சாப்பாட்டு வேளையில் அமர்ந்திருந்தபோது சரவணனிடமிருந்து எனக்குக் கைப்பேசியில் குறுஞ்செய்தி வந்தது.

வெளியில் மழைத்தூறல். காற்றில் குளிர் வருடல். நெல் நாற்றுகள் ஊன்றப்பட்ட புறவெளி வயல்களில் இந்நேரம் பகல் வானம் படுத்திருக்கும். Naga comitted suicide - saravanan.

சரவணன் தந்த செய்தி நாகாவை நோக்கி நினைவை திருப்பியது. நாகா தூக்குபோட்டுக் கொண்டு இறந்திருக்கிறான். கயிறு; கட்டுவதற்கான ஒரு பொருளிருந்து உயிரைப் பிரித்துத் துரத்தியிருக்கிறது.

அவன் பேச்சும் சிரிப்பும் நரம்பில் ஓடியது. நூலாம் படைபோல அவ்வளவு மெல்லியதாக. உறுதியற்ற கட்டுமானம். காலப்போக்கில் இது மறக்குமோ என்ற எண்ணம் வந்தபோது, குற்ற போதம் போன்ற உணர்ச்சி மேலிட்டது. தன் மரணத்தின் வகைப்பாடுகள் மனதில் ஆடின.

சயனைடு குப்பிகளும் நொடி நேர மரணங்களும் அரசியல் செய்திகளாகவும் கருதப்படுகிறவை. தூக்க மாத்திரை, நீர் மூழ்குதல், விஷம் குடித்தல், கயிறு மாட்டிக்கொள்ளுதல் ஆகியன நேரடியாகக் காணக்கூடிய வகைகளாக இருக்கின்றன. மருந்தைக் குடிக்கிறவர்கள் மண்ணில் கிடந்து புரளுவதாகவும் பிராண்டுவதாகவும் இறுதி நிமிடங்கள் அமையும். தூக்க மாத்திரைக்காரர்கள் கட்டிலில் அல்லது பாயில் மரிக்கிறார்கள். உயிர் பிரியும் நேரம் துக்கமான அல்லது மகிழ்ச்சியான கனவை

அடைகிறார்களா என்பது தெரியவில்லை. நீரில் மூழ்கி நினைப்பும் உயிரும் ஒழிகின்றவரும் கயிறில் தொங்கி கடைசி மூச்சு விடுகின்றவரும் கால்கள் தரை தொடாமல் அந்தரத்தில் மரிக்கிறார்கள்.

உத்தரம் வைத்து வீடு கட்டப்படுதல் வழக்கொழிந்தபின் மின்விசிறிக் காம்பு அல்லது அதற்கான வளையம், தொங்கும் வித்தைக்குப் பயன்படுகிறது. 'நாகேந்திரன் நாண்டுக்கிட்டுச் செத்துப் போனான்' என அவனது ஊர்ப் புறத்தில் யாரேனும் வலியை உணர்த்தும் இயல்பான பிரயோகத்தில் கூறக்கூடும். நாகா, நீ பேசாமல் குடிகாரனாக அல்லது குடிக்கிறவனாக நீடித்துத் தொலைத்திருக்கலாமே என என் மனதின் ஒரு மூலை அரற்றுகிறது.

மிகப்பெரும் குடியனாக அறியப்படாவிட்டாலும் தொடர்ந்து குடிப்பவனாகவும் குடிக்கிற நேரம் சக இதரர்களைப் போஷிப்பவனாகவும் நாகா அறியப்பட்டான். லௌகீக வாழ்வின் வளர்ச்சியில் குடி உத்தரவாதமாகத் தடை முட்களை வாரிப்போடுகிறது என்பதை உணர்ந்தபின், சிகிச்சை எடுத்துக் கொண்டு ஆறுமாத காலம் மதுவைத் தீண்டாமலிருந்தான் நாகா.

மதுவைப் புறக்கணிப்பதன் தொடக்கப் புள்ளிகளில் ஒன்றாக, மதுவைப் பற்றி ஆழமும் விரிவுமாக எழுதிய கட்டுரைக்காரர் ஒருவர் நாகாவின் ஊருக்கு வந்திருந்த வேளையில், குடிக்க வாய்ப்பிருந்தும் குடிக்காதவர்களாக நானும் நாகாவும் ஓரிரவைக் கழித்தோம்.

ஒரு கருத்தைக் கனம் செய்தல் எனும் கவனத்துடன் 'காணிக்கை' பாவத்துடன் அந்த மாலையில் மதுவின் மீதான புறக்கணிப்பு நிகழ்த்தப்பட்டது. ஆடித் தீர்ப்பதும் கொண்டாடிக் களிப்பதுமான சில இரவுகள் எனக்கும் நாகாவுக்கும் நடந்தேறியிருக்கின்றன. அரியின் கல்யாணத்தில் தாலி கட்டுக்கு முந்தைய இரவில் நண்பர் குழாமோடு ஒரு தங்கும் விடுதி அறையில் அது நடந்தது.

குடிச் சபையில் பாதியில் வந்து கலந்துகொண்ட சரவணனிடம் "எப்படி இந்த லாட்ஜைக் கண்டு பிடித்தாய்?" என வினவியதற்கு அவன் சொன்ன பதில் இவ்வாறிருந்தது. "ஒரு பக்கம் ஒயின்ஸ்ஷாப், ஒரு பக்கம் பூச்சி மருந்துக் கடை, அப்படியே சைடுல டீக்கடை... மேல லாட்ஜ் ரூம்கள்" சற்று இடைவெளி விட்டான்.

"இதைத் தவிர வேற எங்கடா இருக்கப் போறீங்க. நேரா வந்தேன் ரிசப்சன்ல விசாரிச்சேன். ரூம் நம்பரச் சொன்னாங்க." அவனது இந்தப் பதிலால் வெடித்த கூட்டுச் சிரிப்பால் கூரைப் பகுதியில் சிறு விரிசலேனும் விட்டிருக்கக் கூடும். இல்லை என்பது இல்லாத அளவுக்கு அன்றைக்குக் குடி. நானும் நாகாவும் நடனம் ஆடினோம். ஆடத் தெரியாதவர்கள் ஆடத் துணிகிறபோது பாடத் தெரியாதவரும் பாடத் துணிவர்.

அந்த இரவில் பூச்சி மருந்துக் கடை பற்றிய நினைவு பிறகு யாருக்குமே எழவில்லை என்றே நம்புகிறேன். உயிர்க் கொல்லி என்பது எவ்வகையிலும் உயிர்க் கொல்லிதான் என்பதை வீரியம் மிக்க திரவங்கள் ருசுப்பிக்கின்றன.

அந்த இரவின் கடு வீர்யம் அறையைக் காலையில் காலி செய்கிறபோது தெரிந்தது. அறைகளைப் பராமரிப்பவரும் கணக்கைப் பராமரிப்பவருமான இரண்டு கிழவர்களை அந்த லாட்ஜ் கொண்டிருந்தது. "காலி பண்றீங்கள்ல தம்பி?" எனக் கேட்டு பராமரிப்பவர் ஏழேகாலில் இருந்து ஒன்பது மணி வரை; கடைசி நபரும் குளித்துத் தலை துவட்டி உடைமாற்றும் வரை கதவுக்குப் பக்கத்திலேயே நின்று கொண்டிருந்தார். ஒரு சொல் கிடையாது. நிலத்தில் குத்தி வைத்த அம்பு போல், 'அறை காலியாகாமல் இம்மி நகரமாட்டேன்' என்பது போல அவர் நின்றிருந்தார். அவருக்காகவேதான் நாங்கள் விரைவு கொண்டு வெளிக்கிளம்பியது. இனியொரு பகலும் இரவும் அங்கே கால் கொண்டு நீட்சி கொள்கிற எல்லாத் தோதும் எங்கள் குழாமுக்கு அன்றைக்கு இருந்தது.

மரணமன்றிப் பிறிது நினைப்பொன்றை பரிசாகத் தராத கூற்றுவனின் அறைவாசல் காத்திருப்பு அன்றைக்கு

உணரப்படாமல் போயிற்று. தழுவக் குழைகிற மகிழ்வில் மரணத்தின் நினைவின் நிழலும் எம்மைத் தீண்டுவதில்லை. திருமணம் முடிந்ததும் அவ்வூரிலிருந்து புறப்பட்டோம்.

தழுவக் குழைந்த நாதரின் ஆலயத்துக்காகவும் பழைய செப்பேடுகளுக்காகவும் நீள மிளகாய் விளைவித்துத் தரும் நாற்றுகளுக்காகவும் புகழ் பெற்ற ஊர் அது. பேருந்து பச்சை வயல்களைப் பிளந்து கொண்டு ஓடியது. வானம் வயலில் நீர்ப் பிம்பமாய் விழாதவாறு, பால்கொள்ளும் பச்சை நெல்மணிகள் அசைந்து ஆகாசத்தை மேல் நோக்கியே தள்ளிய வண்ணமிருந்தன.

"புதுசா ஒரு பிஸினெஸ் செட் ஆயிருக்கு நண்பா" என்றான் நாகேந்திரன். அவன் நடத்திய தொழில்கள் பல. வீழ்ச்சிகள் பல. வெற்றிகள் சில தடவை. ஆனால் செழிப்பாக இருக்கும் காலகட்டத்தில் மிகச் செழிப்பாக. காண்போர் வியக்கத்தக்க அளவில் செழிப்பாக இருப்பான். இவ்வளவு செழிப்பான ஒருவனை எப்போதும் வாதை அணுகாது என்றுதான் அந்தப் பருவங்களில் தோன்றும். வாசல் தோறும் வேதனை இருக்கும் என்பதை மிகச் சீக்கிரத்தில் அவனே மெய்ப்பிப்பான்.

"எப்படியோ நாமும் நம்ம வெள்ளையப்பனோட சந்தோஷமாக இருந்தால் சரி" என்றேன். நான் வெள்ளையப்பன் எனக் குறிப்பிட்டது எந்தத் தனி நபரையுமல்ல. தனிப்பெரும் சக்திகளில் ஒன்றை. பணம்தான் அது.

வெள்ளையப்பனுக்கு மலையாளத்தில் 'ஜோர்ஜ் குட்டி' எனப் பெயர் இருப்பதாக நாகா தெரிவித்தான். உலகின் சகல மொழிகளிலும் இப்படிப் பணத்துக்கான பேரைத் திரட்டித் தொகுப்பதெனத் திட்டமிட்டோம்.

"எனது கடன்களை அடைப்பதைவிட அது ஒன்றும் கஷ்டமான காரியமல்ல" என்றான் நாகா. கொஞ்சம் ஏற்றம், சரிவு. நம்பிக்கைக்கான சந்திப்புகள், ஏற்பாடுகள் என அவனது வண்டி ஓடிக்கொண்டிருக்கும் போதுதான் இரண்டு மாதங்களுக்கு முன் அச்சம்பவம் நிகழ்ந்தது. இரண்டு லட்சத்துக்குமேல் பண மதிப்புடைய தனது வேலைத்

தளவாடங்களைத் திருட்டுக் கொடுத்தான். திருடியவர்களுக்கு, அச்சாரமாக ஓர் உயிரையும் கூட அபகரித்துச் செல்கிறோம் என்பது தெரிந்திருக்கவில்லை. கடைசியாக ஒரு திருவிழா நாளில், ஆயுதபூஜை அன்றைக்கு நாகேந்திரனைப் பார்த்தேன்.

அவனது பைக்கை நிறுத்திவிட்டு வந்தான். எதிர்பார்த்திராத பொருட்களையும் ஆட்கள் திருடிச் செல்வது பற்றி பேசியவாறு சென்றோம். யாதொரு பயனும் விளைவிக்காத என் ஆறுதல் வார்த்தைகள். ஆங்காங்கே நின்று எதிர்ப்படும் நண்பர்களுடன் நிதானமான சந்திப்பு. பருப்பொருளை விடவும் தடிமனாக ரசம் பூசப்பட்ட அவனது சிரிப்பு.

அவனும் நானும் தேநீர் அருந்தினோம். அவனை அருகில் வைத்துக் கொண்டு பருகும் கடைசித் தேநீர் என்பதை அறிந்திருக்கவில்லை நான் அப்போது. இறுதி மிடறும் சுவை மாறாமலிருந்தது. நூறு மீட்டருக்கு ஒரு பாட்டு வைத்து அவனது ஊர் கோலாகலப் பட்டுக்கொண்டிருந்தது. 'மாணிக்க வீணை ஏந்தும் மாதேவி கலைவாணி' பாடலை எங்கும் கேட்க முடியாதது பற்றி அவனிடம் வருந்தினேன். பேசிக்கொண்டே நடந்தோம். அங்கிருந்து 'கணவாய்க்காக புகழ்பெற்றிருந்த ஓர் ஊருக்கு என்னை வழியனுப்பி வைத்தான்.

காற்றுக்கு, கணவாய்களைக் கடப்பதும் கடலைத் தாண்டுவதும் கடினமானதல்ல. காற்றிலேறி விண்ணைச் சாடுகிற குறுஞ்செய்திகள் தத்தம் கோள்களைத் தொட்டுவிட்டு கருவிகளை நோக்கிப் பாய்கின்றன.

நாகாவுக்காக தூக்கம் தொலைதல் மட்டுமே சாத்தியமாக இருக்கும் இவ்வேளை சரவணனிடமிருந்து கைப்பேசிச் செய்தி வருகிறது. 'நாகேந்திரனுக்கு ஒரு கதகதப்பான விடை கூறல். அவனுக்குப் பிடித்த மது அருந்தி, நிதானம் இழந்து கொண்டிருக்கிறேன். எப்பொழுதும் போல தொலை தூரத்துத் தனிமையில் அவன் உடல் எரியும் காட்டின் வாசனையுடன்! நிச்சயமாக இது குரூப் மெசேஜ் அல்ல. தழுவக் குழைந்த நண்பனின் இழப்பு அழுகக் கரையும். கண்ணீரோ, உன் வாழ்க்கையோடு எனக்கு உறவேதுமில்லை என்பது போல

தொடுவான் காட்டுக்கு அப்பால் நிற்கிறது. அங்கோ கேளா ஒலிக்கற்றைகளை உணர்ந்து அலையும் பறவையாக நாகேந்திரன் சொட்டுவிடாத கண்ணீர்த் துளிகளுக்கு மத்தியில் நிற்கிறான்.

அழகே உன்னை ஆராதிக்கிறேன்!

வினோத்குமாருக்கு முப்பத்தொரு வயசுக்கு விவஸ்தை குறைச்சல் அவனது வாழ்வில் கோள்கள், கிரகங்கள், விண்மீன்கள் என்ன விளைவை உண்டுபண்ணுகின்றன என்பது திட்டமாகத் தெரியவில்லை. ஆனால் நாள்கள் என்ன விளைவை உண்டுபண்ணும் என்பது உள்ளங்கை நெல்லிக்கனி.

ஊரின் கடைசி எருமையில் பால் கறந்து முடித்த பிறகு அவன் எழுந்திருக்கிறான். அந்த முகூர்த்தத்தைத் தவறவிட்டால் ஏழேகாலுக்கு எழுந்து விடுவான். எழுந்த மறுநிமிடமே வீட்டின் முன்பிருக்கும் பஞ்சர் கடைக்கு ஓடிவருவான். 'ஏழு இருபது'க்கான பஸ்ஸில் பள்ளிக்கூடம் போகும் பெண்கள் இறங்கி நடந்து வருவார்கள். தூங்கி எழுந்த மறுவிநாடியே ஒருவனுக்குக் கண்ணில் காதல் வழிய முடியும் என்றால் அது வினோத்குமாருக்குத்தான்.

விழிகளிலே காதல் மொழி (இந்த வரி டிஎன்-41-சி-8638 என்ற டெம்போவின் பின்பகுதியிலிருந்து எடுத்தாளப்படுகிறது.) ஏழு இருபதிலிருந்து ஒன்பதரை வரை பல்வேறு பலநிற, பலதரப் பேருந்துகளை எதிர்கொள்கிறான். நின்ற கடையிலிருந்தே நடக்கும் வரவேற்பும் வழியனுப்பும் ஏழு இருபது பஸ்ஸை அனுப்பிவிட்டு முகம் கழுவிப் பல்துலக்குவான். பதினேழாம் எண் பேருந்து பக்கம்பாட்டுக் கிராமங்களிலிருந்து பெண்களைக் கொண்டுவந்து தள்ளும் நேரம் பல்துலக்கிக் கொண்டு இருப்பான். இதன் மூலம் அந்தப் பேருந்தில் வருபவருக்கு வினோத் பல்துலக்குவான் என்ற அரிய உண்மை பதிவாகியிருந்தது. கையிலும் வாயிலும் பிரஷும் நுரையுமாகப் பெண்களைப் பார்ப்பது அகௌரவமான காரியம் என்று அவனுக்குத் தோன்றுவதில்லை. அந்த பேட்ச்சை வழியனுப்பி

வைத்துவிட்டுத்தான் வாய் கொப்புளிப்பான். புரூச்...புரூச்சென உமிழ்வதன் மூலம் காலை வெயிலின் துணையோடு வானவில்களை உற்பத்தி செய்வான். கொஞ்சம் தாழ்வானவில்.

பிறகு சண்முகா பஸ்சுக்காகக் காத்திருப்பான். அதில் இறங்கி வருகிற பெண்களின் புத்தகப்பைகளில் கவர்ச்சிகரமான பெயர்கள் எழுதப்பட்டிருக்கும். (Wild King) என எழுதப்பட்ட பைதாங்கிய பெண்ணுக்கு 'கொடியரசு' எனப் பெயரிட்டு மொழிபெயர்ப்புத் துறையில் தனது சேவையைத் தொடங்கினான். இந்த வகை எளிய மொழிபெயர்ப்புத் துறையைத் தவிர்த்து திடீரென ஒருநாள் அவன் கவிஞனாக மலர்ந்தான்.

அவனது கவிதைகள் தினசரிப் பத்திரிகைகளின் வாராந்திர அனுபந்தங்களில் வெளிவர ஆரம்பித்தன. தெருவையும் நெஞ்சையும் கிழித்துக்கொண்டு தேவதைகள் நடக்கிறார்கள் என்பதை வார்த்தையொன்றை வரியொன்றாய் உடைத்து எழுதி அதற்கு 'தையல்' எனத் தலைப்பிட்டு முதல் கவிதை வெளியானது. அவனது காவியங்கள் வெளியான வாரத்தின் திங்கட்கிழமைகளில் கையில் புத்தகத்தைப் பிடித்துக் கொண்டு காட்சிதருவான். ஆனால், பெண்கள் அவனது கவிதையை ஆதரிக்கும் ஆர்வத்தில் இல்லை. காட்டில் எரிந்த நிலவாயிற்று அவன் ஏட்டில் வரைந்த கவிதைகள். தமிழுக்கு ஒரு கவிஞனைப் பெற்றுத் தந்த பெண்கள் அதுபற்றிய உணர்வே இல்லாமல் கடந்தும் நடந்தும் போய்க் கொண்டிருந்தனர்.

விடுமுறை நாட்களில் தவித்துப் போய் விடுவான் வினோத்குமார். குறிப்பாக மே மாத நீண்ட விடுமுறைகள் அவனது கோடையை மெத்தவும் வெப்பமுடையதாக ஆக்குகின்றன. திரும்ப ஜூன் மாதத்தில்தான் பசுமை துளிர்க்க அவனது பாடுபொருள்கள் உயிர்பெறுவது. விழியம்பு படாத நாட்கள் வீணருக்கும் வீணாட்களே. காலை நேரச் சுற்று முடிந்ததும் அவனது 'வேலையற்ற நெடும் பகல்' துவங்கும் (இதை 'அன்எம்ப்ளாயீஸ் லாங்டே' என ஆங்கிலத்தில் மொழிபெயர்த்துள்ளான்.) தூங்கி எழுந்தோ, வேறு வகையிலோ சாயங்காலம் வரை காலம் போடுவான்.

மாலை நாலரை மணி ஆனதும் முகத்தில் பிரகாசம் தோன்ற ஆரம்பித்துவிடும். போதாததற்கு அழகுக்கு அழகு சேர்க்கக் குறித்து பவுடரடித்து பர்சனாலிட்டியை லோடு செய்து கொள்வான். பதினேழாம் நம்பர் பஸ்ஸில் ஆறே முக்காலுக்கு கங்குல் பொழுதில் கடைசி அணியை அனுப்பிவிட்டு இந்த உலகத்துக்குத் திரும்புவான்.

பள்ளி விடுகிற, கூடுகிற நேரங்களில் அவனுக்குத் தெரிந்தவர் யாரேனும் மொபெட்டிலோ, பைக்கிலோ எதிர்ப்பட்டுவிட்டால் அதை இரவல் பெற்று எட்டுப்போடாத குறையாக பெண்களுக்கு ஓட்டிக்காட்டுவான். பெட்ரோலுக்குக் கேடாக ஓட்டித் திரிந்தும் பெற்ற லைசென்ஸ் ஏதுமில்லை, புத்தி பத்தாது என்பது தவிர. ஊருக்கு ஒரு கல்லூரி வந்தால் எவ்வளவு நன்றாகயிருக்கும் என என்னிடம் முறையிடுகிறவனாக இருந்தான்.

எட்டு மணி பஸ்ஸில் இறங்குகிற அனிதாவின் முகத்தில் அவனைக் கடக்கிற போது நுட்பமான மாற்றங்கள் ஏற்படும். மழை பெய்து கொண்டிருக்கும்போது மண்ணில் நீர்க்குமிழிகள் தோன்றுவது போல வெடித்து எழும் அந்த வசீகரம் வார்த்தைகளுக்கு அப்பாற்பட்டது. அழகான சில தோழிப் பெண்களும் சூழ, சூழும் சுடர் நடுவே கிடந்து சுடர்வது போல் மேலழகாய் அவள் தென்பட்டு மேற்குப் போவாள். கடந்து போகும் அவள் போஸ்ட் ஆபீஸ் வரை சென்று-பெயர் பொறிக்க முடியாத புளியமரத்தின் நிழலருகே நின்று திரும்பி ஒரு பார்வை பார்ப்பாள். பிறகு அவள் கடந்து மறைந்துவிட, புளியமர நிழல் மீட்காத தார்ச்சாலையின் நெடுஞ்சோகம் வெண்பகலாய்க் குவியும் அவன் மீது. வாழ்வை அதுபோன்ற சில பார்வைகளுக்காகவே நேர்ந்து விட்டிருந்தான்.

அவனுடைய வயதில் பாதிக்கும் குறைவான இரு பெண்களால் "போடா" என இருமுறை அழைக்கப்பட்டிருந்தான். ரசிகா என்கிற பெண்ணை அவளது அழகுக்கு மிக மீறி முக்கியத்துவம் கொடுத்து உற்று உற்றுப் பார்த்ததால் அந்தப் பெண் கர்வத்தின் செருக்கு ஏறி நடந்த நிலையிலேயே குதிகாலை ஊன்றி ஐம்பது டிகிரிக்கு வலதுகால்

செருப்பை உயர்த்திக்காட்டினாள். அந்தச் சம்பவத்தின்போது இரு நாட்கள் சாத்தான் அடித்தது போல முகம் இறுகிக் கிடந்தான். பிறகு மீண்டும் மலர்விரியலானான். இந்த அழகில் சில குறிப்பிட்ட முகங்களைப் பார்க்கும்போது அவனுக்குச் சிரிப்பு வந்துவிடும். அதை மந்தகாசம் வகையில் சேர்க்க வேண்டும். பல்லைக் காட்டாமல் ராணிமுத்து காலண்டரின் பாலமுருகன் போல கதுப்புகளினால் புன்னகைப்பான். சிரிக்கும்போதுதான் மேலும் நாற்பது விழுக்காடு அழகாகத் தெரிகிறோம். என்கிற மனப்பிராந்து அவனிடம் இருந்தது. அவனது சிரிப்பு வகையறிந்து மலர்விழி என்றும் பெண்ணாகப்பட்டவள் தோழிகளுடன் நடக்கும்போது அவனது காது படும்படி, "ஏண்டி எதைப் பார்த்தாலும் கேனை மாதிரி சிரிச்சுக்கிட்டிருக்குமே. அதுக்குப் பேர் என்னடி?" என வினவினாள்.

கேனையைவிடக் கடுமையான ஒரு சொல்லை அந்தப் பெண் விரும்புவாளாயிருக்கும். வினோத்துக்கு இதயத்தில் இஸ்திரி போட்டது போல சுட்டதாம். இதையெல்லாம் வெட்கமில்லாமல் என்னோடு பகிர்ந்துகொள்வது என்கிற அளவில் நேர்மையாக இருந்தான். ஒரு முறை கோபமாக, "யாருக்காவது லவ்லெட்டர் கொடுக்க வேண்டியதுதானே?" என்று கேட்டதற்கு "அப்படி எல்லாம் முடியாது!" என்று மறுத்தான். தான் விரும்புகிற ஒருத்தியின் படிப்பு கெட்டுவிடக்கூடாது; பாதிக்கப்பட்டுவிடக் கூடாதாம். அவனைப் புரிந்து கொள்ள முடியாத அளவில் தான் அவனது உவமைகள், தன்மைகள், உண்மைகள் எல்லாம் இருக்கின்றன. அவன் எதிர்கொள்கிற நேசிக்கிற பெண்கள் யாரும் இதுவரை கனவில் வந்ததில்லை என்று சொன்னான். கனவிலும்கூட அண்டாத கவனமுடைய கன்னிகள் வாழ்க.

வினோத்குமாருக்கு உலகில் எனக்குத் தெரிய எதன் மீதும் பொறாமை கிடையாது என்று நான் நினைத்திருந்த போது ஒரு நாள் "டிரைவர்கள், கண்டக்டர்களை நினைத்துப் பொறாமையாயிருக்கிறது" என்றான். வர்ணக் கலப்பில்லாத காக்கி உடையை மட்டுமே போட்டுக் கொண்டு எப்படியோ

பெண்களை அசத்திவிடுகிறார்களாம். எத்தனை கூட்டம் ஏறினாலும் தீர்மானித்துவிட்ட பெண்ணோடு சில வார்த்தைகளாவது பேசிச் சிரித்து விடுகிறார்களாம். வினோத்துக்கு எரிந்து எரிந்து வரும்.

வினோத்தின் வாழ்வில் மேலும் இன்னலோ, இன்பமோ சேர்க்கும் விதமாக ஜனவரி மாதத்தை ஒட்டிய பருவத்தில் பக்கத்து ஊர் டீச்சர் டிரெயினிங் இன்ஸ்டிடியூட்டில் இருந்து பயிற்சி பெறும் டீச்சர்களாக சில பெண்கள் வந்து அவனது கண்ணில் விழுவார்கள். மூளை புதிதாகத் தடம் கீறிக்கொண்டு ஞாபகத்தைச் சேமிக்கும். அவர்கள் வருகை நின்றுபோன பின். 'நம்மை மறந்தாரை நாம் மறக்க மாட்டேமால்' என்று சிலநாட்கள் நினைவு வைத்திருப்பான்.

அவர்கள் தமது உயரத்தைவிட கூடிய மற்றும் தமது உயரமுடைய மாணவர்களோடு பேசிக்கொண்டு சென்றதைப் பார்த்த வினோத் என்னிடம் 'அழியாத கோலங்கள்' திரைப்படம் நினைவுக்கு வருவதாகச் சொன்னான். இந்தப் பிறவியில் திருமணமே நடைபெறாமல் பிரம்மச்சாரியாய் வெம்பப் போகிறாய் எனச் சபித்தேன். 'அந்தப் பையன் ஏன் அப்படிப் பாக்குது?''ன்னு சொல்வதற்கும் 'அந்த ஆள் ஏன் அப்படிப் பாக்குது?' என்று சொல்வதற்கும் வித்தியாசம் உண்டு என்பதையும், அந்த வித்தியாசத்தை அவன் உணர வேண்டும் என்பதையும் கூறினேன். வயதின் வாழைப் பட்டைகள் உரிந்து உதிர்கின்றன. அதை அவன் உணர்கிறானில்லை.

நேற்று இரவு நான் பார்த்தது நிச்சயமாக வேறு ஏதோ வினோத்குமார் என்று இப்போது தோன்றுகிறது.

ஆறேமுக்காலுக்கு வரவேண்டிய பதினேழாம் எண் பேருந்து ஏழாகியும் வரவில்லை. பேருந்துக்குச் செல்வதற்கு என ஆறு பெண்கள் காத்திருக்கிறார்கள். உலகின் மீது வானம் இரவை விரித்துவிட்டது. ஏழு முப்பது. எட்டு..... பஸ் வரும்பாடு தெரியவில்லை.

பஞ்சர் கடையில் அவனது யதா ஸ்திதியில் வினோத், சோடியம் வெளிச்சம் விழுந்து கொண்டிருக்கும் அந்தப் பெண்களையே பார்த்துக் கொண்டிருந்தான்.

அருகில் போய், "ஏண்டா. இன்னிக்கு ஒரே ஜாலியா?" என்றேன்.

"ஜாலி என்ன ஜாலி"

"இனிமேற்பட்டு பஸ் கிடைச்சு... அவங்க போயி... எந்நேரம் வீடு சேருவாங்க. பாவம்."

ஆட்டுக்குத் தலைவலி எனில் ஓநாய் அழுமா என்ன? பகல் முழுதும் போதிமரத்தின்மீது அமர்ந்தவன் போலல்லவா பேசுகிறான்!

"நீதான் கொண்டு போய் விட்டுட்டு வாயேன்!"

"ம்..."

"அதெல்லாம் சரி. உன்னய நம்பி அவங்க வருவாங்களா?"

"ஒரு கார் இருந்தா எவ்வளவு நல்லா இருக்கும்?" என்று சொன்னபோது வினோத்தின் கருமணிகள் மேல் நோக்கிச் சொருகிக்கொண்டன. நான் அவனைப் பார்த்துக் கொண்டிருக்கிறேன் என்ற உணர்வேயற்று பிதற்றல் கண்டவன் போல தன்னிடம் தானே பேசுபவன் போலத் தொடர்ந்தான்.

"கார் வெச்சிருக்கிற அளவு வசதியிருந்தா எனக்கும் கல்யாணம் ஆயிருக்கும். என் சம்சாரம் இதா.... இந்தப் பெண்ணுகளுக்கெல்லாம்.... அக்கான்னு கூப்பிடறாப்டியோ, அண்ணின்னு கூப்பிடறாப்டியோ ஃப்ரெண்ட் மாதிரி இருந்திருப்பா. நானும் அவளுமா போயி கார்ல ஒவ்வொருத்தர் வீடா இறக்கிவிட்டுட்டு வருவோம்..... தெரியுமா?"

இதைச் சொல்லிவிட்டு தூக்கத்தில் விழித்தவன் போல என்னைப் பார்த்தான். கண்களில் நீர் ததும்பியிருந்தது. தொண்டையில் கரிப்பை உணர்ந்தவன் போல எச்சிலை விழுங்கிய அதேநேரம் கண்களைத் துடைத்துக் கொண்டான்.

அவரவர் வழிகளில், வாகனங்களில் என அந்தப் பெண்கள் எப்படி எப்படியோ போய்ச் சேர்ந்து விட்டார்கள். நான் என் வீட்டுக்குத் தூங்கப் போய்விட்டேன்.

காலை எழுந்தபோது வானம் உலகின் மீது பகலை விரித்துவிட்டது. பச்சையத்தை உத்தேசித்து சூரியன் காய்ந்து கொண்டிருக்கிறது. கடை வீதிக்கு வருகிறேன். வழக்கமான இடத்தில் நின்று பல் துலக்கிக் கொண்டிருக்கிறான் வினோத்.

இந்தக் கணத்தில்..

பெயர் செதுக்கி வைக்க முடியாத புளியமரத்தைப் போல அவன் நின்று கொண்டிருக்கிறான்!

வீடு

வீடு பழையதாயிருந்தது. நாட்டு ஓடுகள் வேய்ந்த வீடு. எண்ணிக்கையிட முடியாதபடி ஏராளமான ஓடுகள் மூங்கில் தப்பைகளின்மேல் அடுக்கப்பட்டிருந்தன. பார்ப்பதற்கு அலை அலையாக அது நம்மை நோக்கி ஓடிவருவதுபோல் தோற்றமிருக்கும். தாழ்வாரத்தை நோக்கிச் சிரித்தோடி வருகிற அது திடீரென நின்று போய்விடும் நின்று விட்ட பகுதியே சுவர்களை, வாசலை, இந்தப் பூமியில் தன் இருப்பை எல்லாவற்றையும் இனம் காட்டும்.

வெயில் காலத்தில் ஓடுகளைத் தாங்கியிருக்கிற மூங்கில் தப்பைகளிலிருந்து உஷ்ணம் தாங்காமல் தேள்கள் கீழே விழும். அவ்வளவு உயரத்தில் தேள்கள் எப்படி ஏறின என்றோ, எப்படி உருவாயின என்றோ ஆச்சரியமாகத்தான் இருக்கும்.

சில கருந்தேள்கள் மாவிலை அளவுக்குப் பெரிதாக இருக்கின்றன. விழும்போது ஏற்படுகிற விபரீதச் சத்தத்தில் விழிப்படைந்து யாராவது அடித்துவிடுவார்கள். விழுந்தவுடனே அடிபடாத தேள் ஒன்று அம்மாவை ஒரு முறை கடித்து விட்டது. அதற்குப் பிறகு அம்மா சதாகாலமும் கூரை மேலிருந்து தேள் அல்லது பூரான் விழுந்துவிடக்கூடும் என்ற பயத்தோடே இருந்தாள்.

வடக்குவாசல் வீட்டின் சுவர் ஒரு பசுமஞ்சள் நிறம் பெற்று விளங்கி வந்தது. நாட்பட்டு புகையேறிய நாற்பது வாட்ஸ் பல்புபோல் சுவரில் மினுக்கம் இருந்தது.

அது, தாத்தாவின் காலத்தில் கட்டிய வீடு. அவரது மாமனாரின் ஊராகிய பனையம்பாளையத்திலிருந்தும் நாகம்பள்ளியிலிருந்தும் வண்டிகள் வந்து, இந்த வீட்டுக்கு மண்

சுமந்ததாக செய்தி உண்டு. எளிய வீடுகளுக்கும் அந்தக் காலத்தில் கோட்டைச் சுவரின் உறுதி இருந்ததுபோலும். மனிதர்களுக்குச் சோறு, மாட்டுக்குத் தட்டு, வண்டிகளுக்கு மசகு எண்ணெய்..... இவற்றைத் தவிர, வேறு எதையும் பனையம்பாளையத்திளளலிருந்தும் நாகம்பள்ளியிலிருந்தும் வந்தவர்கள் கோரவில்லை. உறவின் அடிப்படையில், பாச உணர்வில் தாத்தாவுக்காக வீட்டை நிர்மாணித்தார்கள்.

காலமே எல்லாவற்றையும் கற்றுத் தருகிறது. கற்றுத் தருகிற காலம் மரணத்தையும் தருகிறது. தாத்தா ஒரு நாள் இறந்துபோனார். தாத்தாவின் இழப்புக்குப் பிறகு, வீடு தனது சரிவை ஆரம்பித்தது. கட்டடத்தில் ஏற்பட்ட முதல் கீறலைப் பதிவு கொண்டது காலத்தின் சரித்திரம்.

ஒரு இடி, மழை நாளில் மூங்கில் தப்பைகளின் நெக்குவிட்ட பகுதியின் சாட்சியாக ஓடுகள் சரிய ஆரம்பித்தன. வீட்டின் பழைமையென்பது பல்வேறு இடங்களில் சிதிலங்களுக்கான கூறுகளைக் கொண்டிருந்தது. வீட்டின் மேற்குப்புறத்து விட்டத்துக்கு மேலான ஓட்டுப் பரப்பில்தான் வானம் முதன்முதலாக வீட்டிலிருந்தவாறே காட்சிக்குக் கிடைத்தது. அந்தப் புலத்தை மேகங்கள் கடக்கையில், நிழல் இருள் காணுகையில், அழிவின் ஆரம்பத்தை அது சொல்வதெனத் தோன்றும். இரண்டு விட்டங்கள் உள்ள வீடாகையால் சமையலுக்குக் கிழக்குப்புறம் என்றாயிற்று. ஊரின் மிக அகன்ற புகைபோக்கியாக, வீட்டின் ஓடு சரிந்த மேற்குப் பகுதி இருந்தது.

பராமரிப்பு நிமித்தம் வேலையை ஆரம்பிக்க சொற்பத் தொகையாவது சேர்ந்தால் பரவாயில்லை என அப்பா நினைத்தார். தனசேகரனுக்கும் வயது இருபத்தெட்டு தாண்டிவிட்டது. வீடு ஒழுங்குக்கு வந்தபின்தான் அவனுக்கு கல்யாணம் காட்சி செய்து வைத்து, சந்ததி தொடர்வதான கனவை நனவாக்க முடியும்.

அப்பா தனது இருபத்தெட்டாவது வயதில் தனசேகரன் பிறந்துவிட்டதை நினைவுகூர்ந்து மருகுகிறவராக இருந்தார். தனது பேரக்குழந்தை வெயிலும் மழையும் ஒழுகாத வீட்டில்

வளைய வரவேண்டும் என்று ஆசைப்படுவதும் இயல்புதான்.

"நம்ம சக்திக்கு இந்த நாட்டு ஓடுகள களட்டி எறிஞ்சுட்டு, சீம ஓடுகள வாங்கிப் போட்டா போதும்டா...." என்பார்.

ஒரு செவ்வாய்க்கிழமை. கள்ளிமேட்டு சித்தப்பாதான் அந்தத் தகவலைச் சொன்னார். அவருக்கு மர வியாபாரம். சாந்தப்பாடியில் பத்து பனைமரங்கள் விற்பனைக்கு வருவதாகவும், அந்தப் பனைமரங்களை அப்பாவை வாங்கிக்கொள்ளுமாறும் பணித்தார்.

"இத பாருங்கண்ணா, பனைமரத்தை வாங்கியாந்து சட்டுபுட்டுன்னு அரவைமில்லுல கொடுத்து சட்டமா அறுத்துக்கிட்டு வந்து இந்த வீட்டை பிரிச்சு வேயற மாதிரி பாருங்க. பனைக்குக்கூட காசு பின்னபிறகு கொடுத்துக்கலாம். ஏதோ ஒரு ரூபத்தில் வேலய ஆரம்பிச்சீங்கன்னாத்தான் வீடு ரெடியாகும். இல்லீனா, காலத்துக்கும் ஓட்டை வூட்லயே உக்காந்திருக்க வேண்டியதுதான்."

ஓர் அக்கறையான எச்சரிக்கையோடு அவர் இதைச் சொல்லி முடிக்கவும், அப்பா சட்டையை மாட்டிக்கொண்டு சாந்தப்பாடி கிளம்பினார். உண்மையில் நேற்றிரவுகூட அவர் இதைப்பற்றி.... அதாவது, தற்சமயம் வீட்டுப் பணியைத் துவங்குவது பற்றி உத்தேசம் கொண்டிருக்கவில்லை. வாழ்க்கை எப்போதும் எதிர்பாராத புள்ளிகளில் கூட நிகழ்வுகளுக்கான தொடக்கத்தை வைத்திருக்கிறது. சாந்தப்பாடியிலிருந்து பனைமரங்கள் எட்டடியும் பத்தடியுமான துண்டங்களாக சேனாபதி பாளையத்துக்கு வந்து சேர்ந்தன.

பனைத்துண்டங்களை டெம்போவில் ஏற்றிக்கொண்டு அரவைமில்லுக்கு தனசேகரன் சென்றான். அரவை மில்லின் வேலி விசித்திரமான தோற்றத்தைப் பெற்றிருந்தது. அறுந்து சுருண்ட 'பான்ட் சா' இயந்திரத்தின் பெல்ட்டுகள், அதன் ரம்பப் பற்களோடு வேலியாகப் பல் நீட்டிக் கொண்டிருந்தன.

பனைமரம் அளவுகள் எடுக்கப்பட்டு அறுக்கப்பட்டபோது, தனசேகரன் கூடவே இருந்து வேடிக்கை பார்த்தான். பலசமயங்களில் பொருள் நமதாக இருந்தாலும், நமக்கு

வேடிக்கை பார்க்கிற வாய்ப்பு மட்டும்தான் உண்டு. தையல்காரரிடம் சட்டைக்கான துணியை ஒப்படைத்துவிட்டு அளவு கொடுப்பதுபோல்தான். அந்தக் கலையும் உழைப்பும் நம்மிடம் இல்லாதபோது உரிமையாளராக இருக்கிற நாம் பார்வையாளராக மட்டுமே இருக்க முடியும்.

தேர்ந்தெடுக்கப்பட்ட அளவுகளில் அடியொன்றுக்கு ஒரு ரூபாய் கணக்கில் அறுத்தாகிவிட்டது. பிறகு ரீப்பரும் பனைச்சட்டமுமாக இழைப்பதற்கு அடியொன்றுக்கு நாப்பது பைசா. மூன்று நாட்கள் நடையாக நடந்து ஊக்குவித்து உழைப்பாளர்களோடு உறவாடி கச்சாப் பொருளை மூலப்பொருளாக வீடு கொணர்ந்து சேர்த்தான் தனசேகரன்.

வீடுகளைத் திண்மையுற கட்ட வேண்டுமெனில் செய்யவேண்டியது யாது? பழைய நொய்ந்த வீடுகளை தகர்ப்பதுதான் ஒரே வழி. ஆனால், வீட்டை முழுக்கவும் இடித்துநிரவி புதிதாக பணிவதற்கு பொருளாதார நிலையோ ஆதரவுக்கரங்களைப் பற்றிய நம்பிக்கையோ இடந்தரவில்லை. இவையிரண்டும் இல்லாமல் சுவர் முழுக்க இடித்துப் போடுவதென்றால் அதற்கு முரட்டுத் துணிச்சல் வேண்டும். முரட்டுத் துணிச்சல் சமயத்தில் மடத்தனமாகவும் ஆகிவிடும். ஓடு சரிந்த வீட்டினை ஐந்தாறு ஆண்டுகளாக காட்சியாகப் பார்த்துக்கொண்டிருந்த மனிதன் அப்படி முரட்டுத் துணிச்சல் கொள்ள மாட்டான். பழைய வீட்டின் அமைப்பை ஏதாவது ஒரு வடிவத்தில் தகர்ப்பதுதான் புதிய வீடு என்றாகிறது. முதல்கட்டமாக நாட்டு ஓடுகளை வீட்டின் கூரையிலிருந்து அப்புறப்படுத்துவது என முடிவாயிற்று.

முக்கோணத்தின் சாய்பரப்பில் நின்றிருந்த தனசேகரனுக்கு அப்போது மலையேறுகிறவர்களின் தோற்றம் இருந்தது. ஒரு கூலி ஆளோடு தானுமாக ஓடுகளை சரித்துக் கொண்டிருந்தான். வீட்டின் புறப்பகுதிகளின் சின்னச் சின்ன அம்பாரங்களாக ஓடு குவிந்துகொண்டிருந்தது.

தங்களது தரத்துக்கும் தகுதிக்கும் பராமரிப்புக்கும் உசிதமான கூரையென்பது சீமையோடுகள் கொண்டதாக இருக்கட்டும் என்பது இப்போதைய முடிவு. சீமையோடுகள்

வாங்கிவருவதற்கான பணத்தை அப்பா. கந்தசாமி மாமாவிடம்தான் வாங்கினார். கந்தசாமி மாமா பக்கத்து வீட்டுக்காரர்.

வீடு மராமத்து செய்வதற்கான ஏற்பாட்டின் முன் பூஜையானது எளிய அளவில் நடந்தது. தங்கவேல் கொத்தனார் வீடு மராமத்து செய்வதன் பொறுப்பை ஏற்றிருந்தார். தங்கவேல் கொத்தனார், இரண்டு சித்தாள்கள், அம்மா, அப்பா, கந்தசாமி மாமா, கள்ளிமேட்டு சித்தப்பா, தனசேகரன் ஆகியோர் தெய்வப்படத்தின் முன் நின்றிருக்க, படத்தின் கீழாக எலுமிச்சம்பழம், தேங்காய், ஊதுபத்தி, திருநீறு, கற்பூரம், சாம்பிராணி முதலியவை இருந்தன. மணல் எடுப்பதற்கு தோதாக மூன்று நதிகள், ஊரிலிருந்து ஐந்து மைல் சுற்றளவில் இருந்தன. அவை அமராவதி (மணலூர்), சண்முகசித்தாறு (மாமரத்துப்பட்டி), அண்டமாநதி (உள்ளூர்) ஆகியன.

அமராவதி நதியை நோக்கிய பயணம் வளர்பிறையின் பத்தாம் இரவில் நடந்தது.

பொன் ஆரண்யமாக ஆறு கரை விரிந்திருந்தது. மணலை கயிறாக திரிப்பதற்குப் பதில் ஆபரணமாக திரிக்க யாராவது எத்தனித்திருந்தால், இவ்வுலகில் தங்கத்தின் மீதான வேட்கை மணலோடு மண்ணாயிருக்கும். சீனிச்சர்க்கரையைப் போன்று மணல், ஆற்றிலிருந்து மண் வெட்டிக்கு, மண்வெட்டியிலிருந்து காரைச் சட்டிக்கு, காரைச் சட்டியில் இருந்து வண்டிக்கு சில தோள்களின் தயவோடும் இடம் மாறுகிறது.

பின்னால் உருவாகப் போகிற வண்டித்தடத்தின்மீது வண்டி உருண்டு கொண்டிருந்தது.

அமராவதி நதிக்கரை மணல் வீடு வந்து சேர்ந்தது. சிமெண்ட் அவ்வப்போது ஓரிரு மூட்டைகளாக உள்ளூர் கடையில் வாங்கிக் கொள்வது என முடிவாயிற்று.

அடுத்த நாள் காலையில் அம்மா ஒரு சித்தாளின் கோலத்தோடு களம் புகுந்திருந்தாள். ஒரு வியாழக்கிழமையில் அப்பா, தனசேகரனிடம், "ஏண்டா, சின்ன தாராபுரத்தில் சிமெண்ட் கடை வெச்சிருக்கிறது. உன் கூடப் படிச்ச

பையன்தானே? ஒரு பத்து மூட்டையோ, இருபது மூட்டையோ கடனா வாங்க முடியாதா? இந்தப் போகம் மிளகா போட்டுக் குடுத்துருவோம்…" என்றார்.

அருகில் நின்றுகொண்டிருந்த அம்மா. "மிளகா போட்டு எத்தனைக்குக் கொடுப்பீங்க?செங்கல், சிமெண்ட், ஓடு, ஆள் கூலி இவ்வளவும் கொடுக்கிறதுக்கு நூறு ஏக்கர் மிளகாயா நட்டிருக்குது?" என்றாள். அப்பா சிரித்துக்கொண்டார்.

குளித்து முடித்து சின்னதாராபுரத்துக்கு தனசேகரன் புறப்பட்டான். சிமெண்ட் கடைக்கு முத்துக்குமாரைப் பார்க்க. இதற்காக காலையிலேயே நேரத்தில் ஷேவிங் எல்லாம் செய்து கொண்டான். அப்பாவின் அறிவுரையின் பேரில் அவன் இன்றைய தினத்துக்கான தோற்றப்பொலிவை மேற்கொண்டிருந்தான். அதாவது முத்துக்குமாரைப் பார்க்கிற யோசனை தனக்குத் தோன்றாமல் அப்பாவுக்கு தனக்கும் முன்னமே எப்படித் தோன்றியது என வியப்பாய் இருந்தது. தேவைகளும் நெருக்கடிகளும் வந்துவிட்டால் மூளை கிளைபிரிந்து வேலை செய்யும் போலிருக்கிறது.

பஸ் இறங்கி சின்னதாராபுரத்தில் முத்துக்குமார் இருக்கிற 'பரணி டீலர்ஸ்' நோக்கிப் போனான். தனசேகரனைப் பார்த்த முத்துக்குமார் உற்சாகமாகி, "வாடா..வாடா…" என்றான். தனசேகரன் கல்லாவுக்கு எதிரில் இருக்கிற இரும்பு நாற்காலியில் அமர்ந்தான்.

"அப்புறம் ஊரில் எல்லோரும் நல்லா இருக்கிறாங்களா?" என விசாரித்தான் முத்துக்குமார்.

"நல்லா இருக்கிறாங்க…."

இருவரும் பொதுவாகக் கொஞ்சம் நேரம் பேசிக்கொண்டிருந்ததும் தனசேகரன்,

"நம்ம வீடு வேலையாயிக்கிட்டு இருக்குதுடா…" என்றான். இதைச் சொல்லி முடித்ததும். தனக்குக் கூடக் கடன் கேட்கிற நுட்பமெல்லாம் படிந்து விடும். போலிருக்கிறதே என தன்னையே மெச்சிக்கொண்டான். தவிரவும் முத்துக்குமார்

சிமெண்ட்டை அனுப்பிவைப்பான் என்ற நம்பிக்கையும் வந்தது.

"சரி..."

"சரியென்ன சரி, அதுக்கு கொஞ்சம் சிமெண்ட் மூட்டை தேவைப்படும் போல இருக்கு..."

"வாங்கிக்க..."

"வாங்கிக்கலாம். காசு கொஞ்சம் லேட்டாத்தான் தரமுடியும்..."

இதைச் சொல்கிறபோது மட்டும் அவனே எதிர்பார்த்ததைவிட தனசேகரனின் குரல் தாழ்ந்து ஒலித்த.

"சரி, வாங்கிட்டுப் போ. காலையில நம்ம டெம்போவே மேக்க வருது... அதில போட்டு அனுப்பிச்சிடறேன் எத்தனை மூட்டை?"

"இருபது மூட்டை"

"அதெல்லாம் ரைட்டு... இப்படி ஏதாவது காரியமாத்தான் வரதுன்னு முடிவு பண்ணி இருக்கியா? அப்பப்ப வந்து போலாமில்ல?"

"சரி, வர்றேன்..." என்றவாறு விடைபெற்றுக் கொண்டு பஸ் பிடித்துக் கொண்டு ஊர் வந்து சேர்ந்தான். பேருந்தில் ஜன்னலோர இருக்கை கிடைத்தது - குளுகுளு காற்றில் மனம் ஆசுவாசமாக இருந்தது.

வீட்டில் வந்து சேருவதற்குள் சாயங்காலம் ஆகிப்போய் விட்டது. சித்தாள். கொத்தனார்களுக்கு அம்மா காபி வைத்துக் கொண்டிருந்தாள். தனசேகரன் காபி குடித்து முடித்ததும், அவன் அருகில் அம்மா வந்து. "டேய்... சிமெண்ட் என்னாச்சு. வந்துருமா?"

இதே தொனியில் தனசேகரன் பத்தாம் வகுப்பு பரீட்சை எழுதிய ரிசல்ட்டின்போது அம்மா கேட்டிருக்கிறாள்.

"வந்துடும்மா... நாளைக்கு மத்தியானத்துக்குள்ள, டெம்போல அனுப்பிச்சுவிடுறதா முத்து சொல்லியிருக்கான்....."

"அப்பா தோட்டத்துக்குப் போயிருக்கிறாங்க. நீயும் போ... முருங்கைக்காய் பறிச்சுட்டு இருப்பாங்க. நீயும் கூடப் பறி...

நாளைக்கு இவங்களுக்கெல்லாம் சம்பளம் குடுக்கோணுமில்ல...."

மிதிவண்டியை எடுத்துக்கொண்டு தோட்டம் புறப்பட்டான் தனசேகரன்.

ஒரு சனிக்கிழமையிலிருந்து தங்கவேல் கொத்தனார் வேலைக்கு வராமல் நின்றுவிட்டார். காசு தருவதற்கு ஒரு வாரம் தாமதமானதே காரணம். அடுத்து கோட்டப்பம் பாளையத்திலிருந்து முருகேசன் கொத்தனார் வந்து சேர்ந்தார். வீட்டின் ராசி நிறைய பணியாட்களைச் சந்திக்க வேண்டும் என்றிருந்தால் அது மாறவா போகிறது? தங்கவேல் கொத்தனாருக்கும் முருகேசனுக்கும் இடையில் வீடு பதினைந்து நாட்கள் மாறாமல் நின்றிருந்தது. அந்தப் பதினைந்து நாளில்தான் வங்கி ஒன்றில் தனசேகரன் பெயருக்குக் கடன் வாங்கியது.

ஒரு சாயங்காலம் அப்பா, தனசேகரனை அழைத்தார். கட்டிலில் அமர்ந்தவர் தனசேகரனிடம் மெதுவான குரலில், "உன் பேருக்கு ஒரு லோன் போட்டுருவமா?" என்றார். இந்தக் கேள்விக்கு முதல் காரியமாக தனசேகரன், கட்டிலுக்கு அருகில் கிடந்த ஆலோப்ளாக் கல்லின்மீது அமர்ந்து கொண்டான்.

"கடனா... எப்படி, யாரு தரப்போறா..?"

"நம்மூரு பேங்குலதாண்டா. இப்ப பதினஞ்சாயிரம் ரூபா லோன் நிறைய தர்றாங்களாம்...."

"என்னன்னு சொல்லி வாங்குறது?"

"ஆட்டு லோனு, எருமை லோனு, கடை கண்ணிக்குன்னு எதேதோ தராங்களாம்..."

"அப்படின்னா, வாங்கறவங்க பேர்ல நிலம் நீச்சு ஏதாவது வேணுமில்ல?"

"அதெல்லாம் கிடையாது பேர்ல அக்கவுண்ட் இருக்கணும். ரேஷன் கார்டு ஜெராக்ஸ், மூணு போட்டோ இருந்தா போதும். இப்ப வாங்கினீன்னா, வீட்டுவேலை பண்ண சௌகரியமாய் போயிடும். மாசம் கொஞ்சமா கட்டிக்கிறதுதானே... நாளைக்கே மானேஜரைப் பாரு..."

மறுநாள் வங்கி மேலாளரை தனசேகரன் சந்தித்தான். "என்ன தொழிலுக்கு லோன் வாங்கறீங்க?" என்றார் மேலாளர்.

"எருமை... இல்லாட்டி ஆட்டு லோன் போட்டுக்கலாங்க..."

"என்ன படிச்சிருக்கீங்க?"

"ப்ளஸ் டூ..."

"நீங்க ஏன் ஸ்பேர் பார்ட்ஸ் கடைக்கு லோன் போடக்கூடாது?"

"அப்படிக்கூட போட்டுக்கலாங்க சார்!"

தனசேகரனுக்கு எப்படியாவது உடனடியாகப் பணம் கிடைத்தால் போதும் என்பதைத் தவிர, வேறெதிலும் சிந்தனை இல்லை.

"அப்படீன்னா, ஏதாவது ஒரு டீலர்கிட்ட போய் கொட்டேஷன் வாங்கிட்டு வாங்க..."

அடுத்த நாள் தனசேகரன் தாராபுரம் வந்து, ஒரு ஆட்டோமொபைல்ஸ் கடையில் கொட்டேஷன் வாங்கிக் கொண்டு போய்க் கொடுத்தான். மேலாளர் விண்ணப்பத்தை பூர்த்தி செய்து கையொப்பங்களை வாங்கிக் கொண்டு டி.டி.யை தனசேகரனிடம் கொடுத்தார். மிக ஆவலுடன் டி.டி.யை உற்றுப்பார்த்த தனசேகரனுக்கு, நெஞ்சில் லேசான ஒரு பகீரடித்தது. அந்த டிமாண்ட் டிராஃப்ட், ஆட்டோமொபைல்ஸ் கடையின் பெயருக்குத் தரப்பட்டிருந்தது. இதை தனசேகரன் எதிர்பார்க்கவில்லை. அவனது ப்ளஸ் டூ படிப்பின் புத்திசாலித்தனம், இந்த இடத்தில் எதிர்பாராமல் மண் கவ்விவிட்டது. இப்போதுதான் ஆட்டு லோனே வாங்கியிருக்கலாம் என்று தோன்றியது. ஆட்டு விற்பனையில் கொட்டேஷன்கள் எல்லாம் இன்னும் நடைமுறைக்கு வரவில்லை. இந்த கேட்புக் காசோலையைப் பணமாக மாற்ற, ஆட்டோமொபைல் காரர்களின் தயவு தேவையாயிருக்கிறது. வாழ்வின் மொத்தக் காலத்திலும் யாராவது ஒருவரின் தயவு தேவைப்பட்டுக் கொண்டேதான் இருக்கும்.

மறுநாள் அப்பா, தனசேகரனைக் கூப்பிட்டு, "இங்க வா ஒரு யோசனை...." என்றார்.

"என்னஙகப்பா?"

"பதினஞ்சு ரூபாய்க்கு டிடி இருக்குல்ல... அதுல ஒரு அஞ்சு, ஆறாயிரத்துக்கு மட்டும் சாமான் வாங்கிட்டு, மீதியைப் பணமாத் தரச்சொல்லி வாங்கிட்டு வந்துருவோம்.... என்ன யோசனைன்னா, நம்ம திண்ணையில ஒரு சின்னக் கடையா கட்டிப் போட்டு, நெசமாவே ஸ்பேர்பார்ட்ஸ் கடை ஆரம்பிச்சு நடத்திப் பார்த்தா என்ன?"

தனசேகரன் திடீரெனப் புதிர்ப்பாதையில் அகப்பட்டது போல உணர்ந்து, எதுவும் பேசாமல் நின்றுகொண்டிருந்தான்.

"இப்போ நீயும் சும்மாதானே இருக்கே... ஒரு தொழில பாத்தமின்னு இருக்கட்டும். குளிச்சிட்டுக் கிளம்பு. நானும் வர்றேன்...." என்றார் அப்பா.

அப்பாவும் தனசேகரனும் கிளம்பி தாராபுரம் சென்று, ஆட்டோ மொபைல்ஸ் உரிமையாளரைப் பார்த்தனர். அவரும் பொருட்களை வாங்கியதுபோக, மீதித் தொகையைப் பணமாக தருவதாக ஒப்புக்கொண்டு பொருட்களையும் பணத்தையும் தந்தனுப்பினர். இந்த அளவில் தனசேகரனும் அவனது தந்தையாரும் எண்ணிய எண்ணியாங்கு எய்தியவர்கள் ஆனார்கள்.

தாராபுரத்திலிருந்து சேனாபதி பாளையத்துக்கு பஸ் ஏறும் முன் பாலாஜி பவன் சென்று, ஆளுக்கு ஒரு சப்பாத்தியும், தயிர்சாதமும் சாப்பிட்டார்கள்.

வீட்டுவேலை முடிவற்று நீண்டு கொண்டிருப்பதாகப்பட்டதும். வீடு இப்போதுள்ள நிலையை வைத்து உத்தேசத் தோற்றமாக இது எந்தவிதம் உருவாகும் என மனக்கண்ணில் உருவகித்துப் பார்த்தவர்களெல்லாம், "பழைய வீட்டை மாத்திக் கட்டறதுக்குப் பதிலா, இடிச்சு நிரவிட்டு புதுசாவே கட்டியிருக்கலாம்...." என்றார்கள்.

அப்பாவும்கூட அப்படிச் செய்திருக்கலாமோ எனப்

பலமுறை யோசித்தார். எப்படியானபோதும் பாதிக்குமேல் வேலை முடிந்துவிட்ட வீட்டை இடிப்பதென்பது ஆகாது. தனசேகரனின் தொழிலுக்கென வாங்கிப் போட்ட பொருட்கள் -டூ வீலர் விற்பனைக்கான உதிரிப் பொருட்கள் கிளட்ச் ஒயர்கள், பிரேக் ஷூக்கள், டியூப் வால்வுகள் எனப் பற்பல பொருட்கள் காக்கி அட்டைப் பெட்டிக்குள் வீட்டின் மூலையில் கிடந்தன. பாலிதீன் கவருக்குள் டியூப்களும் உறைகள் எதுவுமற்று டயர்களும் கிடந்தன.

தனசேகரன், முத்துக்குமாருக்கு காசு தரவேண்டியதற்கு அடிக்கடி அப்பாவிடம் நினைவூட்டி வந்தான். எப்போது கேட்டாலும், "ரெண்டு நாள் கழிச்சுத் தரேன். கொண்டுபோய்க் கொடுத்துட்டு வந்துரு...." என்று பதில் சொல்லிக் கொண்டேயிருந்தார் அப்பா.

வங்கியில் கடன் பெற்று சரியாக ஒரு மாதமும் ஒரு நாளும் கழிந்த நிலையில் அப்பா, தனசேகரனைக் கூப்பிட்டு நானூறு ரூபாயைக் கொடுத்து "போ... போயி பேங்குல கட்டிட்டு வந்துரு..." என்றார்.

தனசேகரன் வியப்பின் கூரைமேல் ஒரு ஒடெனக் கிடந்தான் ஒரு கணம். வங்கி மேலாளர் 'மாதம் நானூறோ நானூத்தம்பதோ கட்டிக்கிட்டு வாங்க' என்று சொல்லி இருந்தார். தனசேகரன் வங்கிக்குச் சென்றான். வங்கியில் பணத்தைப் பெற்றுக்கொண்டு ரசீது கொடுத்ததோடல்லாமல், ஒரு அட்டையிலும் குறித்துக் கொடுத்தார்கள். அந்த அட்டை, வெள்ளிக்கிழமை தவறாமல் வீட்டுக்கு வருகிற பாத்திரச் சீட்டுக்காரர் தருகிற அட்டையைப் போலவே இருந்தது.

"ஏங்க தனசேகர்! இதுக்கு... பதினஞ்சாயிரத்துக்கு பில் இன்னும் கொடுக்கலியே?" என்றார். தனசேகரன் இந்த பில் தருகிற விவகாரத்தை யோசித்திருக்கவில்லை. அவனது ப்ளஸ் டூ அறிவு இந்த முறையும் அவனைக் கைவிடவில்லை.

"இந்த ரெண்டு நாள்ல வாங்கிக்கலாங்க சார்!"

தனசேகரன் வீட்டுக்கு வந்தபோது, வஞ்சிவலசு குப்புசாமி மாமன், வீட்டின் கதியைப் பார்வையிட்டுக் கொண்டு

ஆலோசனையை வழங்கிய வண்ணம் இருந்தார். இவனைப் பார்த்ததும்,

"என்ன மாப்ளே... வீட்டுவேலை முடிஞ்சதும் அடுத்து கல்யாணம்தான், பொண்ணு ஒண்ணு பாத்திருவமா?" என்றார். அந்த நேரத்துச் சூரிய ஒளியில் தனசேகரனுக்கு முகம் வெட்கி, ஏறக்குறைய சீமை ஓட்டின் நிறத்துக்கு வந்திருந்தது. பெரும் பசி கொண்ட அரக்கனைப் போல் வீடு மணலையும் பணத்தையும் விழுங்கிக் கொண்டிருந்தது. தனசேகரன் தாராபுரத்துக்கு பஸ் ஏறப்போகும்போது, அம்மா காற்றுக்கண்கள் உள்ள செவ்வகச் சல்லடையில் மணல் சலித்துக் கொண்டிருந்தாள்.

"என்ன தம்பி.... ஐயாயிரத்தி ஐந்நூறு ரூபாய்க்கு ஸ்பேர்ஸ் வாங்கிட்டு பதினையாயிரத்துக்கு பில் கேட்டா, என்ன அர்த்தம்?" என்றார் ஆட்டோமொபைல்ஸ் ஓனர்.

"அதுக்கில்லீங்க... எங்க பாங்க் மானேஜர் பில் கேட்கிறாரு...."

"அதுக்குன்னு... இது என்ன பொட்டிக்கடைங்களா? எனக்கும் ஆடிட்டிங் இருக்கு, டேக்ஸ் இருக்கு அஞ்சு ரூபா பிஸினஸுக்குப் பதினஞ்சாயிரம் பில் கொடுத்துட்டு, சேல்ஸ் டாக்ஸ் காரங்ககிட்ட எவன் பதில் சொல்றது? நீங்களே யோசிச்சுப் பாருங்க..."

எதுவும் பேசத் தோன்றாமல் கடையின் சலனங்களையே வெறித்தவாறு இருந்தான் தனசேகரன். நேரடியாக அவரைப் பார்ப்பதற்குச் சங்கடமாக இருந்தது. இனம்புரியாத அசௌகரியம் இதயத்துக்கும் வயிற்றுக்குமிடையே புகையாக அலைந்து மூச்சுத் திணறுவதுபோல இருந்தது.

"அப்ப ஒண்ணுமே பண்ண முடியாதுங்களா?"

"ம். பத்தாயிரம் பில்லுக்கு எண்ணூறு ரூபா டாக்ஸ். அத எனக்குக் கொடுங்க போட்டுத் தந்துடறேன். எனக்கும் பிரச்னை வரக்கூடாதில்லையா?"

"சரிங்க, நாளைக்கு வர்றேன்....." என்று சொல்லிவிட்டு விடைபெற்றுக் கொண்டான்.

வீட்டுக்குச் சென்று சிறிது நேரம் அம்மாவுக்குக் கூடமாட ஒத்தாசை செய்துவிட்டு. அப்பாவைப் பார்க்க தோட்டம் போனான். அவரிடம் சென்று தாராபுரத்துக்கு பில் வாங்குவதற்குப் போய் வந்த கதையைச் சொன்னான். அதற்கு அப்பா, "நீ எதுக்குப் போனே? ரெண்டு நாள் பொறு நான் வாங்கித் தந்திடறேன்...." என்றார். இவரெங்கே வாங்கித் தரப்போகிறார் என்ற எண்ணம் ஒரு கணம் தோன்றினாலும், அவரால் இந்தக் காரியம் முடிந்துவிடுமெனில் நல்லதுதானே என்று தோன்றிது.

அப்பா சட்டை பாக்கெட்டிலிருந்து நூறு ரூபாய்தாள்கள் சிலவற்றை எடுத்தார். அதிலிருந்தும் ஐந்நூறு ரூபாய் எண்ணி எடுத்துக் கொடுத்தார்.

"எதுக்குங்கப்பா?"

"கொண்டுபோய் சிமெண்ட் வாங்கனீல... முத்துக்குமாருகிட்ட குடுத்திரு...."

இரண்டாயிரத்து ஐந்நூறு ரூபாய் பாக்கிக்கு. ஒரு மாதம் கழித்துப் போய் வெறும் ஐந்நூறை நீட்டினால் நன்றாகவா இருக்கும் என்று தோன்றியது தனசேகரனுக்கு.

"வேறு செலவு நெறைய இருக்கு. இதுக்குச் சீக்கிரம் பாத்துக் கணக்கு முடிச்சு விட்டிருவோம்...." என்று சமாதானம் சொன்னார் அப்பா.

"சீக்கிரம்னா... ரெண்டு நாள்லயா?"

"இந்த மாசக் கடைசிக்குள்ள கொடுத்துருவோம்...."

"இன்னொரு ஐந்நூறு குடுங்க. ஒரு ஆயிரமாவது கொடுத்தாத்தான் மதிப்பா இருக்கும்... ஆமா, இப்ப ஏது காசு?"

"காளிதாஸ்கிட்ட அட்வான்ஸ் வாங்கினேன்...."

"காளிதாஸ்கிட்ட அட்வான்ஸா?" ஒன்றும் புரியவில்லை தனசேகரனுக்கு.

காளிதாஸ்-உள்ளூர் மெக்கானிக் டூ விலர் வாகனங்களைச் சிறுசிறு பழுதுபார்த்துக் கொடுப்பது, பஞ்சர் ஒட்டுவது

போன்ற தன் எளிய மெக்கானிக் அறிவின் மூலம் ஓரளவு சம்பாதித்து ஜீவித்து வருபவன். சட்டென தனசேகரனுக்குத் தர்க்கக் கோடுகள் வளையம் சுழன்று, நுனி கோத்து உண்மை புலப்பட்ட அதே கணத்தில் அப்பா அதை வாயால் மொழிந்தார்.

"இந்த ஸ்பேர்பார்ட்ஸ் எல்லாம் காளிதாஸுக்குக் கொடுத்திட்டேன். நம்மகிட்ட இருந்தாலும் இப்போதைக்குச் சும்மா தானே கிடக்குது. திரும்பக் கடையை ஆரம்பிக்கற துன்னா, அப்போ வாங்கிக்கிட்டா போகுது..."

ஏமாற்றம், குழப்பம், விடுதலை உணர்ச்சி போன்ற பல்வேறு நிலைகளுக்கு ஆட்பட்டு, பின் மீண்டும் சீராக மூச்சுவிட்டான்.

"காளிதாஸ் எவ்வளவு கொடுத்தான்?"

"அட்வான்ஸ் ரெண்டு ரூபா கொடுத்தான். அடுத்த வாரம் மூணு ரூபா கொடுப்பான். அஞ்சாயிரம்..."

"அதெல்லாம் பாத்தா ஆகுமா? ஆத்திர அவசரத்துக்குப் பணம் வேணும்னு பாத்தா ஆயிரம் ஐந்நூறை விட்டுத்தான் ஆகணும்...."

பணத்தை வாங்கிக்கொண்டு சின்னதாராபுரம் போய் முத்துக்குமாரிடம் கொடுத்துவிட்டு, சாயங்காலமாக வீடு வந்து சேர்ந்தான். வீட்டில் நுழைந்தவனிடம் அம்மா, "போயி டிராக்டர் வண்டிக்குச் சொல்லிட்டு வா. இன்னொரு வண்டி மண்ணு வேணுமாட்ட இருக்கு..." என்றாள்.

டிராக்டர் பயணம் துவங்கியது. வீடு கிட்டத்தட்ட பூர்த்தியடைந்ததில், அம்மா இப்போது ஆசுவாசமாக இருந்தாள். கல்யாணம் செய்வதற்கும், வீடு கட்டுவதற்கும் இடையிலான வித்தியாசம் - கல்யாணத் தேதி நெருங்கப் பதற்றமும் பரபரப்பும் அதிகமாக இருக்கும் என்பதே. இந்த வீட்டு விவகாரத்தில் பதற்றமும் குறைவாயிருக்கும். ஆட்களும் தனசேகரனும் மணல் அள்ளிக் கொண்டிருந்தபோது, அம்மா காபி வைத்துக் கொண்டிருந்தாள். சர்க்கரை, காபிப்பொடி, தண்ணீர் மற்றும் பாத்திரங்களை வரும்போதே கொண்டு

வந்திருந்தாள். மூன்று கற்களை 'ஃ' வடிவத்தில் கூட்டி, கரையில் கிடந்த சுள்ளிகள் பொறுக்கி, பனை காற்று அரவத்துக்கிடையே நிமிடங்களில் காபி வைத்து முடித்தாள். அண்டமா நதிக்கரை பனைவளம் மிக்கதாக இருந்தது. மணல் அள்ளும்போது பள்ளங்களில் பனையில் சல்லி வேர்கள் துருத்தித் தென்பட்ட வண்ணம் இருந்தன. அம்மா காபி வைத்தக்கொண்டிருந்த அடுப்புக் கற்களின்மேல் பனைநிழல் ஓடியது. மரத்தடி அடுளளப்பெரியும் காட்சி நிரந்தரப்படாதிருக்கும் பொருட்டுதானே ஒரு வீடு தேவையாக இருக்கிறது.

இரவின் அபாந்திரவெளியில் அடுப்பின் முன் தணலாடும் அம்மாவின் முகத்தைப் பார்த்த தனசேகரனுக்கு விநாடிக்கும் குறுகலான நேரம் விம்மிப் பொத்துக்கொண்டு கண்ணீர் வந்தது. இரவு தந்த நிழல் சௌகரியத்தில் இந்த அண்டமாநதி துளிர்த்த இந்தத் திடீர் விழியுப்பு நீரால் தாகம் தீர்ந்து காய்ந்ததும் யாருக்கும் தெரியாமலேயே போயிற்று. வடிவ ஒழுங்கற்ற நதியின் ஒற்றைக் கண்ணென அந்த அடுப்பு எரிந்து, பின் செந்தழல் பூக்களாகக் கொஞ்ச நேரம் கனன்று நீறுபூத்து இரவோடு இரவாகியது.

மணல் வீடு வந்து சேர்ந்தது.

சிமெண்ட் கலவையிலும் கான்கிரீட் குழைவிலுமாக ஸ்திரமான ஒரு இடத்தில் மணல் உறைந்தது. ஒருவேளை வீடு, தனக்குள் பல நதிகளின் நீரோட்டங்களைக் கொண்டதாக இருக்கலாம். பெருகிய காலம், வற்றிய காலம், தேங்கிய காலம், ஜீவராசிகள் மிகுந்த காலம் எல்லாமுமாக மாறிமாறிப் பயணிக்கலாம்.

வீட்டு வேலை முடிந்தது.

இனி உத்தரங்களிலிருந்து தேள்கள் விழாத பராமரிப்பை மேற்கொள்ள வேண்டும். போன வாரம் வெள்ளையடிக்கப் படாத சுவரில், கந்தசாமி மாமாவின் பேத்தி லாவண்யா சாக்பீஸில் தான் பழகாத அல்லது பழக முயற்சிக்கிற ஓவியத்தைக் கிறுக்கிவிட்டிருந்தாள். இனி, இந்தச் சுவர் தனக்கான எல்லா அடையாளங்களையும் பெற்றுவிடும். இந்தச்

சுவரின்மீது கவிந்திருப்பதனாலேயே கூரை ஓடுகளும் தங்களுக்கான அடையாளத்தைப் பெற்றுவிடும்.

நேற்று இரண்டாவது தவணையைக் கட்டுவதற்காக வங்கிக்கு தனசேகரன் சென்றான்.

மேலாளர், "ஏங்க, போன மாசமே பில் கொண்டுவந்து கொடுக்கச் சொல்லியிருந்தேன். இன்னும் ரெண்டு நாள்ல பாத்து வாங்கிக் குடுங்க. இந்த வாரக் கடைசில இன்ஸ்பெக்‌ஷன் இருக்கு..."

"சரிங்க சார், வாங்கித் தரேன்..." என உறுதியளித்துவிட்டு வங்கியிலிருந்து வெளியே வந்தான்.

இன்று காலை தாராபுரத்துக்கு ஆட்டோமொபைல்சுக்கு பில் வாங்குவதற்குப் புறப்பட்டான் -வீட்டிலிருந்து.

ஒரு வீடு என்பது எதற்காக?

அந்தப் புள்ளியிலிருந்து... பல்வேறு இடங்களுக்குப் பயணம்...

பயம் வந்திட...

பெண்களை உள்ளே அனுமதிக்காத கோயில்கள் மீதும் அவர்களுக்கு வசீகரம் இருந்தது. அதிலும் அருங்கரை அம்மன் கோயிலில் திருவிழா என்றதும் செல்லம்மாவுக்கு உடனே 'போக வேண்டும்' என்றிருந்தது. அவளுக்கு அது தந்தை வழிக் குலச்சாமி வேறு. இந்த இரவும் மறுநாள் பகலும் கோயிலும் அதன் வளாகமும் கோலாகலமாக இருக்கும். சாயந்திரம். போய்விடுவதற்கான எண்ணம் வலுவடைந்த மகள் நந்தினியை அழைத்தாள்.

"ராத்திரி அருங்கரையம்மன் கோயில்ல விசேஷம். காலைல கல்யாண மண்டபம் திறப்பு விழா வேற இருக்குது. போலாமா?"

"போலாம்மா. நானே உன்கிட்ட சொல்லலாம்னுதான் நெனச்சுக் கிட்டிருந்தேன். இன்னிக்கு ராத்திரியே போலாமா..." என்றாள் நந்தினி.

"அப்பாகிட்ட நீதான் கேட்கணும். நான் கேட்டா காலைல போய்க்கிட்டாப் போதும்னு சொல்லுவாங்க" - செல்லம்மாவின் குரலில் கெஞ்சல் இருந்தது.

"அம்மா! நைட்டு பட்டிமன்றம் வேற இருக்குதாம்மா. அதனால இன்னிக்கு நைட்டே போலாம்" என்றாள் நந்தினி.

இப்படித் தாய்-மகள் இருவரும் தங்களின் ஆசையை வெளியிட்டுக் கொண்டிருக்க, கதிர்வேல் வந்துவிட்டார். வந்ததும் பால்கேனை டி.வி.எஸ். ஐம்பதிலிருந்து கழற்றி எடுத்து வைத்தார். இருவரும் அமர்ந்திருந்ததைப் பார்த்து, 'தோரணை சரியில்லையே...' என நினைத்தார்.

செல்லம்மா அர்த்தமுள்ள பார்வையை நந்தினியை நோக்கி வீசவும், விழிவழிச் செய்தியைப் பெற்றுக்கொண்ட அவள்,

அப்பாவிடம் – "அப்பா! இன்னிக்கு அருங்கரையம்மன் கோயில்ல விசேஷமுங்கப்பா" என்றாள்.

"அதானே பார்த்தேன்... இன்னிக்கு நிக்கற சைஸே வேற மாதிரி இருக்குதேன்னு...! சரி, போய்ட்டு வாங்க."

அவர் உடனே சம்மதித்ததில் இருவரும் மகிழ்ச்சியிலிருக்க... அவரே தொடர்ந்து, "காலைல போனா போதுமில்ல?" என்று கேட்கவும் செல்லம்மா, நந்தினியைப் பார்த்தாள்.

"இல்லீங்கப்பா. இப்பவே போறோம்" என்றாள் நந்தினி.

"இந்த ராத்திரில எதுக்கு?"

"நைட்டு நல்ல விசேஷமா இருக்கும்ப்பா..." என்ற நந்தினியின் கண்கள் ஐந்து செண்ட்டுக்கு விரிந்தன.

"பஸ்ல போறீங்களா?"

"பஸ் வேண்டாம். பஸ் திருமங்கலத்தோட நின்னுடுதாம். அம்மாவால நடக்க முடியாது. மொபெட்ல போயிடறோம்."

"ரொம்பத் தூரம் கண்ணு..."

இப்போது செல்லம்மா இடைவெட்டி கதிர்வேலுக்குப் பதில் கூறினாள். "ஒரு தூரமுமில்லை. ஒத்தமாந்துறைல இருந்து வடக்க போயி அணைப்பாளையம் வழியாப் போனா எட்டு மைலுதான். பஸ்சுல போனாத்தான் பதினஞ்சு மைலு போகணும்."

"அதுக்கு சொல்லலை. நம்ம வண்டி பத்து நாளா பாயிண்டு தகராறு பண்ணுதேன்னு யோசனையா இருக்கு."

நந்தினி இப்போது மொபெட்டின் அருகில் போனாள். வலப்புறத்து பெடலின் அருகில் இருக்கும் கப் மூடியைக் கழற்றினாள். குனிந்து அமர்ந்து காந்தம் உலாவும் இரும்புப் பகுதியில் கையை நுழைத்துக் காட்டியவாறு அப்பாவிடம், "இது நகர்ந்துக்குது. அவ்வளவுதானே... நெம்பிவிட்டால் திரும்பஸ்டார்ட் ஆகிக்கும். எனக்குத் தெரியும்" என்றாள் கர்வமாக.

"அப்பனும் மகளும் இப்படியே வண்டியை ஓட்டிக்கிட்டு இருங்க. ரிப்பேரு மட்டும் பாத்துடாதீங்க. என்னிக்காவது பத்து மைலு உருட்டிக்கிட்டு வந்தாத்தான் புத்தி வந்து அதைச் செம்மை பண்ணுவீங்க" எனக் கேலியான குரலில் சொன்னாள் செல்லம்மா. எப்படியும் பயணம் உறுதியாகி விடும் என்பதான மகிழ்ச்சி அவள் குரலில் கலந்திருந்தது.

கதிர்வேல் தோட்டத்தின் இதர வேலைகளைப் பார்க்கப் போக, அம்மாவும் மகளும் குளித்துத் தலைதுவட்டி புறப்பட்டார்கள். கதிர்வேல் திரும்ப வந்ததும் அவரிடம் செலவுக்கு காசு வாங்கிக்கொண்டு மொபெட்டை நோக்கி வந்தார்கள். ஒரு அழுத்தத்திலேயே வண்டி ஸ்டார்ட் ஆகிவிட்டது. கதிர்வேல் "பத்திரமா போய்ட்டு வாங்க!" என வாழ்த்தினார். வண்டி கிளம்பும்போது இரவின் கதிர்கள் விழத்துவங்கியிருந்தன. "பார்த்து மெதுவாகவே போ" என்றாள் செல்லம்மா. அவளுக்கு மகளைப் பார்க்க 'ஆண்பிள்ளை' போலத் தோன்றியது. குளிர் மெள்ளத் துவங்கிற்று. நந்தினியின் வலது தோள்பட்டையைப் பிடித்துக்கொண்டாள். நேசத்தின் கதவுகளும் மதகுகளும் திறந்துகொண்டாற் போன்ற உணர்ச்சி மேலிட்டது.

"நீ மூணு வயசுக் குழந்தையா இருந்தப்ப உன்னை எடுத்துகிட்டு இந்தக் கோயிலுக்கு ஒரு செவ்வாக்கிழமை ராத்திரி போனேன். அதுக்கப்புறம் இன்னிக்குத்தான்."

"அதுக்கும் மூந்தி?"

"கல்யாணம் ஆகிற வரைக்கும் செவ்வாக்கிழமை தவறாம ராத்திரி ராத்திரி கோயிலுக்குப் போய்டுவேன். காளிபாளையத்துல இருந்து ரெண்டு மைலு. எட்டிக் குடுத்தாப்ல நடந்திடுவோம், நானும் உங்க அம்மாயாத்தாளும்."

செல்லம்மா இதைச் சொன்னபோது பழைய மைல் கணக்கிலும், குமரிப் பருவத்து ஞாபகத்திலும் திளைத்தாள். தனது ஊரான காளிபாளைத்துத் தாவணிப் பருவம் நிழலாடியிருக்க வேண்டும். அந்தத் தருணத்தின் காற்றின் குளிர்ச்சியில் அவளது மரகதப் புடவை தாவணியாக மாறி

பின் மீண்டும் புடவையானது. இந்த இடைவெளியில் தோலின் சுருக்கங்கள் மேவி இளமை மீண்டது அற்ப நேரம்.

செல்லம்மாவுக்கு இந்த இரவில் கோயில் எப்படியிருக்கும் என்ற கற்பனை முன் வந்தது. நந்தினி தொடர்ந்து, "அம்மா... கோயிலப்பற்றி புதுசா புத்தகம் ஒன்று எழுதியிருக்காங்க எங்க பழைய தமிழ் வாத்தியாரு" என்றாள்.

"அவரு எனக்கும் மச்சான்தான்" என்றாள் செல்லம்மா. தோழியிடம் கர்வம் நிலைநாட்டுகிற குரலாயிருந்தது அந்த வெளிப்பாடு. நந்தினி சிரித்தாள். எதிரில் லாரி ஒன்று வந்து கொண்டிருந்தது.

"அய்யோ சிரிச்சுகிட்டு இருக்காதே. வண்டியப் பாத்து ஓட்டு."

1918-ல் வெள்ளைக்காரன் கட்டிய பாலத்தைக் கடந்தபோது ஒத்தமாந்துறை வந்தது. செல்லம்மா, "வண்டிய வடக்கு மின்னாத் திருப்பு, ரங்கபாளையத்துமேல போய்டுவோம்" எனக் கட்டளையிட்டாள்.

"ஏம்மா? பெட்ரோல் பங்க் போய் மேக்கே வந்தால் நல்ல தடம்."

"இதுல போ... சொல்றேன். பக்கமாப் போயிடலாம். வாய்க்கால் ஒட்டின தடம்."

வெளிச் சொல்ல முடியாத இயற்கையின் ரம்மியம் செல்லம்மாவை கூவி அழைத்திருக்க வேண்டும். சரியென வண்டியை வடக்கே திருப்பினாள் நந்தினி ஒத்தமாந்துறை கடந்து ரங்கபாளையம் வந்தாயிற்று. அந்த ஊரில் ஓவர்ஹெட் தண்ணீர் டேங்க்கின் மீது வளர் நிலவு நின்று கொண்டிருந்தது. நந்தினி ஒரு கணம் நிலா பார்க்க, வண்டி நொடித்தது. சமாளித்து சீர் பெற்றாள். சற்றே மேற்குச் சென்று பாதை தொடர வாய்க்கால் ஒட்டின பாதை வந்தது. மண் தடம். கோயிலின் தூரத்தைக் குறைக்கும் தகவிலான பாதை.

"என்னம்மா... ரோடு மண்ணும் கல்லுமா கெடக்குது."

"போ.. போ.. அதனால என்ன... கல்லும் முள்ளும் காலுக்கு மெத்தைனு சபரிமலை போறதில்லையா அப்படித்தான் இது."

இந்த செவ்வாய்க்கிழமையில சரஸ்வதியின் கடாட்சம் பெற்று விட்டது போல் செல்லம்மா தோன்றினாள். மேற்குச் செல்லும் பாதையாக அணைப்பாளையத்துத் தார்ச்சாலையில் இணைத்து வண்டியை கோயிலுக்கு ஓட்டினாள் நந்தினி நல்ல வேகம் பெற்றது வண்டி. கோயிலின் ஒரு மைலுக்கு முன்னாடியே டியூப்லைட்டுகள் சாலையோரம் வரிசை கண்டு வரவேற்றன.

"அப்பா...! ஜெகஜ்ஜோதியா இருக்கு" என்றாள் செல்லம்மா. டியூப்லைட் வரிசை முடிந்த இடத்தில் ஆயிரம் சீரியல் பல்புகளின் இணைப்பில் வரவேற்பின் வாயிலாக 'அருங்கரை அம்மன்' நின்று பிரகாசித்தாள் முப்படிக்கும் மேலான உயரத்தில்.

நந்தினி வண்டியை நிறுத்தினாள். கோயிலுக்குப் புதிதாக தார்ப்பாதை நீண்டு கிரஸரின் சாம்பல் பொடி மணல் தூவியிருந்ததில் சிமெண்ட்டின் நிறம் கொண்டிருந்தது. திகைத்து நின்ற செல்லம்மாவைத் தோளில் தட்டி அழைத்த கரம் இந்திராணியுடையது.

"சித்தி! இப்பத்தான் வர்றீங்களா ரெண்டுபேரும்?"

"ஐ... இந்திராக்கா!" என்றவாறு நந்தினி வண்டியின் ஸ்டாண்டைப் போட்டுவிட்டு அருகில் வர. "ஏய், கழுத! வண்டிய முதல்ல நடு ரோட்டுல இருந்து எடு. அங்கே வண்டி நிறுத்தத் தனி இடம் போட்டிருக்காங்க. போயி நிறுத்திட்டு வா. நானுஞ்சித்தியும் இங்கேயே நிக்கிறோம்" என்றாள். நந்தினி வண்டியை 'நிறுத்திமிடம்' நோக்கி ஓட்டிப்போனாள்.

"உங்க வீட்டுக்காரர் எங்கே?" என இந்திராணியிடம் செல்லம்மா வினவ, அவள், "ரெண்டு பேருந்தான் பைக்குல வந்தோம். இப்ப எங்காவது பையனுக கூடச் சேர்ந்து சுத்திக்கிட்டிருப்பாரு" கணவனின் இளமை மீதான கிளர்ச்சியாக இப்படிச் சொன்னாள். தொடர்ந்து, "நந்தினிக்கு எப்போ கல்யாணம்?" என்றாள்.

"பண்ணணும்மா அதுக்கு முன்னால் நாலஞ்சு பவுனுக்கு கொடிக்கிது பண்ணணும். அடுத்த வருஷம் கோயிலுக்கு

வர்றப்ப சோடியா வாற மாதிரி அருங்கரையாதே முகம் முழிக்கோணும்" என்ற செல்லம்மாவின் இமையின் கீழ்ப்பரப்பு ஈரம் கண்டிருந்தது. எதிர்பார்ப்பின் சந்நிதியில் நந்தினிக்கான தாய்ப்பால் இப்போதும் சுரந்து உயிரின் ஆடைகளில் ஏடு படிகிறது.

இந்திராணி அமைதியாக இருந்தாள். நந்தினி வேகமாக நடந்து வந்து கொண்டிருந்தாள்.

"வண்டி நிறுத்தறதுக்கு மூணு ரூபாயாம்மா. வா, உள்ளே போவோம்'' என லேசாக அம்மாவை நெட்டிவிட்டு இந்திராணியின் கைகளை இறுகப் பற்றிக்கொண்டாள். கோயிலின் வளாகத்துக்கு புதுத் தார்ரோட்டில் அரை மைல் நடக்கவேண்டி இருந்தது. எதிரும் புதிருமாக மக்கள் கடந்து போய்கொண்டிருந்தார்கள். ஒரு கட்டத்தில் இந்திராணி பிரிந்து வேறு பக்கம் போய் விட்டாள். இப்படி நிறைய உறவுகளைச் சந்திப்பதும் பிரிவதுமாகவே அடிக்கடி நிகழ்ந்துகொண்டிருந்தது.

மணி ஒன்பதரை ஆகிவிட்டது. கோயிலுக்கு இடதுபுறம் மணல் விரித்து பெரிய பந்தல். இதே அளவு பந்தல் வேறோர் இடத்தில் அன்னதானத்துக்கு என்று போட்டிருந்தது.

''முதல்ல சாமி கும்பிட்டுக்கலாம்'' என்றாள் செல்லம்மா. இருவரும் கோயிலின் முன்நடைக்குச் சென்றார்கள். ஆண்கள் இடப்புறமுள்ள வழியில் உள்ளே சென்று கும்பிட்டு மீண்டும் திரும்பி வந்தனர். பெண்கள் முக்கிய வழியை மறித்து நின்றவண்ணம் கைகூப்பியும் விழுந்தும் வணங்கிக் கொண்டிருந்தனர். நடையின் வாசல்படி தாண்டி அனுமதி இல்லை பெண்களுக்கு. உள்ளே சுற்று மதிலின் பரப்புக்கு உட்பட்டு வெயில் காயும் தேவதைகள். பனிதூங்கும் தெய்வங்கள். கூரையில்லை, கோபுரமில்லை, சிற்ப லாவண்யங்கள் இல்லை. மக்களின் பக்தி கற்களாயும் சுதைகளாயும் உருவம் கொண்டிருந்தன. பின்னும் சில மரங்களும் இருந்தன.

சாமி கும்பிட்டுவிட்டு மதில் வெளிப்பிராகாரம் சுற்றியபோது மதில்களைச் சிறிதாக்கிவிட்டு உள்ளிருந்து உயர்ந்த மரங்கள்

காட்சிக்குப் பட்டன. அவையும் தெய்வரூபத்தின் ஒரு பகுதியாயிருக்கலாம். அதில் மனித முயற்சி இன்றி விளைத்த மரமொன்றின் விதை ஏதேனும் ஒரு 'பெட்டை'ப் பறவையின் கைங்கர்யமாகவும் இருக்கலாம்.

செல்லம்மாவும் நந்தினியும் சாப்பாட்டுப் பந்தலை நோக்கி நடந்தார்கள். 'வரவேற்புக்குழு', 'அன்னதானக்குழு' என பேட்ஜ் அணிந்தவர்கள் உணவளித்து உபசரித்தார்கள். சாப்பிட்டு முடித்ததும் செல்லம்மா, "சாமி கும்பிட்டாச்சு... சாமி சாப்பாடும் சாப்பிட்டாச்சு... போலாமா?" என்றாள். நந்தினி உறுதியாக "பட்டிமன்றம் கேட்டுவிட்டுத் தான் போகணும்" என்று சொல்லிவிட்டாள்.

இருவரும் பந்தலுக்கு வந்தார்கள். பட்டிமன்றம் ஆரம்பமாகி இருந்தது. கால்மணி நேர இடைவெளிக்குள்ளாக தத்துவஞானி போலவும் பபூன் போலவும் ரூபமெடுக்க வல்லவர்களாக பேச்சாளர்கள் விளங்கினார்கள். பட்டிமன்றம் முடிய மணி இரண்டுக்கு மேல் ஆகிவிட்டது. செல்லம்மா, "போலாமா?" என்றாள். நந்தினியோ, "இப்பவேவா... காலைல போலாம்மா" என்றாள். செல்லம்மா, "இங்க பாரு! காலைல பருத்தி எடுக்க ஆளுகளை வரச் சொல்லிட்டேன். நாம கிட்ட இல்லீனா ஒரு வேலையும் நடக்காது. காலைல புறப்பட்டா ஒரு பொழுது வீணாப் போயிடும்" எனக் கடமைகளைக் கூர்ந்தாள். இருவரும் நடக்க ஆரம்பித்தார்கள். வண்டி 'ஷெட்'டுக்கு அரை மைல் இருக்கிறபடியால் பேசிக்கொண்டே நடந்தார்கள்.

"அம்மா... சாமிகிட்ட என்ன வேண்டிக்கிட்டே?" என்றாள் நந்தினி.

"இந்த வருஷம் பருத்தி நல்ல விலைக்குப் போகணும். கிணறு தண்ணி வத்தக் கூடாது. வீட்டச் சரி பண்ணணும். உனக்கு கல்யாணம் ஆயிடோணும்'னு நெறயா என்னென்னமோ வேண்டிக்கிட்டேன்" என்றாள் செல்லம்மா.

"ஆனாலும் உனக்குப் பேராசைம்மா!"

"போடி..."

நந்தினி சிரித்துக் கொண்டாள்.

"நீ என்ன வேண்டிக்கிட்டே?" என்று கேட்டாள் செல்லம்மா.

"நீயும் அப்பாவும் நல்ல இருக்கணும். கால்வலி இந்த வாரத்துக்குள்ள உனக்கு நீங்கிறணும்." அந்தப் பெண்கள் நடந்தார்கள். ஸ்டாண்டிலிருந்து மொபெட்டை எடுத்து வந்துஸ்டார்ட் செய்தாள் நந்தினி. பனிப்பதத்தையும் மீறி மூன்றாவது பெடலிங்கில் ஸ்டார்ட் ஆகிவிட்டது.இருவரும் ஏறி அமர, வண்டி ஊர் நோக்கித் திரும்பியது. ஆயிற்று... டியூப் விளக்குகளின் சரவரிசை கடந்தாயிற்று. இப்போது பாதை இருள்பாதை மேலும் ஒரு சரவரிசை கடந்தாயிற்று. இப்போது பாதை இருள்பாதை. மேலும் ஒரு மைல் ஓடியிருக்கும் வண்டி. மெள்ள ஒலி மங்கியது இன்ஜினில். என்னவென்று யோசிப்பதற்குள் 'ச்சக்'கென வண்டி நின்று விட்டது. செல்லம்மா இறங்கிக் கொள்ள. நந்தினியும் இறங்கி ஸ்டாண்டைப் போட்டாள். பெட்ரோல் வருகையின் பாதையை 'ரிஸர்வ்'வுக்கு மாற்றினாள். ஒரு நிமிடம் காத்திருந்துவிட்டு முயற்சித்தாள். பயனில்லை. இருளின் பயவெப்பம் நெஞ்சில் புழுங்கியது.

"அருங்கரையா பாப்பாத்தி... இப்பிடி அனாதக் காட்டுல நிக்க வெச்சுட்டியே" என முனகினாள் செல்லம்மாள். நந்தினி வண்டியை எடுத்து சைக்கிளைப் போல அழுத்தி கிளட்ச்சைப் பிடித்து எக்ஸல ரேட்டரை முறுக்கினாள். கதையாகவில்லை. காற்றின் வெற்றிடப் பந்து நுரையீரலுக்கும் தொண்டைக்கும் உருள, மூச்சு வாங்கியது.

"அம்மா... பாயிண்டுதான் போயிடுச்சு" என வண்டியை நிறுத்திவிட்டு குனிந்து பெடலருகேயுள்ள கப் மூடியைக் கழற்றினாள். "ஒரு குச்சி... கெட்டிக் குச்சியா எடு" என்றவாறு அம்மாவைப் பார்த்தாள். செல்லம்மா காதுத் தோட்டை இன்னும் இறுக்கிக் கொண்டிருந்தாள். அவள் கையாண்ட ஒரே நட் அண்ட் போல்ட் சிஸ்டம் அதுதான்.

"ஏம்மா... குச்சிய எடுன்னா தோட்டைத் திருகிக்கிட்டு நிக்கறே..."

"போடி... எவனாச்சும் வந்தா கழட்டிகிட்டு ஓடிடுவான். கடவுளே... அருங்கரையா! எங்களுக்கு ஒண்ணுமே வேண்டாம் ஒழுங்கா வீடு கொண்டு போய் சேத்துனாப் போதும். அடுத்த வாரம் உன் சந்நிதிக்கு வாறோம்" என்று கோயிலின் திசை திரும்பி கன்னத்தில் போட்டுக்கொண்டாள்.

"அம்மா! ரெண்டு வழிதான் இருக்கு. ஒண்ணு... அங்க தெரியுது பாரு தோட்டத்துச் சாளை... அங்கே வண்டிய வெச்சிட்டு கோயிலுக்குப் போயிட்டு காலைல வந்து பாத்துக்கலாம். இல்லைனா, கோயிலுக்கே வண்டிய உருட்டிகிட்டு நடக்கணும்."

"காலைலக்குள்ளாற உனக்கு என்ன அவசரம்னுதான் அருங்கரை ஆத்தாளே இப்படித் தண்டிச்சுட்டா. ஏ நந்தினி... கோயில் வரைக்கும் என்னால நடக்க முடியுமா?... அருங்கரையா பாப்பாத்தி... எங்களை வீடு சேத்திடு... அது போதும்." மகளிடமும் தெய்வத்திடமுமாக மாறி மாறி செல்லம்மா பேசிக்கொண்டிருக்க, நந்தினி உறுதியான குச்சி ஒன்றினால் பாயிண்ட் பகுதியில் எதையோ உத்தேசமாக நெம்பிவிட்டு, பின் எழுந்து ஸ்டார்ட் செய்ய பெடலை மிதித்தாள். முன் விளக்கு பிரகாசமாகி அவ்வண்ணமே நந்தினி, செல்லம்மா இருவர் முகங்களும் பிரகாசமாயின. வண்டி ஸ்டார்ட் ஆகிவிட்டது. நந்தினி ஸ்டேண்ட் தள்ளி உட்கார்ந்துகொள்ள, செல்லம்மாவும் பின்னால் உட்கார்ந்தாள்.

"அம்மா... கடைசியா சாமிகிட்டே என்ன வேண்டிகிட்டே?"

"கையும் காலும் பத்திரமா ஊர் போய்ச் சேரணும்னுதான்."

"வேற என்னென்னவோ சொன்னே... பருத்தி, வீடு, கல்யாணம்னு..."

"அதுவா... அதுக்கொரு நாள் தனியா பஸ்ல வந்து வேண்டிக்கலாம். நீ வண்டியப்பாத்து ஓட்டு" என்றாள் செல்லம்மா. மகளின் தோள் பகுதியைக் கெட்டியாகப் பிடித்துக் கொண்டு.

எனக்கும் ஒரு வாழ்த்து!

ஆனங்கூர் போகும் பாதையில் 'மாலை உலா' போனபோது மயில்வாகனன் கேட்டது ஞாபகக் குறிப்பில் இன்னும் இருக்கிறது.

"இந்த ஒரு வருஷம் கடந்து போனது எனக்கோ மத்தபடி நம்ம ஃப்ரெண்ட்சுகளுக்கோ அதிசயமோ கஷ்டமோ இல்லை. ஆனா, நீ எப்படி பாஷை தெரியாத ஊர்ல எங்களை விட்டுட்டு ஒரு வருஷம் இருந்தே!"

வாஸ்தவம்தான், இங்கே என் நண்பர்களுக்குப் பெரிய கஷ்டங்களின்றி இந்த ஓராண்டு ஓடிப் போயிருக்கும். பெரும்பான்மைப் பொழுதுகளில் 'குறிஞ்சி' மண்டபத்தில் 'டாப்' அடித்திருப்பார்கள். திடீரென்று மொத்தமாய்க் கூடிச் சந்தை கிரவுண்டில் 'கழுத்துக் கட்டுப் புழுதி'யில் கிரிக்கெட் ஆடியிருப்பார்கள் ('பாழாய்ப் போனவனுக. வெளையாண்டாலும் போகுது... நேரா நேரத்துக்குச் சாப்ட்டுட்டுப் போங்கடா' - ஒரு தாயின் சத்தம்) பின் ஜெயித்தவர்களும் தோத்தவர்களுமாய்ச் சேர்ந்து 'தோற்றோர் காசில்' செல்வன் கடையில் டீ குடித்திருப்பார்கள். டீ சமயத்துக்குக் கடந்து போகும் பஸ்ஸின் ஜன்னலோர டிக்கெட்டுக்குக் கை அசைத்திருப்பார்கள். சாயங்காலம் அஞ்சேகால் ஜீவா பஸ்ஸில் மறக்காமல் ஆங்காங்கே கூடி வசந்தி டீச்சரை பஸ் ஏற்றி விட்டு வீடு திரும்பியிருப்பார்கள். (விடுமுறை நாட்கள் ஒழிக!) இரவு உணவுக்குப்பிறகு, பம்மிப்பம்மி வீட்டை வீட்டு 'எஸ்' (கேப்) ஆகி ஊருக்கு மேக்காலே ஒண்ணாம் பாலத்திலோ, இரண்டாம் பாலத்திலோ கூடிக் கதையாய்க் கதைத்திருப்பார்கள்.

வேலையில்லா நித்ய யௌவனத்தில் 'ஒரு வருஷம் ஒரு யுகம்' என்பது எவ்வளவு நிஜமோ அவ்வளவு நிஜம் 'ஒரு வருஷம் ஒரு நிமிஷம்' என்பதும். மொத்தத்தில் நிறையச் சந்தோஷங்களை இழந்துவிட்டுத்தான் நான் ஆந்திராவில் ஒரு முழு ஆண்டைக் கழித்தேன்.

பள்ளியிறுதிக்குப் பிறகு, ஒன்றரை ஆண்டு எனது ஈ விரட்டுதலைச் சகிக்க முடியாத தகப்பனார் என்னை ஆந்திராவுக்கு அனுப்பி வைத்தார். பாலகர்களைச் சம்பாதிக்கச் சொல்கிற நிர்ப்பந்தம் எவ்வகை நியாயம் என்று தெரியவில்லை. முதன் முதலில் அப்போதுதான் ரயில் பயணம். ரயிலிலும் 'மருங்கு மரங்கள்' பின்னோக்கித் தான் ஓடுகின்றன. நகரங்கள், நதிகள், நடைபாதைவாசிகள், நாகரிக மிடுக்கர்கள், நல்லோர், தீயோர் எல்லாங் கடந்து ரயில் ஓடிற்று.

ஈரோட்டிலிருந்து விசாகப்பட்டினம்.

ஊர்ப்பெயரைக் கேட்டால் 'வாடா' என்றோ 'குண்டா' என்றோ கூறிப் பயமுறுத்தினார்கள். 'ஏண்டி' என விளித்து ஆண்மை குறித்து ஐயத்தை உண்டு பண்ணினார்கள். பிறகு ஒருவாறாகத் 'தெலுகு அப்படித்தாண்டி' என அர்த்தம் செய்துகொண்டேன்.

தொழிலிலும், தெலுங்கிலும், புதுச் சூழலிலும் கொண்ட ஈடுபாடு காரணமாக ஆரம்ப நாட்கள் விரைவாகவே ஓடின. (அங்கேயும் சுவர்களில் வர்தில்லாலி, நசிஞ்சாலி- வாழ்க, ஒழிக என எழுதுகிறார்கள். முப்பது கோடி முகமெனினும் ஒன்றே சிந்தனை) நிர்ப்பந்தங்கள் முகத்தான் பணியை ஏற்கிறவர்களுக்குச் சீக்கிரம் ஒவ்வாமை வந்துவிடுகிறது. அங்கே பொருத்திக் கொள்வதற்கான சில முக்கிய நட்டுகள் என் மூளையில் கழன்றிருந்தன. நாட்கள் நகராமல் ஆயின. அதீதக் கட்டுகள் நரகத்தின் விதைகள். எவ்வகையிலானும் ஒரு ஆண்டைப் பூர்த்தியாய்க் கழித்துவிட்டு ஊருக்குத் திரும்புதலே உசிதம் என் உடனிருப்போரும், சில நண்பர்களும் அபிப்பிராயப்பட்டார்கள். 'சரி' என ஒப்புக்கொண்டு நான் நாட்களை எண்ண ஆரம்பித்தேன். தீபாவளி வந்தது.

தீபாவளியைச் சொந்த ஊரில் 'களிக்க' முடியாதபடிக்குச் சபிக்கப்பட்டிருக்கிறேன். சரி, நாம் என்ன நரகாசுரனைக் கொல்ல அம்பா செஞ்சு கொடுத்தோம் என மனத்தை ஆற்றிக்கொண்டேன். தினமும் தீபாவளி வாழ்த்து அட்டைகளை எதிர்பார்க்க ஆரம்பித்தேன். தபால்காரரின் மறுபெயர் 'காக்கித்தேவதை'!வாழ்த்துகள் கொண்டு வந்து தருகிறவர்கள் அல்லவா அவர்கள்.

ஐந்தாம் வகுப்புப் படிக்கையில் எனக்குப் பிடிக்காத, அவருக்குப் பிடித்த அரசியல் தலைவர் படத்தை அனுப்பி, என்னை அழ வைத்த சி.எஸ் அண்ணனது வாழ்த்து; விழாக்கள் தவறாமல் வந்து ஸ்பரிசிக்கும் எம்.எஸ்.பி-யின் வாழ்த்துக்கள்! மோகனண்ணனுடைய வாழ்த்து அட்டைகள் கொஞ்சம் காஸ்ட்லியானவை. நான் அனுப்பும் 'கார்டு' வாழ்த்துக்கள். ராஜிக்கு ரூபாய் 5.50 செலவில் நான் அனுப்பி வைத்த 'சிவப்பு ரோஜா' கிரீட்டிங்... காதல் மட்டுமே இல்லாவிடில் வாழ்த்து அட்டைத் தொழிலே நசிந்திருக்கும் தானே? நினைவுச் சபையில் நித்தம் வந்து 'வாழ்த்து அட்டைகள்' ஒரு பாட்டம் ஆடிவிட்டுத்தான் போகின்றன.

ஐயோ, அது ஆற்றொணாப் பெருந்துயரம். அந்தத் தீபாவளிக்கு எனக்கு ஒரு வாழ்த்துக்கூட வரவில்லை. நான் ஆன்மாவினுள் வெடி கொண்டேன். வெகுண்டேன் (பாவிகள், அத்தனை பேருமா அட்ரஸைத் தொலைத்து விட்டீர்கள்?!)

ஒரு வாழ்த்து அட்டைக்காக ஏங்கும் என் தாபம், உங்கள் உணர்வுக்கண்களைப் பொசுக்கவில்லையா? ஆக, இறுதியில் எனது வாழ்வும் பெரும்பான்மை இந்தியர்களதைப் போலவே 'வாழ்த்துகளற்றதாகி விட்டது'. வாழ்த்துகளும் கடிதங்களும் இன்றி வாழ்க்கை வறண்ட பற்சக்கரங்களுடனேயே சுழன்று தீர்க்குமோ? எனக்கு உண்மையில் பயமாகிவிட்டது. மாநிலங்கடந்து மாநிலம் வந்ததால் என்னை சென்ஸஸிலிருந்து நீக்கிவிட்டார்களா? வெளிச்சமில்லாத தீபாவளி கடந்து போனது. அதன் பின் நான்கூடக் கடிதங்களைக் குறைத்துக் கொண்டேன். மனதில் ஒரு மௌனக்குளிர் அப்பியது. அந்தக் குளிரினூடே'தை' மாதம் வந்தது. பொங்கல்! மறுபடியும் மனசு

நாணமே இல்லாமல் 'வாழ்த்து வருமா?' என எதிர்பார்க்க ஆரம்பித்துவிட்டது. என்ன ஆனாலும் ஒரு பத்துப் பன்னிரண்டாண்டுப் பரிச்சயத்தை அது அவ்வளவு எளிதில் புறந்தள்ளிவிடுமா என்ன?

அன்னை மண்ணிலிருந்து சுமார் ஆயிரம் கிலோ மீட்டர் தள்ளி, இங்கே எனக்குக் கரும்புமில்லை, பொங்கலும் இல்லை ஆனபோதும் பொங்கலை அர்த்தப்படுத்த ஒரு வாழ்த்து அட்டை போதுமானது.

ஆ... வந்தே சேர்ந்து விட்டது, ஒரு வாழ்த்து!

'மங்கலம் பொங்கும் பொங்கல் நன்னாளில்...'

என ஆரம்பித்த ஒரு புராதன காலக் கவிதையோடும் அன்புடன் கே.முருகேஷ் எனக் கையெழுத்துடனும்.

யார் இந்த முருகேஷ்? சோற்றுடனே வேகப்போட்ட முட்டையைக் கரண்டியில் தேடுவதுபோல மூளைக் கலவையில் தேடி முருகேஷைக் கண்டுபிடித்தேன். அவர் எனக்கு நேரடிப் பழக்கம்கூடக் கிடையாது. நண்பன் மங்கள்குமாருக்கு அண்ணன்.

ஓ, முருகேஷ்! உங்களுக்கு எப்படி எனக்கு அனுப்பத் தோன்றியது!

ஆகவே, முருகேஷ் எனது பாழ்வெளியில் புதியதொரு ஊற்றுக் கண். நட்பும் உறவும் பிரிந்து மறந்திருந்த வேளையில் இதமாய் ஒரு சாமரம் கொண்டு வந்தவரே.. முருகேஷ் கண்களில் நீர் பனிக்கிறது. நிரந்தர நோயாளியின் மருந்துப் புட்டிபோல அந்த வாழ்த்து அடிக்கடி என்னால் எடுத்து எடுத்துப் பார்க்கப்படுகிறது. அவிழ் மடலில் ஒட்டப்பட்ட அஞ்சல் தலையில் நேரு ஒரு தாடையில் கைவைத்தபடி... வாழ்வின் மீதான வியப்போ!

நட்புக்கோட்டையில், ஊசித் துவாரங்கள் கூட ராட்சதத் கதவுகள்!

நண்பரே முருகேஷ்! இந்தக் கணம் முதல் ஆயுசு பரியந்தம் என் அத்யந்த நண்பரில் ஒருவராய் அறியப்படுகிறீர்கள்

அவசரமாய் ஒரு 'நன்றி'யை அனுப்பி வைத்தேன். ஊர் திரும்பும் நாளாயிற்று எனக்குள் சில பதிவுகளைச் செய்துவிட்டு ஆந்திரா விடை கொடுக்கிறது. 'போய் வா புதல்வனே! விருந்தினனாகவோ, அகதியாகவோ, களம் காண்பவனாகவோ நீ எதிர்பாராத தருணங்களில் உன்னை மீண்டும் இங்கு அழைத்தாலும் அழைப்பேன்' என்று ஊருக்கு வந்ததும் முதலில் காரியம் 'சந்திப்பு வேள்வி'தான். மங்கள்குமாரைச் சந்திக்கையில் கூறினேன்.

"மங்கள்! உங்கள் அண்ணனைப் பாக்கணும். அவரு எனக்குப் பொங்கலப்போ கிரீட்டிங் அனுப்பிச்சிருந்தாரு தெரியுமா?"

மங்கள் விநோதமாய்ச் சிரித்து விட்டுச் சொன்னான்:

"உங்க ஊருக்குப் பக்கத்து ஊரு தானே வஞ்சிவலசு?"

"ஆமா..."

"அங்கிருந்து தேன்மொழினு ஒரு பொண்ணு இங்க மூலனூர் ஸ்கூலுக்கு வருது..."

"சொல்லு... சாமிமுத்து தங்கச்சி!" என்றேன் நான் ஆவலாய்.

"பாத்தியா... அது உனக்கு வேண்டப்பட்ட கோஷ்டிதானே... நம்மாளு ஒரு ஆளு சப்போர்ட் இருக்கட்டும்னு அண்ணன் நட்பு வளையத்தை விரிவுபடுத்தறாரு. அதுக்குத்தான் உம் மூஞ்சிக்கெல்லாம் கிரீட்டிங்... குதிக்காதே!" என்றான் மங்கள்.

"அடப் போங்கப்பா..." என்றேன் சோகமாக கொஞ்சம் ஏமாற்றமாய் இருந்தது. அதனால் என்ன, எனக்காக இல்லாவிட்டாலும் காதலின் பொருட்டாவது எனது விலாசத்துக்கு ஒரு வாழ்த்து. ஆதலினால் நானும் பதிலுக்கு வாழ்த்தக் கடமைப்பட்டிருக்கிறேன்.

"காதல் வாழ்க!"

காதல் படகில் கொஞ்ச தூரம்...

கொடிக் கம்பத்தை இழந்துவிட்டு ஓர் அநாதையைப் போலக் கிடக்கிற வெற்றுப் பீடத்தின் மேல் அமர்ந்தவாறு ரம்யாவின் வருகைக்காகக் காத்திருக்கிறேன்.

என் மனப்பாலையில் பூத்து, மண் துகள்களைப் பொன்னாக மாற்றிய வசீகர வித்தைக்காரி ரம்யா! அவள் வந்ததும் கடிதங்களைக் கொடுத்துவிட வேண்டியதுதான். காதல் கடிதங்களை! அதாவது, அவள் எனக்கு எழுதியவற்றை... மறு சமர்ப்பணம். காணிக்கை, ஊஹூம்... எதுவுமில்லை. கடன் தந்ததைத் திருப்பித் தருவதற்கு தமிழில் அதுதான் பெயர்.

நான் கம்ப்யூட்டர் கோர்ஸில் சேர்ந்த மிகச் சில நாட்களுக்குள் கல்லூரியில் அவளைப் பார்த்தேன் (சிலதைத் தரிசனம் என்ற பிரிவின் கீழ் வகைப்படுத்த வேண்டியிருக்கிறது) முதல் பார்வையிலேயே 'குறித்துக் கொள்ளப்பட வேண்டிய அழகு' என்று பட்டுவிட்டது. இரவு வானத்துக் கருமையில் வட்ட விழிகள், சற்றே பரந்த நெற்றி, சராசரிகளைவிடத் தீர்க்கமான மூக்கு, பூசின தேக வார்ப்புடைய ஒற்றை நாடி உடல் சில தப்படிகளில் சிவப்பைத் தவற விட்ட நிறம். உயிர் ததும்பும் கண்களையும் புன்னகை சேமித்த கதுப்புகளையும் கொண்டிருந்த அவள், எல்லாவற்றினும் மேலாக நீண்ட கற்றை முடியைக் கொண்டிருந்தாள். மனதில் இருளாழத்தில் சின்னதாகக் கொப்புளித்து எழுந்தது ஓர் ஒளித்திவலை. சில எதிர்கொள்ளல்களுக்குப் பிறகு அவளும் என்னைக் கணக்கில் கொண்டிருக்கிறாள் என்று தெரிய வந்து, புளகம் கொள்ள ஆரம்பித்தேன். அவளது புருவங்களின் கீழான 'கருவட்டச் செய்திமடல்' எனக்கொன்று ஏதோ செய்தியையும், அன்பையும் தேக்கி வைத்திருப்பதாக உணர்ந்தேன்.

கல்லூரியில் அன்று பேச்சுப் போட்டி. 'உள்ளங்கவர் கவிஞர்' என்ற தலைப்பின் கீழ் பலர் கலந்துகொண்டு பேசினோம். ரம்யாவும் கலந்துகொண்டு பாரதியைப் பேசினாள். நான் பேசிவிட்டுத் திரும்புபோது அவள் அமர்ந்திருக்கும் இடம் தாண்டுகையில், மெள்ளப் புன்னகைத்தேன்! சோதனை முயற்சி - அவளது இதழ்க்கடைகளிலும் அங்கீகாரத்தின் உயிர்த் துடிப்பு, எல்லோரும் பேசிக் கலைகையில், பிதுங்கும் கூட்ட நெரிசலில்... ஒரு தெய்வீகத் தருணத்தில் என்னருகே வந்தாள். "நல்லா பேசினீங்க!"

அப்பா... அவள் பேசிவிட்டாள்! யுக சங்கமத்தின் பனிப் பாறைகளினூடே ஒரு நிமிடம் உறைந்து மீண்டேன்.

"தாங்க்ஸ்... நீங்க... பிஸிக்ஸ்தானே பண்றீங்க?" என்றேன்.

"ஆமாம்" என்று முறுவலித்தாள்.

"என் பேரு ஜகதீஸ்வரன் என்றேன்.

"நான் ரம்யா" என்றாள்.

"ரம்யா, வல்லினம் தவிர்த்த அழகான பெயர்" என்றேன்.

நாணித்துப் புன்சிரித்து அமைதி காத்தாள். சில நிமிடம் மௌனம் பொருள்பட்டது. இறுதியாக... "ஸீ யூ ஜகதி... நாளைக்குப் பார்ப்பமே" என்றாள்.

போய்விட்டாள்! 'ஜகதி' என்ற அழைப்பில் நான் ஸ்தம்பித்தேன். ராத்திரி உறங்க ரொம்ப நேரம் பிடித்தது.

காலையில் வழக்கத்தைவிடத் தாமதமாக எழுந்தேன். ஆனால், எப்போதும் செல்வதற்கு முன்னமேயே கல்லூரிக்குச் சென்றுவிட்டேன். கல்லூரிக்குப் போனதும், முதல் வேலையாக கல்லூரி முகப்பின் முன்னிலிருக்கிற, 'சுப்புராமன் பூங்காவுக்குச் சென்றேன். நீர் வற்றிய செயற்கைக் குளத்தின் சிமெண்ட் கரையில் ரம்யா அமர்ந்திருந்தாள். 'பேசிக் கொள்ளாத ஓர் ஒப்பந்தம் எவ்வளவு கச்சிதமாக நிறைவேறுகிறது' என எண்ணும்போது அகம் சிலிர்த்தது. ஏனெனில், பூங்காவில் மானுட வம்சம் புஷ்பித்த செடியாக அவளும் இருப்பாள் என்பதை நான் எதிர்பார்த்தே இருந்தேன்.

"ரொம்ப நேரமா காத்திருக்கீங்களா?"

"இல்லீங்க... இப்போதான் வந்தேன்."

சில விநாடிகள் அமைதி... அந்த அமைதியின் தீவிரம் சகியாது... "ஏன் ரம்யா! நீங்க 'குரோட்டன்ஸ்களோடு கொஞ்ச நேரம்' படிச்சிருக்கீங்களா?" என்றேன். அந்தக் கவிதைப் புத்தகத்தைப் பற்றி நான் கேட்டது, அடுத்த அரைமணி நேர உரையாடலுக்குச் சுலபமான அடிக்கல்லாக இருந்தது. பேசி முடித்து விடை கொள்கையில்... "ஜகன், இந்த புக்கைப்படிச்சுட்டு, ஒரு ரெண்டு வாரத்துல கொடுத்துருங்க... எங்க அண்ணனுடையது" என்று புத்தகத்தைக் கொடுத்தாள். வால்ட்விட்மனின் 'புல்லின் இதழ்கள்'!

அது ஆரம்பம் அதன்பின் அவள் என்னில் விதைத்தவை ஏராளம். விதைப்பின் நெகிழ்ச்சியில் நான் கொஞ்சம் தாராளமாக வசமிழந்து அவளோட ஐக்கியம் பொருந்தினேன். மேக மூட்டமாகயிருந்த எங்கள் அமருமிடத்துக்கு அருகில் நின்று உடலசைக்கும் செம்பருத்திச் செடியின் துணையோடு அவளிடம் என் காதலைச் சொன்னேன்.

"ரம்யா! உங்களுக்குச் செம்பருத்தி பிடிக்கும்தானே?"

"ரொம்பப் பிடிக்கும். ஏன் கேட்கறீங்க?"

"இல்ல, எனக்கு இந்தச் செம்பருத்தி பிடிச்சிருக்கிற மாதிரியே என்னை நேசிக்கிறவங்களுக்கும் செம்பருத்தி பிடிச்சிருக்கணும்னு நெனச்சேன். அதான்..." என்றேன்.

மௌனம்... அந்த வேளையில் மௌனம் மகோன்னதமாயிருந்தது.

எங்கள் உரையாடலினூடே மௌனம் குறுக்கிடும் போதெல்லாம் புத்தகங்களைப் பற்றிப் பேசுவதை நான் ஓர் உத்தியாகக் கையாண்டு வந்தேன்.

"ரம்யா, ஏதாவது நல்ல புக் இருக்குமா... படிக்க?"

"திங்கட்கிழமை கொண்டு வர்றேன். உங்களுக்குப் பிடிச்ச புத்தகமாக" என்றாள். குரலில் குறும்பு இழையோடு

வதாகப்பட்டது. அவள் போய்விட்டாள். நான் வெள்ளி, சனி, ஞாயிறென கிழமைகளைக் கழிக்க மிகவும் பிரயத்தனப் பட்டேன் திங்கட்கிழமை வந்தது. அவள் புத்தகத்துடன் பூங்காவுக்கு வந்தாள்.

"இந்தாங்க... பிரிச்சுப் பாருங்க" எனப் புத்தகத்தைக் கொடுத்துவிட்டு, உடனே திரும்பிப் போய்விட்டாள். அவள் போவதையே பார்த்துக் கொண்டு இருந்துவிட்டு, புத்தகத்தைப் பிரித்தேன் உள்ளிருந்து ஒரு வெள்ளைத்தாள், வளர்ப்பு முயலென எட்டிப் பார்த்தது. பரவசமான நடுக்கத்துடன் அதைப் பிரித்துப் படித்து முடித்தேன். அபத்தங்கள் குறைவான அறிவுபூர்வமான கடிதம். ஆனபோதும், அது காதல் கடிதம். ஆதலினால், அன்று முதல் மனிதர்கள் கந்தர்வர்களானார்கள். உலகம் ஆனந்தமயமாயிற்று. யாருக்கும் காட்சிபடாது, எனக்கு மட்டும் தெரியுமாறு பாடப் புத்தகத்தின் பக்கங்களில் அவள் படம் அச்சிடப்பட்டிருந்தது.

இரண்டு வாரங்களுக்குப்பின் ரம்யாவின் வகுப்புத் தோழன் தனசேகரன் என்னைத் தேடி வந்தான்.

"என்ன தனா?"

"உங்களுக்கு ஒரு பரிசு" என்றவாறே சுருட்டி வைத்திருந்த ஒரு வெண்தாளை என்னிடம் நீட்டினான். பிரித்துப் பார்த்தேன். ரம்யாவின் சித்திரம் படத்தின் கோடுகள் என்னுள் பகர்ந்தவை ஆயிரம் கதைகள்!

"தனா, இந்தப் படம் சமீபத்துல வரைஞ்சது அல்ல போல இருக்கே?"

"ஆமா, ஜெகன் ரம்யா எங்கள கிளாஸுக்கு வந்த மூணாவது வாரத்துல வரைஞ்சது."

"என்கிட்டே கொடுத்துட்டீங்க?"

கொஞ்சம் மௌனம் காத்தான். லேசாகக் கசியும் கண்களோட மெள்ளச் சிரித்தவாறு அழுத்தமாகச் சொன்னான். "வெச்சிருக்க உரிமையில்ல, கிழிக்க மனசு வரல"

அவனது வலக்கரம் பற்றி முத்தமிட்டேன். கொஞ்ச நேரம் பேசிக்கொண்டு இருக்கும்போது பேச்சின் ஊடாக தனா அதைத் தெரிவித்தான்.

"எங்க கிளாஸ் லட்சுமணன் தெரியுமில்லே? அவன்கிட்ட கொஞ்சம் ஜாக்கிரதையா இருந்துக்கங்க."

"ஏனாம்?"

"கடுப்புதான். ரம்யா அவனைக் கண்டுக்கிறது இல்லைனு. 'நம்ம கிளாஸ் பொண்ண அடுத்தவன் ரூட்டக் கொடுக்கறான் பார்றா'னு சொல்லிக் கறுவிக்கிட்டு அலையறான்!"

ஓரிரு வாரங்களுக்குப் பின் ஒரு நாள், அப்சரா தியேட்டரில் படம் பார்க்கச் சென்றிருந்தேன். மேட்னிஷோ. எனக்கு முன் வரிசையில் லட்சுமணன் தன் நண்பர்கள் மூவருடன் அமர்ந்திருந்தான். இடைவேளையின்போது அரங்கத்துககு வெளியே வந்து ஆசுவாசமாக சுவாசித்து நிற்கையில், லட்சுமணனுடன் அமர்ந்திருந்தவர்கள் என்னை நெருங்கி வந்தார்கள். அசம்பாவிதத்தின் அறிகுறிகளை அடிவயிற்றில் உணர்ந்தேன்.

ஒருவன், "என்னடா திமிரா?" என்றான்.

ஏதும் புரியாமல், "என்ன?" என்றேன்.

மூவரில் நெடிய, பெரிய ஒருவன், "உங்க... பின் ஸீட்ல இருந்து எங்க ஸீட்மேல காலப் போடறியா? அவ்வளவு ரப்பாடா உனக்கு? நான் யார்னு தெரியுமாடா?" என்று சட்டையைப் பிடித்த வண்ணம் கன்னத்தில் அறைந்தான். எனக்கு நண்பகலில் பொறிகலங்கி 'வெள்ளி' தெரிந்தது. அதே நேரம், ஒருவன் என் வலக்கையை முதுகுப்புறம் வளைத்துக் கொள்ள, என் மூச்சடங்கும் விதமாக மூன்றாமவன் என் முதுகில் குத்தினான். அத்தனையும் பார்த்தவாறு, லட்சுமணன் தூரத்தில் நின்று கொண்டிருந்தான். தியேட்டர்காரர்கள் உட்புகுந்து மீட்டார்கள். என்னைத் தனியே அழைத்துப் போய்... "நீ வீட்டுக்குப் போப்பா... அவனுக ஒரு மாதிரி ஆளுக" என்று என்னை அனுப்பி வைத்தார்கள். தியேட்டரின் உட்காயங்கள் ஆறாது, என்னுள்

கொதித்துக் கொண்டிருந்தது. மூன்றாம் நாள் நான் வகுப்பில் அமர்ந்திருக்கையில், என் வகுப்புத் தோழன் ஒருவன் வந்து, "உன்னைத் தேடி ஒருத்தர் வந்திருக்கார்றா... கேட் பக்கத்துல நிக்கறாரு" என்று தகவல் சொன்னான்.

'யார்?' என்னும் கேள்வியுடன் வெளியே வந்தேன். தியேட்டரில் என்னை அடித்து நொறுக்கிய சண்டியரில் ஒருவன் நின்று கொண்டிருந்தான். லட்சுமணனால் ஏவப்பட்டவன். வாழ்வில் நான் அதுவரை அனுபவித்தறியாத கோப உணர்ச்சியால் உந்தப்பட்டேன்.

"ஹலோ" என்றழைத்து, வன்மமாகச் சிரித்தபடி அவனது அருகில் சென்றவன், அவன் எதிர்பார்த்திராத தருணத்தில், 'ணங்'கென்று தாடையில் ஒன்று விட்டேன். இரண்டாம் தாக்குதலுக்கு நான் கையுயர்த்தும் முன், என் கையைப் பற்றி முறுக்கினான். அந்த இறுக்கத்தில் அவனது அனுபவத்தையும் போர்ப் பயிற்சியையும் ஒருசேர உணர்ந்தேன்.

"தம்பி... கோபப்படாதே. நான் சண்டை போட வரலே.. எல்லாம் விவரமாகச் சொல்றேன். டீ சாப்பிட்டுக்கிட்டே பேசுவோம்" என்று நட்பாகக் கரம் பற்றியபடி, எதிரிலிருக்கும் டான் டீஸ்டாலுக்கு அழைத்துப் போனான்.

"தம்பி, ஜகனா உம் பேரு? ஒண்ணு தெரிஞ்சுக்க... அடிக்கறதுக்கு என்னை அனுப்பற அளவுக்கு லட்சுமணன் பெரிய ஆளில்ல. எங்க தெருப் பையன். தியேட்டர்ல ஒண்ணா படம் பார்த்துக்கிட்டிருந்தோம். 'எங்க கிளாஸ் பொண்ணுகிட்ட இவன் வம்பு பண்றாண்ணே'ன்னு சொன்னான். அதனால ரெண்டு தட்டுத் தட்டினேன்."

"ம்..."

"நேத்துதான் நம்ம ஏரியா பையன் இன்னொருத்தன் சொன்னான்... அந்தப் பொண்ணு உன்னை லவ் பண்ணுதுன்னு. இது தெரியாம உன்னை அடிச்சுட்டேன். மனசுல ஏதும் வெச்சுக்காதே. லட்சுமணன் இனி உன் வழிக்கு வரமாட்டான். வேற ஏதும் பிரச்னைன்னா என்கிட்டே சொல்லு..." என்று எழுந்தான்.

"உங்க பேரு?" என்றேன்.

"தல்லாகுளம் பரசுராமன்."

குப்பென்று வியர்த்தது எனக்கு. காரணம், தல்லாகுளம் பரசுராமன் பத்துக்கும் மேற்பட்ட பல கேஸ்களில் பதிவாகியிருக்கிற தாதா!

அந்தச் சம்பவத்துக்குப் பிறகு, எங்கள் காதலில் போனவாரம் வரை பிறர் சம்பந்தப்படவில்லை.

காதல் நிறைந்த இந்த ஏழு மாதங்களின் மகத்துவத்தை பேனாவைக் கொண்டு என்னால் விவரித்துவிட முடியாது. வாழ்த்து அட்டைகள் எல்லாம் எங்களுக்காகவே உருவாக்கப்பட்டவை என மனசார நம்பினோம். குடியரசு தினத்துக்கும்கூட வாழ்த்துரைக்க மறக்கவில்லை நான் அப்புறம் ஏராளமான கடிதங்கள் எல்லாம் போனவாரத்து 'அமிலம் சிந்தி அதில் என் இதயம் துடித்த ஞாயிற்றுக் கிழமையோடு நின்றுபோனது. அந்த ஞாயிறின் முன்மாலைப் பொழுதில், எங்கள் வீட்டு வாசலில் ஒரு சிவப்பு யமஹா வந்து நின்றது. அதிலிருந்து கம்பீரமான வாலிபன் ஒருவன் இறங்கி வந்தான்.

"நான் பிரபாகரன். நீங்கதானே ஜகன்?" என்றான்.

"ஆமாம்!" கைப்பற்றிக் குலுக்கிவிட்டு, "அப்பா இருக்காங்களா?" என்றான்.

"இருக்காரு... நீங்க?"

"ரம்யாவின் அண்ணன்."

என் இதயத்தின் மேல் 'நச்' சென்று பாறாங்கல் வீழ்ந்ததாக உணர்ந்தேன். பிரபாகரனை உள்ளே அழைத்துச் சென்று அப்பாவைக் காட்டிவிட்டு, நான் வீட்டைவிட்டு வெளியே வந்தேன். ஒரு மணிநேரம் கழித்து வீட்டுக்குள் சென்ற போதும், அப்பாவும் பிரபாகரனும் பேசிக்கொண்டிருப்பதைப் பார்த்தேன் அது நிச்சயம் என் காதல் சம்பந்தப்பட்டதல்ல... வேறு ஏதோ பொது விஷயம்.

அப்பா, "ஜகன், இவர் உங்கிட்ட சொல்லிட்டுப் போகத்தான்

காத்திருக்கார்" என்றபோது, பிரபாகரன் என்னருகே வந்து... "போய் வருகிறேன் ஜகன் அடுத்த வாரம் ரம்யாவின் பிறந்த நாள். அதற்கு நீ கட்டாயம் வர வேண்டும் ஒரு நண்பனாக உன்னை வரவேற்க எங்கள் வீடு எப்போதும் காத்திருக்கும்" என்று அழகான ஆங்கிலத்தில் சொல்லிவிட்டுப் படியிறங்கிப் போய்விட்டான்.

அப்பா, எனது காதலை விமரிசிக்கவோ, காதல் குறித்துப் பேசவோகூட இல்லை. அன்றைய ராத்திரி, நான் சாப்பிட உட்காருகையில்...

"அப்பாகிட்ட பிரபாகரன், என்னம்மா சொன்னாரு?" என்றேன்.

"அந்தப் பொண்ணை மறந்துர்றா. நமக்குக் கொடுத்து வைக்கலே."

"அந்தாளு என்ன சொன்னாரு? அதைச் சொல்லு!"

"நம்ம குடும்பத்துக்கு ரம்யா வர முடியாதபடிக்கு ஜாதி குறுக்கால வந்திருச்சேன்னு வருத்தப்படறாங்களாம்!"

இங்கிதமான, வார்த்தைகளிலேயே காதலைக் குதறிப்போட பிரபாகரனால் முடிந்திருக்கிறது. ரம்யாவின் பிறந்த நாளில் என் அறையின் கதவைச் சாத்திக்கொண்டு வீட்டில் அழுதவாறு இருந்தேன். அன்றிலிருந்து ஒரு வாரம் விடுமுறையாயிருந்தளது. ஆகவே, இன்றுதான் மீண்டும் கல்லூரி.

கொடிக்கம்பத்தை இழந்துவிட்டு, ஓர் அநாதையைப் போலக் கிடக்கிற வெற்றுப் பீடத்தின் மேல் அமர்ந்தவாறு ரம்யாவின் வருகைக்காகக் காத்திருக்கிறேன்.

என் கையில் கற்றைக் கடிதங்கள். எல்லாம் எனக்கு ரம்யா எழுதியவை. படித்துப் படித்து மனனம் ஆகி, கடிதத்தின் தேதிகள், தொனிகள் அனைத்தும் அத்துபடி. கடந்த பிறந்தநாள், அவளுக்கு மட்டும் மகிழ்ச்சி அளித்திருக்குமா என்ன? இருக்காது. பரஸ்பரம் இந்தக் காதலில் என்ன கண்டோம்? இந்தக் காதல் இப்படி அஸ்தமித்திருக்காவிடில் சில சோகங்கள் வாழ்வில் உணரப்படாமலே போயிருக்கும் - அவ்வளவுதான் மூச்சுவிடும்

சவமாகத்தான் ரம்யாவும் கல்லூரியில் இன்று உள்நுழைவாள் வந்தால், என்னருகே வருவாளா? வருவாள்.

காதலின் மரணத்துக்குத் துக்கம் கேட்பதற்காகவாவது வரத்தான் வேண்டும் அவள். சமுதாயக் கட்டினை ஆணிகளாகக் கொண்ட ஜாதிச் சிலுவையில் மரித்த நம் காதலுக்கு, இறுதி ஒப்பாரியை வாய்மொழியாகச் சொல்ல, வா பெண்ணே, வா! உனது பழைய ஓலைகளோடு காத்திருக்கிறேன். எரித்து விடலாம்தான் அவற்றை. ஆனால், நீ தொட்டு எழுதிய கடிதங்களை எப்படியடி எரிப்பேன், என் காதல் நிலவே? உன் கைகளிலேயே கொடுத்து விடுகிறேன். சமர்ப்பணம். காணிக்கை. தந்ததைத் திருப்பித் தருவதால் கடன்.

"ஜகன்!" அருகில் வந்தவளின் குரல் ததும்புகிறது. "உங்களை ரொம்ப எதிர்பார்த்தேன்... பிறந்தநாளுக்கு வருவீங்கன்னு."

"இந்தாங்க உங்க லெட்டர்ஸ்" என்று 'ங்க'வுக்குத் தனி அழுத்தம் கொடுத்தேன்.

கடிதங்களை வாங்கிப் பார்த்து விட்டுத் திரும்ப என் கையிலேயே கொடுத்தாள்.

"என்னுடைய அட்ரஸ் இல்லாதது எப்படி என்னுடைய லெட்டர் ஆகும்?"

"நீங்க எழுதினது..."

"அது உங்களுக்கு எழுதினதுதானே. உங்ககிட்டயே இருக்கட்டும்."

"இல்ல ரம்யா. இது வாங்கிக்கங்க, ப்ளீஸ். இது எனக்கெதுக்கு... உங்க மேரேஜுக்கப்புறம்... நான் எப்போதாவது... வேண்டாம். இதப் பிடிங்க முதல்ல" என்றேன்.

மேற்கொண்டு பேச முடியாமல் அவள் சிரித்தாள்.

"என்ன ஜகன், என் மேரேஜுக்கப்புறம் இந்த லெட்டர்களை வெச்சு என்ன பண்ணுவீங்க... அத முழுசாச் சொல்லுங்க..."

நான் அமைதியாயிருந்தேன்.

"உங்களால அப்படி ஒரு காரியம் முடிஞ்சதுன்னா, ஜகனைக்

காதலிச்ச பாவத்துக்காக ஆயுசுக்கும் நான் வாழா வெட்டியாவே இருந்துடறேன். ஆனா, இப்ப இந்தக் கடிதத்தை உங்ககிட்டேயிருந்து வாங்கினா, உலகத்திலேயே ரொம்ப மோசமா காதலை அவமானப்படுத்தினவ நானாகத்தான் இருப்பேன்" - தடுமாற்றம் துளியுமின்றிச் சொல்லி முடித்தாள்.

"மன்னிச்சுடு ரம்யா" என்றேன்.

"நல்லவேளை, மன்னிச்சுடுங்கன்னு சொல்லிடுவீங்களோன்னு பயந்தேன்" என்று சொல்லிச் சிரித்தாள். உப்பும் கரிப்பும் கலந்திருந்த சிரிப்பு.

கடிதங்களை மடித்துப் பத்திரமாக வைத்துக் கொண்டேன். ரம்யா விடைபெற்றுக் கொண்டாள். அவளது கடிதங்களும் சில மதுரமான நினைவுகளும் பெட்டியின் வலது ஓரத்தில் காலகாலத்துக்கும் இருக்கும். காலக்கரையானின் வஞ்சனைகளுக்கு தப்பவும் கூடும்.

சங்கிலி

சுதாவுக்கு சமய சஞ்சீவினி, ஆபத்பாந்தவி என்று எப்படியும் பெயர் இருந்திருக்கலாம். கருணையை எந்தப் பெயரில் அழைத்தாலென்ன.

அந்த சுயநிதிக் கல்லூரியில் அவள் இன்ஜினீயரிங் இரண்டாம் ஆண்டு படித்து வந்தாள். ஓரளவு 'தாட்டுமை' உள்ள குடும்பத்தில் பிறந்தவர்கள்தான் அங்கு படித்தார்கள். கல்லூரி, உள்ளேயும் வெளியேயும் நிறைய செலவுகள் கொண்டதாகத்தான் இருந்தது.

சுதாவின் கருணை ஒரு பக்கம் என்றால், சிக்கனம் இன்னொரு பக்கம். அவள் செலவழிக்கிற பாங்கைப் பார்த்தால் இந்தியாவுக்கு ஏன் ஒரு பெண் நிதியமைச்சராக வரவேயில்லை என்று கேள்வி தோன்றும்.

நண்பர்களுக்கும் நண்பிகளுக்கும் நூறு ரூபாய்க்கு உட்பட்ட தொகையென்றால் சும்மாவும் அதற்கு மேற்பட்ட தொகையைக் கடனாகவும் வழங்கி வந்தாள் அதுகூட திருப்பிக் கேட்க மாட்டாள்.

அடிக்கடி வாங்கவேண்டி இருக்கும் என்பதால், நாணயமாக நோட்டாகத் திருப்பித் தந்துவிடுவார்கள்.

சதீசுக்கு நண்பர்களுடன் சேர்ந்து செலவு வண்டி வண்டியாக ஆகிக்கொண்டிருந்தது. அறிவழகன், ராகவன், செல்வபாரதி, ஜைனுல் ஆபுதீன் ஆகிய வகுப்புத் தோழர்களோடு 1500 ரூபாய் வாடகையில் வீடு, கடைகளில் சாப்பாடு.

சதீஷின் அப்பா கல்லூரி செலவுகளை ஒரு தணிக்கை அதிகாரி போல ஆராய்ந்துதான் காசு தருவார். லேபில் கருவி உடைந்தது. நண்பனோடு மொபெட்டில் போகையில் போலீஸ் பிடித்தது (ரூ.100) என்றெல்லாம் பொய் கூறி கறப்பான்.

பல கடிதத்திலும் மற்றவை நேரிலும்.

தவிர அம்மாவிடம் வாங்குவான். இந்நிலையில் கொடைக்கானலுக்கு டூர் ஏற்பாடானது. சதீஷின் அப்பா உருப்படாத காரியத்துக்கெல்லாம் காசு தரமாட்டேன் என்று மறுத்துவிட்டார். மூன்று நாளைக்கு ஆயிரத்துக்குக் குறையாமல் ஆகும். என்ன செய்வது? நண்பர்கள் ''எப்படியாவது போலாண்டா'' என சாம்பிராணி போட்டார்கள் என்னதான் பண்ணுவது?

சாயந்திரம் கல்லூரி முடிந்து மைதான நடைபாதையில் செல்வபாரதியும் சதீஷும் ஆமை வேகத்தில் வந்து கொண்டிருந்தனர். பின்னால் சற்றுத் தள்ளி வைஜெயந்தியும் சுதாவும். அருகில் வந்ததும் கேட்டாள், சுதா.

"சதீஷ் டூருக்கு வர்லியாமே?"

''ஆமா''

"ஏன்?"

தயக்கத்துக்குப்பின். ''எங்க அப்ஸ் காசு தரமாட்டேங்கறாரு சுதா'' என்றான்.

சுதா நெஞ்சில் கிடந்த சங்கிலியில் வலதுகை பெருவிரலைக் கோத்தாள். அதை இழுத்தவாறே காற்றில் ப வடிவத்தில் அசைந்தது விரல். அது நெற்றியில் படர்ந்து தேய்கிறபோது தலைகுனிந்து போனிடெயில் முடியை முன்னே தூக்கிப் போட்டாள். முடிக் கற்றையின் மேல் ஒரு வளையம் என வெளி வருகிறது. தனக்குத்தானே திருஷ்டி சுற்றுகிற மாதிரி வலது கை சுற்றி முடித்த போது கையில் சங்கிலி இருந்தது. இடையில் ஒரு மைக்ரோ இடறலில் காது ஸ்டேட்டில் சங்கிலி உரசிய 'டிக்' ஒலி.

'ட்விஸ்ட்' வகைச் சங்கிலி அது. சுதாவின் கழுத்தில் இடக்கையில் சுழலும் அதன் நெளிவுகளில் இருபத்தெட்டு பிரதிபொளிகள் டாலடிக்கும் தங்கம். மாநிறக் கழுத்தில் புடவைதினத்தில் எடுப்பாயும் சல்வார் கம்மீஸ் நாளில் மறைந்தும் இருக்கும். சங்கிலியை அவள் உள்ளங்கையில்

வைத்தபோது சிறிய தங்கமலையாக சுருண்டிருந்தது. சதீஷ் சங்கிலியை எதிர்பார்க்கவில்லை. ஆனால் வியப்புக் கொள்ளவும் ஏதுமில்லை. அற்றைப் பழைய பிறவிகளில் ஒன்றில் இவள் பாரி மகள்களில் ஒருத்தியாகவோ அல்லது பாரியாகவோ இருந்திருப்பாள்.

முன்பே பையன்களுக்கு மோதிர அடகு அனுபவங்கள் இருந்தன. தற்சமயம் மோதிரம் ஏதும் விரல் வசம் இல்லை. சங்கிலியைக் கொண்டு காந்திலால் மோகன்லால் பிரேம்சந்த்ஜி நகையடகுக் கடைக்குச் சென்றனர். மூணு, நாலு வரை தாங்கும் என்றாலும், ஆயிரத்து ஐந்நூறுக்கே வைத்தார்கள். ஆயிரத்துக்கு முப்பது, மாத வட்டி.

டூர் ஜாலியாக இருந்தது. அப்பா என அழைக்கப்படும் சித்திரைச் செல்வன் அனைவரைப் பற்றியும் கமெண்ட் அடித்து தலைக்கு நாலு வரி சினிமாப் பாட்டுகளை இணைத்து தனது கலைப் படைப்பை ஒலிநாடா ஆக்கியிருந்தான். வத்தலக்குண்டு வரை அந்த நாடாதான்.

குணா குகைக்கு பத்து பேர் மட்டும் போனதில் சுதாவும் ஒருத்தி. சிரமமான இடம்தான். மனிதர்கள் சுலபமாய் போய்வர மனிதக் குகையே அல்ல! அல்ல. அல்ல.

டூர் முடிந்தது சுகப்படியாய். செமஸ்டருக்குள் சங்கிலியை மீட்ட சுந்தர பாண்டியனாய் மாறத்தான் சதீஷ் நினைத்தான். முடியவில்லை. இப்போதைக்கு மாதம் நாற்பத்தைந்து வட்டி தான் கட்ட முடிகிறது.

செமஸ்டர் வந்து விட்டது.

சுதாவின் கண்களில் படாமல், இரும்புக்கை மாயாவி மாதிரி அரூபமாய் மறைய வழி உண்டா என யோசித்தான்.

தூரத்தில் அவளைப் பார்த்துவிட்டால் நண்பர்களோடு உலக அவசியமான ஏதாவதொன்றை விவாதித்தவாறு முகம் பாராமல் தவிர்த்துவிடுவான். சங்கடம் தான் கடலை போடக்கூட முடியாத நிலை.

கடைசிப் பரிட்சையன்று அரை மணி முன்னதாக எழுதிக்கொடுத்துவிட்டு அறைக்கு வந்து ஊருக்கு கிளம்பினான்.

பெண்களிடம் எது ஒன்று குறைந்தாலும் அம்மாக்களுக்கு தெரிந்துவிடுகிறது. சுதாவின் அம்மா சங்கிலி பற்றி வினவினாள்.

"நித்யா வாங்கிப் போட்டுகிட்டவ... மறந்துட்டு வீட்டுக்குப் போய்ட்டா" என்றாள். சதீஷை நினைத்து ஆத்திரமும் கோபமும் வந்தது.

விடுமுறை முடிந்து கல்லூரி துவங்கிவிட்டது.

சதீஷ் மதிய உணவு முடிந்தபின் செல்வபாரதியை அழைத்துக்கொண்டு சுதாவை பார்க்கப் போனான். கூடயாராவது இருந்தால் குறைவாகத் திட்டுவாள்.

"ஸாரி" என்றான் சுதாவிடம்.

"உன்னை எவ்வளவு தேடினேன் தெரியுமா? கடைசி எக்ஸாம் அன்னிக்கு."

"செயின் இல்லாம உன்னைப் பார்க்க சங்கடமா இருந்தது. அதான் ஓடிட்டேன்."

"ச்சே... செயினுக்காகவா உன்னைத் தேடினேன். உன்கிட்ட சொல்லிட்டு ஊருக்குப் போகத்தான் தேடினேன்..."

"அதுதான் ஸாரி கேட்டேன்ல. இந்தா..." என்றவாறு சட்டைப் பையிலிருந்து சங்கிலி பொதிந்த பேப்பரை எடுத்துக் கொடுத்தான்.

பர்ஸைத் திறந்து சங்கிலியை அதனுள் போட சுதா விழைந்தபோது,

"கழுத்துல போட்டுக்க சுதா" என்றான் சதீஷ்.

"அது எங்களுக்குத் தெரியும்" எனக் கழுத்தை நொடித்தவாறு அகன்றாள். திரும்பும் போது செல்வபாரதி கேட்டான்.

"மாப்ள! பணம் ஏதுடா? வீட்ல வாங்கினு வந்தியா?"

"அப்ஸாவது பணம் தர்றதாவது" என்ற பதிலில் எரிச்சல் இழையோடியது.

"பிறகு எப்படி செயினை மீட்டுனே?"

"மான் டாலர் போட்ட சங்கிலி பாத்திருக்கியா?"

"வைஜெயந்தி போட்டிருப்பாளே அதுமாதிரியா...?" என்று சாதாரணமாக கேட்டவன். திடீரென புரிந்து கொண்டு "அடப்பாவி" என சதீசின் முதுகில் அறைந்தான்.

இருவரும் சிரித்தார்கள்.

ஹலோ

அந்தச் சிறு நகரத்தில் உள்ளூர்-வெளியூர்களுக்குத் தொலைபேச அந்தத் தொலைபேசியகம் இருக்கிறது.

இருபத்தெட்டு வயது சாந்தா அங்கு காசு வாங்கிப் போடுகிற வேலை செய்கிறாள். காலை ஒன்பதிலிருந்து மாலை ஆறு மணி வரை வேலை. கணவன் நடேசனின் நண்பன் செல்வராஜுக்குச் சொந்தமானது அந்த டெலிபோன் பூத். மாதம் எழுநூறு ரூபாய் சாந்தாவுக்கு.

ஏழு வயதில் அரவிந்தன் என்ற மகனையுடைய சாந்தாவுக்குத் தற்சமயம் வாழ்வில் பெரிய குறைகள் ஏதுமில்லை - டெலிபோன் பூத்தில் ஒரு கண்ணாடி மறைவு இல்லை என்பதைத் தவிர. பப்ளிக் டெலிபோன் என்றாலும் கண்ணாடி மறைப்பு அற்ற பப்ளிக்கா? யப்பப்பா... என்ன இம்சை இது?

செல்வராஜிடம் பலமுறை கூறியாயிற்று-ஒரு 'தனித்த' கண்ணாடி மறைப்பு ஏற்பாடு செய்யுமாறு. பலனில்லை காசு வாங்கிப் போடுவதோடு ஊராரின் சேதிகளை உள்வாங்கி மெலிகிற வேலையும் சாந்தாவுக்கு.

"ஹலோ... ம்... மறுபடியும் பொண்ணுதான்... ப்ச்... நம்ம கைல என்ன இருக்கு" - பிரசவச் செய்திகள்.

"நல்லாத்தான் இருந்தாரு... காலைல மூணு மணிக்கு" - சவச் செய்திகள்.

"லைட்டா சாப்டுட்டு அப்படியே ஃபர்ஸ்ட் ஷோ போலாம். இன்னிக்கு சாயந்திரம் காலேஜ் டைமை தியாகம் பண்ணிடு" - உற்சவத்தின் முன் தயாரிப்புகள்.

"ஹலோ... ஹேப்பி பர்த்டே... பரிசா... நானே உனக்குப் பரிசுதானே" -காதல்கள்.

"போச்சு... உண்ணாம தின்னாம அநியாயமா அம்பதாயிரம்" - பறிபோனதன் அவலங்கள்.

கேட்டுக் கேட்டுப் புளித்துச் சலிக்கும் காதுகளும் மனமும். இதில் காசு தரும் எதேச்சைத் தொனியில் ஸ்பரிசிக்கிற கயவான்கள் வேறு. சரியான சில்லறையை 'டப்பா'வில் போடுமாறு எழுதி வைக்கலாம். ஆனால், 31 பைசாவும் 76பைசாவும் 'பில்'களாக வருகிற கணக்கீடுகள். இந்தியாவில் சல்லிகளுக்கு மதிப்புத் தீரவே தீராது.

கண்ணாடித் தடுப்பு பற்றி சாந்தா எடுத்துரைக்கும் போதெல்லாம் அதன் உயரிய விலை பற்றி செல்வராஜ் பேசுவான். பாக்கெட்டில் தாராளமயம் நிலவுகிறபோது ஏற்பாடு செய்வதாக உத்தரவாதம் தருவான். மற்றபடி செல்வராஜ் அனுசரணையானவன்தான்.

இன்றைக்குக்கூட ஐந்து மணிக்கே வருகை தந்து சாந்தாவை அனுப்பி வைக்க ஒப்புக்கொண்டிருக்கிறான்.

சாந்தாவும் நடேசனும் சினிமாவுக்குப் போவதற்காக அது. ஆனால், செல்வராஜ் ஏழு மணிக்குத்தான் வந்தான். மன்னிப்பு கேட்டுக் கொண்டான். சோர்வுடன் வீட்டுக்குப் போனாள் சாந்தா. முதல் ஆட்டம் போகாவிட்டால் இரண்டாம் ஆட்டம் என்ற எண்ணத்தில் லேசான களிப்பு கூடியிருந்தது அவளுக்கு.

ஆனால், வீட்டில் நுழைந்ததும் மாமியார், "நடேசன் உனக்காக அஞ்சேமுக்கால் வரை காத்திருந்தான். பிறகு பக்கத்துவீட்டு நாகலிங்கத்தோட போறான்..." என்றார். சாந்தா முகத்தைத் தூக்கிவைத்துக்கொண்டு உட்கார்ந்துவிட்டாள். மகன் அரவிந்தன், அவளது சோகநிலை மற்றும் ஆற்றாமை இவற்றைக் கணக்கில் கொள்ளாது முதுகுப் பக்கம் முட்டிப் போட்டு அமர்ந்து, "அம்மா... அம்மா..." எனச் சுரண்டிய வண்ணமிருந்தான். நான்கைந்து அழைப்புக்குப் பின்னும் அவளது பாராமுகம் தொடரவே சற்று ஓங்கி குரலில் "ஹலோ!" என்றான்.

சாந்தா இப்போது அவனது தோள்பட்டையைப் பற்றி முன்னால் இழுத்து, முதுகில், 'சப்'பென்று ஒரு அறை

வைத்தாள். அவன் எழுவதற்கு எத்தனித்தபோது கழுத்துப் பகுதியில் முத்தம் வைத்தாள்.

"என் தங்கம்! அம்மாவ ஹலோ சொல்லிக் கூப்பிடாதடா..." எனக் கேட்டுக்கொண்டாள்.

ஒரு நாள்

ஐந்து மணி பத்து நிமிடத்துக்கு சுந்தரம் அலுவலகத்தில் இருந்து வெளிவந்தான். கையில் சம்பள கவர். கொஞ்சம் சில்லறைத் தொகையை எடுத்து சட்டைப் பையில் வைத்துக் கொண்டு கவரை இடுப்பைத் தொட்டுக் கொண்டிருக்கும் பேண்ட்டின் ரகசியப் பையில் திணித்தான்.

ஒரு தடவை சம்பள கவரை கொத்தாகப் பறிகொடுத்தபின் அவனது உடைகளுக்கு ரகசிய இடங்களில் பைகள் முளைத்தன. காசு தொலைத்த மாதம் முழுக்க அல்லாடி விட்டான். மேற்சட்டைப் பையில் பிளேடு கிழிசல் உண்டானதால் ஏற்பட்ட பள்ளத்தை நிரப்ப அவனுக்கு ஆறு மாதங்கள் ஆயிற்று.

ஐந்து இருபதுக்கு அவன் வீடு செல்வதற்கான பஸ் வரும். அதைவிட்டால் ஏழே முக்கால்தான்!

அவனைக் கடந்துபோன அலுவலக நண்பன் தூண்டில் வீசினான்.

"சம்பளத்தன்னிக்காவது கொஞ்சம் லேட்டா வீட்டுக்குப் போனா என்ன? அப்படியே ஜாலியா..."

சுந்தரம் சிக்கவில்லை. "சம்பள நாள்லதான் சீக்கிரம் போகணும்" என்றவாறு பஸ் வருகிற திசையில் கண் போட்டான். பேருந்து வந்துவிட்டது.

'என்ன பிழைப்பு இது? - தினம் பத்து கிலோ மீட்டர் இப்படி இடிந்து மாய வேண்டுமா? பேசாமல் ஒரு பைக் வாங்கலாமா' என நினைத்தான்.

பேசாமல் வாங்க முடியாது. அனிதாவிடம் பேசிவிட்டுத்தான் வாங்க வேண்டும்.

தவணை முறையில் டி.வி. கிடைக்கிறதென நேற்றுக் காலை அனிதா சொன்னாள். பார்ப்போம். ஏதாவது ஒன்று. அவன் இறங்குமிடம் வந்தாயிற்று. இன்று வியர்வை உலர்ந்தும் எண்ணம் உலரவில்லை. வாங்கிட வேண்டியதுதான். வாரம் ஒரு சினிமா. சனிக்கிழமை இரண்டாம் ஆட்டம். மகாராஜனும் மகாராணியுமாக... ங்கொய் றெக்கை கட்டிப் பறக்குதய்யா சுந்தரத்தோட பைக்... நினைக்கவே சுகமாயிருந்தது.

மளிகைக் கடையைப் பார்த்தான். அங்குதான் மாதாந்திரக் கணக்கு. கூட்டம் அதிகமில்லை. நாளைக் காலை அனிதாவை ஏன் வெட்டியாக அலைய வைக்கணும்? நாமே தந்துவிடலாம் என்று தோன்றியது.

அண்ணாச்சி, " வாங்க சார்!" என வரவேற்றார். "பை ஒண்ணும் கொண்டு வரலீங்களா?" என சர்வீசுக்கு தயாரானார்.

"இல்லல்ல... பணம் தந்துட்டுப்போக வந்தேன்" என்றதும் அண்ணாச்சி பிரகாசமானார்.

"எப்பவும் மேடம் கொண்டு வருவாங்க" என்றவாறு நோட்டை எடுத்துக் கணக்குக் கூட்டினார்.

"ஆயிரத்து முப்பத்தோரு ரூபா சார்."

சுந்தரம் கொடுத்துவிட்டு நடந்தான்.

சம்பள கவரை அனிதா பெற்றுக் கொண்டாள். பணத்தைப் பெறுகிற முகமும் தருகிற முகமும் சாதாரணமாக இருந்தாலும் மனதுக்குள் சில கிரியைகள் நடக்கவே செய்கின்றன.

"டூ வீலர் வாங்கலாம்னு பாக்கறேன்"

"ம்..."

"பஸ்சுல நெரிசல் தாளல..."

"ஆமா அந்த அவஸ்தை எனக்கும் தெரியும்."

"போய் காபி வையேன்" என சுந்தரம் சொன்னபோது அவள் ரூபாயை எண்ண ஆரம்பித்து அவன் முகத்தை ஏறிட்டு நோக்கினாள்.

"வர்ற வழியில மளிகை பாக்கிய குடுத்துட்டேன்"

அனிதா கோபமாக உள்ளே போனதுபோல் சுந்தரத்துக்குப் பட்டது. காபியை எடுத்து வந்து வைத்த வேகத்தில் அது ஊர்ஜிதமானது.

"கோபமா?" என்றான் சுந்தரம்.

"அதெல்லாம் ஒண்ணுமில்லே..."

"மளிகைக் கடைக்கு நீங்க ஏன் கொடுத்தீங்க..?"

"குடுக்க வேண்டியதுதான?"

"எங்கிட்டே தந்தா நானே கொடுத்துடறேன்."

"ஏன்... நா கொடுத்தா என்ன?"

"சரி. விடுங்க. உங்களுக்குப் புரியாது."

'புரியாதா? சும்மா சொல்லு... அக்கவுண்டுதானே காசு தந்து கணக்கு தீர்க்கறதுல என்ன புரியணும் பெருசா?"

"இதத்தான் சொன்னேன்... நீங்க அக்கவுண்டா மட்டுந்தான் பாப்பீங்க."

"பூடகமாவே பேசறியே..."

"ஒரு பூடகமும் இல்ல. நீங்களா கடைக்குப் போறீங்க தினமும்? நான்தான் போறேன். முப்பது நாளும் அவரு தர்றத கையேந்தி வாங்கறோம். இன்னிக்கு ஒரு நாள் அவரு கை கீழே இருந்து நான் காசு தரக்கூடாதா...? அதுதான் திருப்தியா இருக்கு."

இதுல இப்படி ஒண்ணு இருக்கா... என மெலிதாக திகைத்து, "ஸாரிம்மா..." என்றவாறு காபியை உறிஞ்சியபடி "காபி ரொம்ப நல்லா இருக்கு" என்றான்.

"பொய் பேசாதீங்க. நான் அதுல சர்க்கரையே போடலை" என்றாள் அனிதா.

குகை

வெப்பமும் வெளிச்சமுமாய் விரிந்து கிடக்கிறது பகல். தெருவே வெளிச்சக் காளானாக பூத்து நிற்கிறது. காளான் குடை நிழல் போல் வீட்டுக்குள் மங்கிய நிழல்.

மல்லிகா ஓரமாக வைத்திருந்த கொய்யாப் பழக் கூடையை எடுத்துக் கொண்டாள். நடுவீட்டில் அமர்ந்திருக்கிற தாயைப் பார்த்தாள்.

"அம்மா... யாவாரத்துக்கு போய்ட்டு வாறேன்" என்றாள். குரல்கேட்ட திக்கில் திரும்பிய பொன்னுத்தாய்க்கு மல்லிகாவின் உருவம் இரவில் போர்வை போர்த்தி வந்தாற்போல தெரிந்தது. அம்பத்தைந்து வயது கண்ணின் கருமணியில் படலத்திரை விரிகிறது. உலகைப் பார்த்தபோது மன படலம் சூழ்கிறது.

அக்கம்பக்கம் இலவச கண்சிகிச்சை முகாம் நடக்கிறதா என விசாரித்துக் கொள்வாள். தற்காலிகமாக சொட்டுமருந்து ஊற்றிக் கொண்டிருக்கிறாள். மூன்று மாதத்துக்கு ஒரு முறை இருபது ரூபாய் விலையில் மல்லிகா வாங்கி வருவாள். அது பதினைந்து நாள் வரும். அப்புறம் ஒரு மாதம் நச்சரித்தால் தொப்பில் மூக்குள்ள அந்த விரற்கடைநீள குப்பி கிடைக்கும்.

பழுப்புத் திராட்சை வண்ணத்தில் உள்ளே சிற்றலை அடிக்கும் அந்த பாட்டிலை பொன்னுத்தாயின் மூளை கருப்பாகத்தான் உணரும்.

"மூலனூர்தான போற. இன்னைக்காவது கண்ணு மருந்து வாங்கிகிட்டு வா தாயி." கடவுளிடம் வேண்டுகிற தொனியில் கேட்டுக் கொண்டாள். கேட்டதை தராத கடவுள் கேளாததை தருகிறார் வானத்தைப் போல.

பொன்னுத்தாய் அந்த மருந்தை நம்புகிற விதமே அலாதி மந்திரக் கலசத்துக்குள் இருக்கிற நீர் அது. மூன்றாவது திவலை கண்ணில் சொட்டும்போது கீழ் ரகசியப் பாதை திறந்து நாக்கு-தொண்டை நடுவில் கசக்கிறது.

இதுபோன்ற ஒரு மர்மம்தான் கண்ணில் ஒளி கிடைப்பதற்குமாகும்.

கண்மூடித் தூங்கிய இரவுக்குப்பின், தெளித்து சாணம் மெழுகிய வாசல்போல உலகம் துலங்கும். பகல் அதன் நிஜ வெளிச்சத்தில் துலங்கும். வெப்பத்தோடு வெளிச்சமும் உணர ஒரு பகல்.

உலர்திராட்சை போல சுருக்கங்களுடைய முகத்தில் வாய் அசைந்தது. "கடவுளே வெளிச்சத்தக் குடு. இல்லீனா கொண்டு போய்டு..."

கொய்யாப்பழத்தை கொண்டுபோய்க் கொண்டிருந்தாள் மல்லிகா. மாறுவது பருவங்கள். மாறாதது தலைக்கூடையும் சுமாடும். மாறும் பருவங்களுக்கும் ஏறும் விலைகளுக்கும் ஏற்ப விதவித காய்கனிகளை சுமந்து திரிகிறாள். கூடையின் மீது எப்போதும் வெயிலடிக்கிறது. எப்போதாவது மழை பெய்கிறது. மூளை சரடுவிடும் பாதையில் நடக்கிறாள். தாழ்வாரங்களில் கூடையை இறக்குகிறாள்.

இன்று நிழல்கண்ட இடமெல்லாம் அம்மாவின் நினைவு வந்து கொண்டேயிருந்தது. 'சொட்டுமருந்து வாங்கிக் குடுக்கணும்' என்ற எண்ணம் மேலோங்கியவாறே இருந்தது.

சாயந்திரமாகிவிட்டதென வீடு திரும்பினாள். விற்காத பழங்கள் மேலும், கனிந்திருந்தன. கடைக்குப்போய் மருந்து பாட்டில் வாங்கினாள். மனம் சந்தோஷப்பட்டது. வீட்டினுள் நுழைந்தாள்.

பொன்னுத்தாய் தட்டுத்தடுமாறி லாந்தர் ஏற்றியிருந்தாள். இப்போது அவளுக்கு தெரிகிற ஒரே பொருள் விளக்காகத்தான் இருக்க வேண்டும்.

மல்லிகா அவளருகில் சென்று பொதிந்துவைத்த பொட்டலத்தைக் கொடுத்ததும் ஆவலுடன் பிரித்துப் பார்த்தவளின் முகம் சோர்ந்தது.

"இதுதானா தாயீ?" என்றாள்.

"யே... இதத்தான தெனமுங் கேட்டுக்கிட்டிருந்தே?"

"இல்ல.. திங்கறதுக்கு எதுனாச்சும் வாங்கியாந்தியோன்னு பாத்தேன்."

சீற்றம்

பாத்திரம் துலக்குவதற்காக புவனேஸ்வரி வீட்டின் பின்பக்கம் போயிருந்தாள். கணவன் கணேசன் மெதுவாக அந்த வார்த்தையை புவனாவின் தங்கை மல்லிகாவிடம் சொன்னான்.

"உன்கிட்ட ஒண்ணு சொல்லணும்…"

மல்லிகாவின் காதுக்குள் தேனி ஒன்று புகுந்து, உடல் முழுதும் குடைந்து உள்ளங்காலில் வந்திறங்கியது. முகம் வியர்த்தது, "சொல்லுங்க மாமா…" என்றாள்.

"அப்புறமா சொல்றேன்!" என்று கணேசன் சொல்லும்போது, புவனேஸ்வரி வீட்டினுள் நுழைந்தாள். அவள் நுழைந்ததும் கணேசன் சகஜமாகிவிட்டான். ரகசியத்தைக் கூற வந்த எந்த அடையாளமும் அவனிடம் இல்லை! மல்லிகாவினால் தான் சகஜமாக இருக்க முடியவில்லை.

எதையாவது சொல்ல வருகிறவர்கள், உடனே சொல்லித் தொலைத்தால் என்னவாம்? வயிற்றிலும் நெஞ்சிலும் உறுத்தலைச் செருகிவிடுகிற மாதிரியான காரியத்தை ஏன் செய்யவேண்டும்?

மல்லிகாவுக்குப் பதைபதைப்பு அதிகரித்துக்கொண்டே இருந்தது. போன வருடம் கணவனை இழந்த இருபத்தெட்டு வயதுக்காரியைப் பார்த்து அக்கா புருஷன், 'உன்கிட்ட ஒண்ணு சொல்லணும்' என்று பூடகமாக ஆரம்பித்தால், என்னென்னவோ நினைக்கக்கூடும். அல்லது, குறிப்பாக ஒன்றை நினைக்கக்கூடும்தான்.

கணவன் இறந்து மல்லிகா நிராதரவானபின், தன் கைக்குழந்தையுமாக அக்காவின் வீட்டில் அவள் தஞ்சமானாள். இறந்த கணவனின் அண்ணன் – தம்பிகளாக மூன்று பேர்

இருந்தும், அவர்கள் 'குறைவான தொகையில் மல்லிகாவைத் துரத்தியடிப்பதற்கு' மட்டுமே உதவினர்!

மல்லிகா வெள்ளைச் சேலைக்காரியாகவும் வேலைக்காரிபோலவும் புவனாவின் வீடு வந்து சேர்ந்தாள். ஓரிரு மாதங்களில் அவள் வயது கருதியோ, கால மாளற்றத்தின் புரட்சியாகவோ வண்ணச்சேலை வாய்த்தது.

விதவைப் பெண்கள் என்றாலே வர்ணங்கள் தமது அடர்த்தியைத் தொலைத்துவிடும். அருவியின் கீழ், கசத்தில் ஆழ்ந்துபோன ஈரிழைத் துண்டு நாட்பட்டு வெளிறிடுமே... அப்படியான வண்ணங்கள்! நிறம் குன்றிய ஆரஞ்சு வண்ணமோ, நீர்க்காவிக்கு சற்று மேம்பட்டது.

நல்ல வெயிலின் மேகமற்ற ஆகாய நிறத்திலொரு புடவை. கனகாம்பரத்தின் நிறமொன்று. கத்தரிப் பூவின் நிறமொன்று - அவள் உடுத்தி வந்தவை. அழுது வடியும் பொழுது நீளும் துக்கங்களை அவை பூச்சாகக் கொண்டிருப்பவை. இனி பச்சையும் மஞ்சளும் பாதகத்தி அறியாதவை.

குழந்தையின் பூம்பாதங்கள் அவள் புடவையில் எப்போதேனும் ஏறி உதையும் மண் அழுக்குகள், நிறங்களின் விமர்சனத்துக்கு அப்பாற்பட்டவை.

சத்தமெழுப்பாத பிளாஸ்டிக் வளையல்கள் கைக்கு இரண்டாக மல்லிகா அணிந்து வந்தாள். துவக்ககாலப் பொலிவைத் தோல் உரித்தே வெளியேற்றும் திறம் படைத்தவை அவை.

அவளது கனவுகளும் வளையல்கள் போலவே சத்தமிடாதவை. கனவுகள் உருவாகலாமெனினும் இரவோடிரவாக மறைந்து மங்க வேண்டுமென்பதே கனவுகளின் விதி.

பகல்கள், இலை அசைவின் சத்தத்தையும் சலனங்களையும் மட்டுமே கொண்டிருந்தன.

அந்தச் சலனத்தைச் சூறாவளியாகப் பெருக்குகிறது கணேசனின் ஒரு வாக்கியம் - 'உன்கிட்ட ஒண்ணு சொல்லணும்!'

இரண்டாவது முறையாக, பழனியில் கிரிவலம் வருகையில் அதைக் கூறினான்.

மின்விளக்குகள் எரிய ஆரம்பித்த மாலைநேரம். சந்தனமும் பஞ்சாமிர்தமும் மணக்கிற அடிவாரம். ஆங்காங்கே பக்திப் பாடல்கள். மங்கையரின் குங்குமத்தை காக்கும் முகம் ஒன்று... மல்லிகாவின் மீது கடைக்கண் வைக்காத ஆறுமுகத்தின் ஒரு திருமுகம் அது!

மல்லிகா, கணேசன், புவனேஸ்வரி, குழந்தைகள்... ஆறு பேர் குழுவாக நடந்து கொண்டிருக்கிறார்கள்.

இடது ஓரத்தில் நிற்கிற கல்லால் ஆன மயில் வாகனத்தைப் பார்த்து, புவனாவின் பையன் கார்த்தி ஓட ஆரம்பிக்கவும், அவனது வசீகரத்தைக் குலைக்கும் தாய்ப்பாசத்தோடு புவனா ஓட ஆரம்பிக்கிறாள்.

"டேய்... டேய்... கார்த்தி... நில்லுடா!"

தாயும் மகனுமாக இப்போது மயில்வாகனத்தின் அருகே நிற்கிறார்கள். கணேசனும் மல்லிகாவும் நிற்கிற இடத்தில் இருந்து நாற்பதடி இடைவெளி, அரைநிமிட இடைவெளியில் கணேசன் உதிர்க்கிறான் - "உன்கிட்ட ஒண்ணு சொல்லணும்..."

'கல்மயில் உயிர் பெற்றுப் பறந்துவந்து தன்னைக் கொத்திப் பிடுங்கிப் போடாதா?' என்றிருந்தது மல்லிகாவுக்கு, இதில் துயர விநோதப் பரபரப்பே என்னவென்றால், கணேசன் இதுவரை அவளிடம் காமுகம் காட்டியதில்லை என்பதுதான்.

'அவன் அப்படியானதொரு கோரிக்கை வைத்துவிட்டால், அது தனக்குச் சம்மதமா?' என்ற கேள்வி எழுந்து 'பகீர்' என்றது. பகீரென்ற நேரம் பளீரென்றும் ஏதோ இருந்தது. கல்மயிலின் பீலிகள் மின்னலாகித் துடித்தன.

'தனியாகப் போய்த் தன் குழந்தையோடு வாழ்ந்து விடுவதே தோது' என ஒரு கணம் எண்ணமிட்டாள். தங்கும் நான்கு சுவர்களுக்கு வெளியே உலகம் பிரமாண்டமானதாகவும் பச்சரிசிச் சிரிப்போடும் காத்திருக்கிறது.

எவ்வளவு அழகாயிருந்தாலும் பற்கள் புசிப்பதற்காகப் படைக்கப்பட்டவை. மனதின் கதவோ, தாழ்ப்பாளை நம்பிக் கொண்டிருப்பது. 'முருகா!' என மனதுக்குள் அலறினாள்.

முருகன் அன்றைக்கு எந்தக் காப்பிட்டு, எந்த அலங்காரத்தில் நின்றானென்பது நினைவில் பதியவில்லை.

அக்காவின் முன்னிலையிலேயே 'என்னமோ என்கிட்ட சொல்லணும்கறீங்களே... என்ன அது என்று கேட்டுவிடலாமா?' என யோசித்தாள்.

நினைப்பதற்கும் செயல்படுத்துவதற்கும் இடையில் தான் விவேகங்கள் இருக்கின்றன. புவனேஸ்வரியின் கொந்தளிப்புக் கருதி. அதைத் தள்ளிப் போட்டாள்.

நாட்கள் இனிதே கழியாவிட்டாலும் பாதகமில்லை... இவ்விதம் கொடியதாக ஏன் கழிய வேண்டும்?

பின்னிரு நாட்கள் உறங்கிய நேரம் போக, மற்ற நேரங்கள் கஷ்டமாகவே கழிந்தன. நொடி முள் கண் இமைக்கும் வேகத்தில் நகராமல், தேர் போல நகர்ந்தது.

இன்று புவனேஸ்வரி வீட்டிலேயே இல்லை. வெளியே எங்கோ போயிருந்தாள். கணேசன் இருந்தான். மல்லிகா, ஒரு விஷயம் முடிவுக்கோ அல்லது முதலுக்கோ வரப்போவதாக உணர்ந்தாள்.

அவள் உணர்ந்த அதே வேளை.. கணேசன், "உன்கிட்ட..." என ஆரம்பிக்கவும் மல்லிகா. "சொல்லுங்க." என்றாள். குரலில் கடுப்பும் பரிவும் ஒருசேர இருந்தன.

"இல்லே மல்லிகா.." - தயக்கமும் கண்டிப்பும் ஒருசேரத் தொனிக்கும் குரலில் அவன் தொடர்ந்தான் – "கலர் சேலை கட்டிக்கிட்டே... ப்ச்! அதுகூடப் பரவாயில்லே.. நீ வளையலும் போட்டிருக்கே! அதைக் கழட்டிடு.."

ஒரு கணம் அவனைத் தீர்க்கமாகப் பார்த்தாள். இப்போது நொடிமுள் இயல்பான வேகத்தில் நகர ஆரம்பித்திருந்தது. உள்ளே கண்ணாடியுள்ள அறைக்குச் சென்று மீண்டாள்.

கைவளையல்களைக் கழற்றியிருந்த மல்லிகாவைத் திகைப்புடன் பார்த்தான் அவன்.

வெற்று நெற்றியில் புதிதாக ஒட்டுப் பொட்டு எழுந்து நின்றிருந்தது - அதற்குப் பாம்பின் வடிவம்.

புதிர் வீட்டு ஜன்னல்

உடுக்கை ஒலி எழுந்த ஜாமத்திலா என்று தெரியவில்லை அந்தக் கனவுவந்தது. நல்ல கனவு. தங்கத்தைக் கண்டெடுப்பதான கனவு.

நான் அமர்ந்திருந்த மதில் சுவர் குட்டிச் சுவர் ஒன்றைத் தொட்டுக்கொண்டு முடிந்திருக்கிது. குட்டிச் சுவர் என்றால் மண் சுவர்கள் சரிந்து அம்பாரச் செம்மேடாகக் கிடந்த, வாழ்ந்து முடிந்த வீடு. மதில் ஓரத்தில் நான் அமர்ந்தவாறே வலதுபுறம் திரும்பும்போது அந்த மண் திட்டில் ஒரு பொட்டலத்தைப் பார்க்கிறேன். சாப்பாட்டு மேஜையிலிருந்து பதார்த்தத்தை எடுப்பதுபோல அவ்வளவு எளிதாக அதை எடுக்கிறேன்.

பொட்டலத்தைப் பிரித்ததும் முதலில் தென்பட்டது மோதிரம்தான். சாக்லெட் அகலமுள்ள மோதிரம். அந்த மோதிரமல்லாது பதக்கம் ஒன்றும் அல்வா அல்லது இளகிய தேன்மெழுகில் உருட்டி வைத்ததுபோலக் காட்சியளித்தது. கனவில் உரசித் தரம் பார்க்கும் பிரக்ஞை இல்லாவிடினும் அது தங்கம் என்றே உறுதியாக நம்பியபோது அத்யந்தனும் சத்திய வந்தனுமாகிய ஒரு நண்பன் அருகில் வருகிறான். மிகக் கேவலமான முறையில் அவனுக்குத் தெரியாமல் கால்சராய் பாக்கெட்டினுள் பொட்டலத்தைப் போட்டுக் கொள்கிறேன்.

அந்தக் கணத்துக்குப் பிறகு ஒரு நிமிடமோ நூறு ஆண்டுகளோ தூங்கினேன், விடிந்துவிட்டது.

விடியல் எப்போதோ நடந்துவிட்டது என்றாலும் எட்டு மணி வரை நானும் மனைவியும் சாவகாசமாக ரேடியோ கேட்டுக்கொண்டு இருந்தோம். அலுவலக விடுமுறை காலைக் கடன்களை பகல் கடன்களாக மாற்றியிருந்தது.

வீட்டைவிட்டு வெளியே வந்தபோது என் மனைவியிடம் பக்கத்து வீட்டு நித்யா, "ராத்திரி சாமக்கோடங்கி வந்தான்க்கா. நம்ம தெருவில் ஏதேதோ சொன்னான்…" என்றாள். அதை இன்னொரு பக்கத்து வீட்டாரும் ஆமோதித்தார்கள். நாய்களின் குரைப்பு ஒலி பின் இரவு முழுதும் தெருவில் தேங்கித் தங்கி பின்பு விடியலோடுதான் கரைந்து மறைந்தது என்றார்கள்.

இதைக் கேள்வியுற்று நிற்கும்போதே அந்த இளவயதுக் கோடங்கி பெண்கள் குழுமியிருந்த பகுதிக்கு வந்து சேர்ந்து அறிவித்தான்.

"இங்க இருக்கிற ஆணுக்கு, பெண்ணுக்கு, குடும்பத்தாருக்கு வாகனத்துல வழித்தடத்துல ஒச்சம் ஒண்ணு ஆகப் போகுது… ஒச்சம் ஒண்ணு ஆகப் போகுது…"

அவனை எனது பழைய விசாகப்பட்டினத்துத் தெலுங்கைக் கொண்டு விரட்டலாமா என யோசித்தேன். அவனது கன்னாபின்னாவான இலக்கணத் திரிபுக்கும் எனது நேர்த்தியான, ஆனால் ஞாபகம் மங்கிய தெலுங்குக்கும் இணைந்து வராது என முடிவெடுத்தேன்.

குழுவிலிருந்து விலகி வாசல்படியில் அமர்ந்திருந்த என்னிடம் வந்த மனைவி. "ஒச்சம்னா என்னங்க" என வினவினாள்.

"ஊனம், குறைபாடு, தேனிப்பக்க தென்தமிழ் நாட்டில் இருபாலருக்கும் வழங்கப்படும் பெயரின் முன் ஒரு பகுதி!"

என் மொழியறிவு விநோதமான பிரச்சனையைக் கொண்டு வந்து சேர்த்தது. இப்போது அவளுக்கு அவனது கூற்றின் பொருள் விளங்கி கிலிகொள்ள ஆரம்பித்தாள்.

"இது அமாவாசைக்குள்ள நடக்கப் போகுது" என்பதைப் பலமுறை அவன் அழுத்திச் சொன்னான்.

நான் நிறைய பயணத் திட்டங்கள் வைத்திருந்தேன். சமீபத்தில் பெரும் உளச் சிக்கல் ஒன்றுக்கும் ஆட்பட்டிருந்தேன். எனது வட்டம் எப்போதும் பயங்கொள்ளத் தோதானது. தவிர, போதுமான விபத்துச் செய்திகளை படுக்கையில் படுத்தவாறே வானொலியில் வேறு கேட்டிருந்தேன்.

அவனது செய்தி கேட்ட பெண்கள், "எந்த வீடுன்னு சொன்னாத்தான் ஆகும்?" எனப் பேட்டி கண்டனர். ஓர் ஒச்சத்ததுக்காக தெருவே திகில் அடைந்து கொண்டிருக்க முடியாது.

"அதோ அந்த மகராசரு வூடு... மகராசரு வூடு" என்று எட்டுமணி வரை பல் துலக்காத என்னைச் சுட்டிக் காட்டியபடி அருகில் வந்தான்.

' "பரிகாரத்தைச் சொல்லு."

"எலுமிச்சம் பழம் ஒண்ணு. பூண்டு ஒண்ணு" என்றான். ஒருநாள் மாத்திரைச் செலவைவிட இது குறைவு என யோசித்தேன்.

பக்கத்து வீட்டுப் பாட்டி, "எவ்வளவு செலவாகும்னு சொல்லு?" என்று கேட்டதற்கு, முகவாயைச் சொறிந்தபடி விரல்களால் காற்றில் கணக்குக் கோலம் போட்டுவிட்டு, "ம்.. அது ஒரு அம்பதாயிரம் ஆகும்" என்றான்.

"உனக்கு எந்த ஊரு?" என்று மகராசனாகிய நான் கேட்டதற்கு "எட்டயபுரம்" எனப் பதிலளித்தான். எனக்கு உடனே பாரதியார் ஞாபகத்துக்கு வர, அவன் மீது லேசான பிரியம்கூடத் தோன்றிவிட்டது.

மனைவியிடம், "எலுமிச்சம்பழம் இருக்கா பாரு" என்றேன்.

உள்ளே போய் தேடிவிட்டு வந்து "இல்லை" என்றாள். அவனை வாசலில் இருத்திவிட்டு அருகிலிருந்து மளிகைக் கடைக்குப் போனேன். அவனது ஆபத்தை அறிவிக்கும் குரல் என் பிடரியை உந்திக் கொண்டிருந்தது. எலுமிச்சம்பழம் எதிர்பார்த்ததைவிட மலிவாயிருந்தது. ஓர் இருபது ரூபாய்க்குள் இந்தப் பரிகார விஷயத்தை முடித்து விடுவதென முடிவெடுத்தேன்.

தைரியத்தின், வீம்பின், திமிரின் எந்தப் பகுதியும் தலைகாட்டாது அடங்கிக் கிடக்குமாறு செய்திருந்தான். பதினஞ்சு நாள் காய்ச்சலில் கிடந்தவன் போல ஆகியிருந்தேன். மரணத்தைவிடவும் ஒச்சம் பயமளிப்பதாக இருந்தது.

யாதொருவரையும் கை கால்கள் இல்லாது கற்பனை செய்து துயர்பட்டேன். நான் எலுமிச்சம் பழங்களுடன் வீட்டை நெருங்கியபோது அவன் என் மனைவியிடம், தெருவில் வேறெங்கும் தென்படாது என் வீடு கடக்கும்போதே கஷ்டக் காட்சிகள் தன் மனக்கண்ணில் படமென விரிந்து தன் கால் இயக்கத்தைத் தடுத்ததாகத் தெரிவித்தவாறிருந்தான்.

பரிகாரத்துக்கான பேரத்தை அப்போதே முடிக்காமல் விட்டது பேதமை என்பதைப் பின்னால் உணர்ந்தேன். நான் என் வீட்டினுள் நுழைந்தபோது நெடுநாள் நண்பன் போல அவனும் என் பின்னால் நுழைந்தான். நான் அவனுக்கு மறுப்பு, வரவேற்பு எதையும் தெரிவிக்கவில்லை.

பின்னால் வந்தவன், "இங்க உக்காரு" என்று எனக்கு ஒரு இடத்தைக் காட்டினான். அமர்ந்தேன். எனக்கு எதிரில் அவன் அமர்ந்து கொண்டு தனது தோள்மூட்டையை வலப்புறத்தில் வைத்துக்கொண்டான்.

நான் உத்தேசித்து எண்ணியிராதபடிக்கு நட்ட நடு வீட்டில் அவன் இருந்தான். வீட்டை அந்தரத்தில் கிளப்பினால் அதன் ஈர்ப்பு மையம் அவன் அமர்ந்த இடமாக இருக்கும். ஒரு கடப்பாரை மீது அந்த இடத்தைக் குத்தி வீட்டை நிறுத்தலாம்.

"பூண்டு கொண்டு வாங்க" என என் மனைவியை ஏவினான். நான் ஒரு நாளும் அவளை பூண்டு எடுத்து வருமாறு அவ்வளவு அதிகாரமாகப் பணித்ததில்லை. வீட்டினுள்ளிருந்து அவள் எடுத்து வந்த பூண்டுகள் யாவுமே சிறிய வெங்காயத்தின் அளவே இருந்தன. அவன் பெரிய வெங்காயத்தின் பருமன் உள்ள பூண்டுத் திரளை எதிர்பார்த்தான். பூண்டு சரியாக அமையாதது பற்றி அவன் தனது அதிருப்தியை வெளிப்படையாகக் காட்டினான். நல்ல பெரிய பூண்டுடன் வாழ்க்கை அமைந்திருந்தால் இவனை எல்லாம் படியேற்ற வேண்டிவந்திருக்காதே என நினைத்தேன்.

பூண்டையும் எலுமிச்சப்பழத்தையும் என் உள்ளங்கைகளை விரிக்கச் சொல்லி அதன் மீது வைத்தான் என் மனைவியை எனது அருகில் அமருமாறு பணித்தான்.

"சொல்லு, இன்னியோட..."

"இன்னியோட..."

"என்னைப் பிடிச்ச கிரகமெல்லாந் தொலஞ்சதுன்னு சொல்லு.."

"என்னப் பிடிச்ச கிரகமெல்லாந் தொலைஞ்சுது."

"விட்டுதுன்னு சொல்லு..."

"விட்டுது..."

"த்தூ" என எச்சில் வராமல் சத்தத்தைத் துப்பினான். பிறகு இதே சொல்லுக்கும் செயலுக்கும் எனது மனைவியை ஏவினான். அடுத்து, தனது மூட்டையை அவிழ்த்து உள்ளேயிருந்து மஞ்சள் துணிக் கட்டு ஒன்றை வெளியே எடுத்துப் பிரித்தான். விரிந்து தயாராகவே இருந்த என் உள்ளங்கைகளின் மீது ஒரு சிறிய உருவாரத்தை எடுத்து வைத்தான். அது இரு கைகளுக்குள் அடங்குவதாகவே இருந்தது. அது காளியின் உருவம் என்று தொடர்ந்த தன் சொற்களால் நிறுவினான். கறுப்பான பொம்மை. இடுகாட்டின் நினைவைத் தவிர்க்க முடியாதபடி கொண்டு வந்தது. அதன் கண்கள் சைக்கிள் ஸ்போக்ஸின் வாஷர் அளவுக்கு ஏதோ இரண்டை ஒட்ட வைத்தவை. எலி அல்லது அணிற் பற்களுடன் திறந்திருந்த அதன் வாய்க்குக் கீழாக அதன் மழு உடல் பகுதி ஆங்கில 'வி' வடிவில் இரு எலும்புகளுக்கிடையிலிருந்தது.

வான் கோழியின் தொடை எலும்புகளாக அவை இருக்கக்கூடும். அடிக்கடி மஞ்சள் படுவதால் அந்த எலும்புகள் நிணப்பசுமையோடு இப்போதுதான் உயிரிலிருந்து கொய்த தோற்றத்தில் இருந்தன. அறைக்குள் நுழைந்துவிட்ட பாம்பு அல்லது சிறுத்தையைப்போல, உருவத்தைவிட அதன் இருப்பு பிரமாண்டமானதாய் ஆகிவிட்டது.

மீண்டும் சாபங்கள் தொலைவதற்கான வசனங்கள். இந்தப் புள்ளியில் தான் தொகையைப் பேச ஆரம்பித்தான்.

"இந்த மூணு பூஜைக்கும் மூணு ஆயிரத்தோட எல்லாம் முடிஞ்சு போச்சுன்னு சொல்லு..."

"போச்சு..."

இந்த எதிர்பாராத உறுதிமொழியினால் நான் என் மோதிரத்தைத்தான் கொடுத்து அனுப்ப வேண்டும் என நினைத்தேன். கனவில் வந்ததைவிடச் சின்ன மோதிரம்தான் என்னுடையது.

சிறிய பித்தளைப் பெட்டி ஒன்றை எடுத்து திறந்தான். அதுவும் உள்ளங்கையில் அடங்கிவிடக் கூடியதுதான் என்றாலும். அதை என் கையில் தரவில்லை. கோயிலில் தென்படுகிற பெருவடிவங்களின் குறு வடிவங்களாகவும், குழந்தைகள் விளையாடத் தோதாயும் அதிலுள்ள சாமான்கள் இருந்தன. புனிதப்படுத்துவதற்கும் பயப்படுத்துவதற்கும் பித்தளைக்கு இணையான உலோகம் வேறொன்றும் இல்லை என்று அப்போது கண்டு கொண்டேன்.

அந்தப் பெட்டிக்குள் இருந்து ஒரு மரப்பட்டையை எடுத்துச் சிறிய கத்தியொன்றால் மூன்று கிராம்பு அளவிலான இணுக்குகளை வெட்டி எடுத்து வெள்ளைப் பேப்பரில் மடித்துக் கொடுத்தான். இந்த ஊரிலேயே அதை எனக்குத்தான் தரவேண்டுமென தனது ஆவியோ தேவியோ பணித்திருப்பதாகச் சொல்லித்தான் அந்த மரத்துண்டுகளை எனக்களித்தான்.

"சூடம் இருக்குதா?" என்று மனைவியை வினவினான்.

"இல்லை.."

"ஊதுபத்தியாவது இருக்குதா?"

ஊதுபத்தியும் இல்லாவிட்டால் அந்தக் கணமே எழுந்து "வீட்டில் அரிசிகூட இல்லாது போகட்டும்" எனச் சபித்துவிட்டுச் சென்றுவிடுவான் போலிருந்தது. நல்லவேளையாக அந்தத் துயரத்துக்கு என்னை ஆளாக்காமல் வீட்டில் ஊதுபத்தி இருந்தது. இரண்டு பத்திகளைக் கொளுத்தி தனது உருவாரத்தின் கால்மேட்டில் செருகினான். உருவாரத்தின் கீழ்ப் பகுதி ஊதுபத்தி கொளுத்தவே தோதானது போல தாமிரக் கம்பியின் கண்ணிகளால் அரை வளையம் சூழ்ந்ததாயிருந்தது. எலுமிச்சம்பழத்தை அரிந்து இரு துண்டுகளின் மீது மஞ்சள் தூவி என்கைகளில் வைத்து.

“சொல்லு, இன்னியோட... மூணு பூஜை மூணு இருநூத்தம்பதோட... எல்லாம் தொலஞ்சதுன்னு சொல்லு..”

அவனாகவே ஆயிரத்திலிருந்து இருநூற்றைம்பதுக்கு இறங்கிக் கொண்டது எனக்கு மகிழ்வாகவும் அதே நேரம் சுயகழிவிரக்கம் தோன்றச் செய்வதாகவும் இருந்தது.

பூண்டையும் எலுமிச்சப்பழத்தையும் வெள்ளைத் துணியில் கட்டி அதன் ஈரக் கசிவில் குங்குமத்தைத் தொட்டு வைத்து, “சாயங்காலம் அஞ்சு மணிக்குக் குளிச்சுட்டுக் குலதெய்வத்தைக் கும்பிட்டுட்டுக் கதவு நிலையில் கட்டிடு” என்றான்.

“சரி”

‘காளிக்குக் காணிக்கை வெய்யி” என்று நடுவீட்டில் கிடந்த கரிய உருவ பொம்மையைக் காட்டினான். நான் ஐம்பது ரூபாயை அதன் கீழே வைத்தேன்.

“இது எவ்வளவு செலவாகிற பூஜை தெரியுமா?” என்றான். நிஜமாகவே ஐம்பதாயிரம் ஆகிற பூஜைதானோ என்னவோ!

“மூணு இருநூத்தம்பது... மொத்தம் எழுநூத்தம்பது வெய்யி.”

“அவ்வளவுதான்! அதுக்கு மேலே எங்ககிட்ட இல்லங்கறது சாமிக்குத் தெரியும்” என்றாள் என் மனைவி.

நீண்ட நாளாகத் தெரிகிற ஒரு கசப்பான உண்மை மேல் சாமி ஏன் அதிரடி நடவடிக்கை எடுக்கமாட்டேனென்கிறார் என்பதுதான் புரியவில்லை. அவனது பிடிவாதமும், அசையாத இருப்பும் அவனது உருவத்தை பிரமாண்டமாய் ஆக்கிக் கொண்டிருந்தது. நான் எனது தங்க மோதிரத்தைக் கழற்றி அவன் முன் எறியலாமா என யோசித்தேன். எனது கட்டுப்பாட்டில் நழுவும் நொடிகளில் நான் அழவோ, அவனை அடித்துவிடவோ கூடும் எனத் தோன்றியது. பேசாமல் ஒச்சம் ஆகி ஆஸ்பத்திரியிலேயே கிடந்திருக்கலாம்!

பக்கத்து வீட்டுக்காரர்கள் என் சார்பாக பைசலுக்கு வந்ததாலும், என் மனைவிக்கும் கொஞ்சம் சாமர்த்தியம் இருந்ததாலும் பெரிய வில்லங்கமோ பங்கமோ நேராமல் இந்தப்

பரிகார வைபவம் நூத்தியொரு ரூபாய்க் காணிக்கையோடு சிக்கனமாக முடிந்தது. ஆனால் அவன் தனது சிறிய உடுக்கையை ஒரு முறை கூட அடிக்காது இந்த நூத்தியொரு ரூபாயை வாங்கிக் கொண்டு போனதில் எனக்கு ஏமாற்றம்தான்.

வாசல்படித் திண்ணையில் அமர்ந்த அந்தச் சம்பவத்தை நானும் மனைவியுமாக அலசி ஆராய்ந்தோம்.

"நீ பயந்துடக் கூடாதுன்னுதான்" என்றேன் அவளிடம். அவள் பதிலுக்குச் சிரித்தாள். அதை மொழி பெயர்ப்பதற்கில்லை. திடீரென ஒரு உண்மையைக் கண்டது போல் சொன்னாள். "இங்க பாத்தீங்களா... நேத்து ராத்திரி நம்ம வீட்டு ஜன்னல் மட்டும்தான் திறந்திருக்கு. மத்த எல்லார் வீட்டு ஜன்னலும் பூட்டியிருக்கு. அதனால ராத்திரி அவன் பேச்சை நாம மட்டும்தான் கேட்டிருப்போம்னு முடிவு பண்ணி நம்ம வீட்டுக்கு வந்திருக்கான்."

"அது சரி, ராத்திரி அவன் வந்தது நமக்கு மட்டும்தான் தெரியலை. ஜன்னல் அடைச்சிருந்த எல்லா வீட்டுக்காரர்களுக்கும் தெரிஞ்சிருக்கு!"

"எப்படியோ... எல்லாம் மர்மமா இருந்தாச் சரி..."

"சரி. இனிமே ஜன்னலைச் சாத்திடுவோம்" என்றேன் நான். ஆமோதித்தாள் அவள்.

ஜன்னலை மூடிவிடலாம். தங்கத்தின் மீதான கனவுகளையும் தார்சாலைகள் திறந்துகிடப்பதையும் தடுத்துவிட முடியாதென்றாலும் அந்தச் சாயங்காலம் தற்காலிகமாகவேனும் ஜன்னலை மூடிவிட்டேன்.

கைசேராக் கடிதங்கள்

அன்புத் தங்கை எழிலரசி!

நேற்று ஒரு நிகழ்ச்சி நடந்தது. அதைச் சொன்னால் புரிந்து கொள்வாய் என்கிற நம்பிக்கையில்தான் எழுத ஆரம்பிக்கிறேன்.

நேற்று மூலனூர் வஞ்சியம்மன் கோயிலில் ஜனார்த்தனன் மச்சானைப் பார்த்தேன். உனக்கு ரத்தினசாமியுடன் கல்யாணம் நிச்சயமாகிவிட்டதைச் சொன்னேன்.

"மாப்ள! எழிலை நான் கட்டிக்கலாம்னு நெனச்சிருந்தேன்..." என்றார். அதை நான் சற்றும் எதிர்பார்க்கவில்லை.

பல வருடங்களாக நெருங்கிய உறவும் தொடர்பும் இருந்தபோதிலும், அவர்கள் குடும்பம் நம்மைவிட வசதியானது என்பதாலோ என்னவோ, அப்படியொரு எண்ணம் நமக்குத் தோன்றவில்லை!

"நீங்க எழிலைக் காதலிச்சீங்களா?" என்று கேட்டேன். பதறிவிட்டார்.

"அப்படியெல்லாம் சொல்லப்படாது!" என மறுத்தவர், பின்பு "விலகிப் போறப்பதான் பொருளோட அருமை கூடுதலாத் தெரியுது!" என்றார்.

"கல்யாணத்துக்கு வந்துடுங்க..." என்றதற்கு. "என்ன மாப்ள... நம்ம எழில் கல்யாணம் நானில்லாமயா?" எனக் கேட்டவாறு முதுகில் தட்டிக்கொடுத்தார். திருமணச் செலவுக்குப் பணம் ஏதும் வேண்டுமென்றால், நானே வந்து வாங்கிக்கலாமாம்!

"மாமாவை அனுப்பிச்சுத் தர்மசங்கடப்படுத்திடாதே..." என்றார். என்னை பஸ் ஸ்டாண்ட் வரைக்கும் காரில் கொண்டுவந்து விட்டபின், ஊருக்குப் போய் விட்டார்.

இந்தக் கணக்கில் எனக்குத் 'தாழையாம் பூ முடிச்சு' பாட்டுதான் நினைவுக்கு வருகிறது. குறிப்பாக, 'மண் பார்த்து வளர்வதில்லை... மரம் பார்த்து படர்வதில்லை' என்கிற வரி!

'கொடுத்து வைத்தது இதுதான்' என்று எந்தக் கொழுக் கொம்பிலும் சுற்றிப்படர்ந்து, பின் தானே இல்லாமலாகி இரண்டறக் கலந்து, குலவிழுது நீட்டி உறவுகள் அரவணைத்து... எழிலரசி, உண்மையைச் சொல்கிறேன்.. பெண்ணாகப் பிறக்காததற்காக ஒரு சேர மகிழ்வும் துயரமும் அடைகிறேன்.

கல்யாணம் உறுதியானவுடன், நீ செய்த காரியம் எண்ணியெண்ணி மகிழவும் சிந்திக்கவும் வைக்கிறது.

நீ மருதாணி அரைத்துக்கொண்டிருந்தபோது, வழக்கம்போல விரல்களுக்குத் தவில் மூடி போடப் போகிறாய் என்றே நினைத்தேன்.

நீயோ, உள்ளங்கையில் பூ வரைந்தாய், அந்தப் பூவின்கீழ் RosE என எழுதினாய். இதில் முதலும் கடைசியுமான எழுத்துக்கள் பெரியவை.

என்னிடம் காட்டி "ஏதும் புரிகிறதா?" என்றாய். "ரோஜாப்பூ!" என்றேன்.

"மண்டு அண்ணா... ஆர் என்றால் ரத்தினசாமி... ஈ என்றால் எழிலரசி!" என்றாய்.

அய்யே... என் புத்திசாலிக் கருப்பட்டி!

ஜனார்த்தன மச்சானுடன் உன் திருமணம் நடந்திருந்தால், உன் உள்ளங்கையில் பூக்கும் பூவின் பேரென்ன? J-யில் தொடங்கி E-யில் முடியும் பூ. அந்தப் பூவையும் அதன் நறுமணத்தையும் வேரையும் நீ அறியக்கூடும். பூ அறியும் பெண்ணே... நானே இந்தக் கடிதத்தை எரித்து, அந்தப் பூச்செடியின் வேரில் உரமாக்கிட அந்தப் பூச்செடியைத் தேடிக்கொண்டிருப்பவனாக இருக்கிறேன்.

இப்படிக்கு,

இந்தக் கடிதத்தை அஞ்சலில் சேர்க்க முடியாத

ரகுராமன்.

திசையெல்லாம் காற்று

குரங்குகள் பல வகை. சேட்டைக் குரங்குகள், அமைதிக் குரங்குகள் என்ற தினுசுகள் இருக்க, இதர விலங்குப் பிரிவு போலவே ஆண்-பெண் வகைகளும் உண்டு. வயது அடிப்படையில் சிசு முதல் கிழடு வரை இருக்கின்றன. ஆனால், எவ்வளவு கிழடுதட்டின குரங்காக இருந்தாலும் உடுப்பு உடுத்தினால் குழந்தைக் குரங்காகக் காட்சி அளித்து விடுகின்றன.

பங்கஜ்குமார் நினைவுதெரிந்து பார்த்த முதல் குரங்கு உடை உடுத்தியிருந்தது. அதன் பெயர் லட்சுமி. குரங்காட்டிகள் வளர்க்கிற, வித்தையாடுகிற குரங்குகளுக்குப் பெரும்பாலும் வைஷ்ணப் பெயர்கள்தான்.

குரங்காட்டி தாணு, மனைவி இசக்கி, மகள் செல்லாள, மகன் செந்தூரான் என நாலு பேர் அந்தக் குரங்குடன் வந்திருந்தனர்.

பங்கஜ்குமார் என்கிற சிறுவன் வாழ்கிற அந்தக் கிராமத்தில், 'ஒரு குரங்கை வைத்துக்கொண்டு நான்குபேர் வாழ்ந்துவிட முடியுமா?' என்ற கேள்வியெல்லாம் எழவேயில்லை. அப்படியொரு கேள்வி எழுந்திருந்தால், குரங்கை வைத்துக் கொண்டு நாலு பேர் வாழ முடியாமல் போயிருந்திருக்கும்.

இந்த வித்தை காட்டுகிற குடும்பங்கள் எப்போது எந்த ஊருக்கு வந்தாலும் வலது கையில் தட்டுச் சுமந்து வர எட்டுவயதுச் சிறுமியும் இடக்கையில் இடுக்கிக் கொள்ளும் பால்யத்தில் ஒரு பாலகனும் இருந்தே இருக்கிறார்கள்.

முதல் நாள் வித்தை பார்த்தபோது பங்கஜ்குமாருக்கு தானும் செல்லாவைப் போல 'லட்சுமி'யின் கையைப் பிடித்துக் கொண்டு நடக்கவேண்டும் போலிருந்தது. அவன் அருகில் சென்றபோது,

'லட்சுமி' ஓடிப் போய்விட்டது. அன்று சாயந்திரம் அவனது பாட்டி கற்பகவல்லி மீந்த உணவை 'தாணு'வின் குடும்பத்துக்கு வழங்கினாள்.

அந்த உணவு பழையசோறு அல்ல. மீந்து போக வேண்டும் என்பதற்காகவே சமைக்கப்பட்டதாகத் தோன்றியது.

பங்கஜ்குமாருக்கு அப்போது வயது ஏழு. அவன், தாத்தா - பாட்டி வீட்டிலதான் வளர்கிறான் - ஓர் இளவரசனைப் போல. குதிரையேற்றம், வாட்பயிற்சி போன்றவை கிட்டவில்லையே தவிர, செல்வச் செழிப்புக்குப் பஞ்சமில்லை.

ராஜாவும், மகராணியும் பக்கத்திலில்லை என்பதுதான் குறை.

அப்பா கனடாவில் இருக்கிறார். மகனை மூன்று வயதுவரை வளர்த்து, மாமா-மாமி பொறுப்பில் விட்டுவிட்டு அம்மாவும் விமானமேறினாள். வருடமொருமுறை விசிட். அப்பாவுக்கு கனடாவில் குடியுரிமை கிடைத்திருந்தது. எந்த நேரமும் அவர் அவனைக் கூட்டிப் போகவும் வரலாம்.

அந்தக் குரங்காட்டிக் குடும்பம் அடுத்துப் போகிற ஊருக்குத்தான் தான் போக வேண்டும் என்ற ஆசையை பங்கஜுக்கு 'லட்சுமி' ஏற்படுத்திவிட்டது.

வித்தை காட்டாத அந்த நண்பகல், கோடை விடுமுறையாயிருந்தது அவனுக்கு. அவர்களது மரத்தடியை அவன் பார்த்தபோது குழந்தை செந்தூரானை. குரங்கு தொட்டிலாட்டிக் கொண்டிருந்தது.

தொட்டிலைக்கூட மரத்தின் மேலேறி அந்தக் குரங்குதான் கட்டிவிட்டதாக பாட்டி அவனிடம் சொன்னாள். அந்தப் பயன்மிக்க செயலைவிட, குரங்கின் 'பல்டி'கள் தான் அவனுக்கு மகிழ்ச்சி தருவதாயிருந்தன.

அவர்களது இரண்டாம் நாளில் கோடைக்காற்று மிகவே மரத்தடிக் குழந்தையும் அடுப்பும் திணறுவது கண்ட கற்பகவல்லி, அவர்களைத் தன் வீட்டுக்கு அழைத்து வெளித்திண்ணையில் தங்கச் சொன்னாள்.

அடிமைகளின் தயக்கத்துடன் அவர்கள் அங்கிருந்தனர். கற்பகவல்லியின் சககிழவி ஒருத்தி "என்ன, திண்ணைய வாடகைக்கு விட்டுட்டியா?" என்று கேட்டுப் போனாள். அதற்கும் மறுநாள்தான் அந்தச் சம்பவம் நடந்தது.

கற்பகவல்லி-நடராஜன் தம்பதியின் அடுத்த வீடுதான் வெங்கடாசலத்துடையது. அந்த வீடு குழந்தைகளும் சிறுவர்களுமாக எந்நேரமும் 'கே கொம்மா' என்று கலகலப்பாக இருக்கும். சாயங்காலம் ஆறு மணியானால் அங்கு விளையாட ஓடிப் போய்விடுவான் பங்கஜ்.

ஆறரை மணிக்கே மேகம் திரண்டு காற்று குளிரேகிவிட்டது. குளிரேகிய காற்று அபரிமித வேகமும் கொண்டது. மேகங்கள் அலைபாய்ந்து நகர்ந்து கருமை பூச... ஊருக்கு இரவின் தோற்றம் வந்தது.

காற்று ஒருமுறை சுழன்றடித்தபின் மழை பொழிய ஆரம்பித்தது. மதகுகள் திறந்தாற்போன்ற மழை. அரை மணி நேர அடாத மழை இடியோசை ஊரின் ஒரு மரத்தைச் சாய்த்தது. குழந்தைகள் மழையைக் கண் கொட்டாமல் பார்த்தனர். உண்மையில் இருட்டில் சோளங்கள் விழுவதைப் பார்த்தனர். மின்னல் வெட்டு நேரங்களில் இருட்டுக் குடையைத் துளைத்த வைர ஊசிகள்.

மெல்லிய மெய்சிலிர்ப்புப் புள்ளிகள் மேனியில் அடிக்கடி சில்லிட... குழந்தைகள் ஒருவருக்கொருவர் நெருக்கமாக அமர்ந்து மூச்சுக் காற்றால் வெப்பத்தை உணர்ந்தனர்.

மழை நின்ற மறுவிநாடி பங்கஜுக்கு பாட்டியைப் பாரக்கவேணும் போலிருந்தது. வழக்கமாக எட்டுமணி வாக்கில் அவளே கூப்பிட வருவாள். அவனுக்குத் தங்கள் வீடு ஒரு காத தூரத்துக்கு அப்பாலிருப்பது போலத் தோன்றியது. தினந்தோறும் நடந்து கடந்ததில் அருகில் தான் இருப்பதாக அறிவுக்குப் பட்டது.

ஒரே ஓட்டமாக ஓடிவிடலாம் என்று எண்ணினான்.

வெங்கடாசலத்தின் வீட்டு வாசலருகே வந்து வெளியில ஈரத்தில் கால் வைத்தான். யாரும் அவனைக் கவனிக்கவில்லை.

இந்த நேரத்தில் வீட்டுக்குப் போகத் தலைப்படுவான் என்றும் எண்ணியிருக்கவில்லை. தெருவில் இருள் சூழ்ந்திருந்தது.

"பாட்டீ!" எனக் கூவிக்கொண்டு ஓட எத்தனித்து... இரண்டு தப்படிகள் எடுத்து வைத்தபோதுதான் அது எதிரே நிகழ்ந்தது.

கற்பகவல்லியின் வீட்டுத் திண்ணையிலிருந்து அவனை எதிரிட்டு 'லட்சுமி' ஓடி வந்தது.

ஓடிவந்த அது அறுந்து கிடந்த மின்சார வயரில் கால் வைத்து துடிதுடித்து இறந்தது.

டார்ச்லைட் சகிதம் வந்தவர்கள் திட்டுத்திட்டாகத் தெருவுக்கு ஒளியூட்டினர். நடந்த விபரீதமும் காப்பாற்றப்பட்ட விபத்தும் எல்லோருக்கும் உறைத்தது. மழைச் சுவராண்டின ஆட்டுக்குட்டியாக பங்கஜ்குமார் நின்றிருந்தான். மின்வாரியத்துக்குச் செய்தி அறிவித்து மின்தொடர்பு துண்டித்து மக்கள் தெருவிறங்கினர் கவனமாக. பங்கஜைப் பத்திரமாக கொண்டுபோய் பாட்டியின் வீட்டில் படுக்க வைத்தனர். இரவெல்லாம் பிதற்றியவாறு மறுநாள் காலை காய்ச்சலுடன் எழுந்தான்.

மழை ஓய்ந்தபின் நிலவெழுந்த இரவோ குரங்கு ரோமத்தின் நிறமாயிருந்தது.

நாளின் அதிகாலையில் ஊரெல்லையில் லட்சுமியை அடக்கம் செய்துவிட்டு பாட்டியின் முன்னால்வந்து நின்றான் தாணு.

"போய்ட்டு வாறோம் ஆயா."

"லட்சுமி இல்லாம பொழப்புக்கு என்ன பண்ணுவே?"

"தெரியல ஆயா. மரம் வெச்சவனும், குரங்கப் படச்சவனும், மனுசனப் படச்சவனும்தான் காப்பாத்தணும்."

இறந்துபோன லட்சுமி ஓர் இரவில் தாணுவைக் கவிஞனாக ஆக்கிவிட்டாற் போலிருந்தது. "கொஞ்சம் இரு" என்ற கற்பகவல்லி வீட்டினுள் சென்றாள். திரும்பி வந்தவளின் கையில் ரூபாய்நோட்டுகள் இருந்தன.

இரண்டாயிரம் ரூபாய்.

"வேற ஏதாவது குரங்கு வாங்க முடியுமானு பாரு. இல்லேன்னா எதையாவது பிடிச்சுப் பழக்கற வரைக்கும் இதை வச்சுக்கோ."

"இல்ல ஆயா. இத நீங்களே வச்சுக்குங்க. உங்கள மாதிரி தர்ம சிந்தனை உள்ளவங்ககிட்ட இருக்கற காசு வீண் போகாது. எனக்கு லட்சுமியே இன்னொரு ஜீவனக் கொண்டாந்து சேத்துரும். லட்சுமிக்கு ஈடா இரண்டாயிரமும் காணாது. இரண்டு லட்சமும் காணாதும்மா."

தாணு குலுங்கி அழ ஆரம்பித்தான். தாணுவின் மனைவி, கற்பகவல்லியிடம் "தம்பிய நல்ல பாத்துக்கங்கம்மா" என்று கேட்டுக்கொண்டாள்.

பிறவியில் அடைக்க முடியாத கடனை பாட்டிக்குத் தந்துவிட்டு, அவர்கள் பாதை வழி நடந்தார்கள்.

அதன் பின் பங்கஜ்குமார் விலங்குகள் மீது மேலும் நேசம் கொண்டவனாக மாறினான். வீட்டில் பசுமாடுகளைக் கவனித்தல், அவை பெண்கன்றுகளை ஈனும்போது 'லட்சுமி' எனப் பெயரிடுதல், நாய், பூனைகளைக் கொஞ்சுதல் என ஈடுபாடு காட்டினான்.

குறிப்பாக, அருகிலுள்ள மலைச்சாரல் சுற்றுலாத்தலத்துக்கு வாரந்தவறாமல் பலவகைப் பழ வகைகளுடன் சென்று தன் கையினால் குரங்குகளுக்கு ஊட்டி மகிழ்வான். அவையும் ஆரம்பத்தில் அவனை ஐயத்துடனே எட்டி நின்று கவனித்தன. போகப்போக, 'இவன் நம் சிநேகிதன் எனப் புரிந்துகொண்டு, நெருங்கிவந்து சொந்தம் கொண்டாடின. கிழடோ, இளம்பிராயமோ, குட்டியோ... வானரமோ, மந்தியோ... எதுவாயினும் அது அவன் உயிர் காத்த 'லட்சுமி' தான்.

உடன் படிக்கும் நண்பர்கள் 'பழக்கூடை பங்கஜ்குமார்' எனப் பெயரிட்டிருந்தாலும் அதில் உள்ளத்தை நோக வைக்கும் கேலியெல்லாம் இல்லை.

பங்கஜ்குமாரின் அப்பாவும் அம்மாவும் கனடாவிலிருந்து அந்தக் கிராமத்துக்கு வந்த கையோடு அவனது பள்ளிக்கு கார் அனுப்பி அவனை வீட்டுக்கு வர வைத்தனர்.

தாத்தா, பாட்டி, பங்கஜ்குமார், அப்பா, அம்மா யாவரும் பெருமகிழ்ச்சியில் திளைத்தனர். மகிழ்ச்சி, கண்ணீராகவும் சில நேரம் கரை புரண்டது.

"உன்னை கனடாவுக்கு கூட்டிப் போலாம்னு இருக்கேன். வர்றியா?" என வினவினர் அப்பா.

பங்கஜ் சில விநாடிகள் தாமதித்து பிறகு கேட்டான்.

"அங்கே குரங்கெல்லாம் இருக்குமாப்பா?"

கடல்கள் காய்வதில்லை

நீலவேணிக்கு மகிழ்ச்சியில் தலைகால் புரியவில்லை. மருமகளுக்கு வளைகாப்பு என்பதால், பேரப்பிள்ளைக் கனவு நெஞ்சு முழுக்க நிரம்பி இருந்தது. காலையிலிருந்து பச்சைத் தண்ணீர் தவிர, வேறு ஆகாரமில்லை.

வீடு முழுக்க ஐந்து வகை உணவின் தாளிதமணம் நிறைந்திருந்தது. உறவினர்களெல்லாம் உண்டு முடித்துக் கணிசமாக விடை பெற்றுப் போய், குறைவான ஆட்கள் வீட்டிலிருந்து சமயத்தில் அந்தச் சம்பவம் நடந்தது.

சமையலறை செல்ல முற்பட்ட நீலவேணி, நிலைப்படியின் உயரக்குறைவை மறந்து குனியாது நடந்ததில், நெற்றி தட்டு விழுந்து மயங்கினாள். மூச்சுண்டு மெலிதாக! பேச்சில்லை சுத்தமாக,

உடனடியாக கார் பிடித்து, அடுத்த கால்மணியில் குடும்பம் சின்னதாராபுரத்தில் தனியார் மருத்துவமனையில் இருந்தது. காருக்குத் தந்தது போக, மீதிப் பணம் இருநூறுதானிருந்தது.

அம்மாவின் ஆஸ்பத்திரி செலவுக்கு இது போதுமா? ராஜேஸ்வரனுக்குக் கவலை வந்தது.

டாக்கடர் உடனடியாக சிகிச்சையில் மும்முரமானார்.

இரண்டு குளூகோஸ் பாட்டில்கள் ஊசி வழியேயும், சில மாத்திரைகள் வாய் வழியேயும் உள்ளே போக, நீலவேணிக்குச் சரியாகிவிட்டது. அது வெறுமனே உணவு மற்றும் சர்க்கரைப் பற்றக்குறையினால் விளைந்த மயக்கமே.

இரண்டு நாள் மருத்துவப் படுக்கையில், நீலவேணி நிமிர்ந்து விட்டாள். டாக்டருக்கு முந்நூறு ரூபாய் பாக்கி தரவேண்டியது மட்டும் தவணையாகிவிட்டது.

அப்புறம், நீலவேணி மகன் ராஜேஸ்வரனுக்கு ஒரு மகன் பிறந்து. அந்த மழலைக்கும் ஏழு மாதமாகிவிட்ட இந்தக் கட்டத்தில்தான் நீலவேணிக்கும் ராஜேஸ்வரனுக்கும் ஒரு மொபெட் பயணம், அந்த ஆஸ்பத்திரியைக் கடந்து போவதாக அமைந்தது.

ராஜேஸ்வரனின் சட்டைப் பையில் ஐந்நூறு ரூபாய் இருந்தது. வீட்டுக்குப் போனால், அதைவிட அதிகத் தொகைக்குச் செலவுகள் இருந்தன.

"ஏம்மா... டாக்டருக்கு அந்தக் காசைக் குடுத்துருவமா?"

"ஆமாமா... குடுத்துருவம்! நமக்கு என்னிக்கும் கஷ்டம் இருக்கத்தேஞ்செய்யும். கடல் வத்தி மீன் புடிக்கலாம்னா, அது ஆகாது..." என்றாள் நீலவேணி.

இருவரும் ஆஸ்பத்திரிக்குள் நுழைந்தனர்.

டாக்டருக்கு இவர்களை அடையாளம் தெரியவில்லை. ஊரும் பேரும் சீக்கும் சொன்னபிறகு, ஞாபகம் வந்து தலையாட்டினார்.

"இப்ப ஏதும் உடம்புக்கு?"

"இல்லைங்க சார்... அந்த முந்நூறு ரூபாயைக் குடுத்துட்டுப் போகலாம்னு..." என்றவாறு ராஜேஸ்வரன், தன் சட்டைப் பையிலிருந்து பணத்தை எடுத்து நீட்ட...

"ஓ... பாக்கியிருந்ததா? நான் மறந்துட்டேன்!" என்றவாறு பெற்றுக் கொண்டார் டாக்டர்.

அம்மாவும் மகனும் வெளியே வந்து மொபெட்டில் கிளம்பினர். கொஞ்ச தூரம் கடந்த பின் ராஜேஸ்வரனுக்கு 'அந்தப் பணத்தைத் தந்திருக்க வேண்டியதில்லையோ?' என்று பலவீனமான அலைவரிசையில் ஒரு சஞ்சலம் எழுந்தது.

'அம்மாவும் ஒருவேளை இப்போது அப்படியே நினைப்பாளோ?' என்ற எண்ணம் உண்டாகி, அவனது மனசை கனக்கச் செய்தது. கிரகண காலத்து வெளிச்சம் போன்ற மங்கியதொரு திருப்தியில் அவர்களது வண்டி ஓடிக்கொண்டிருக்கிறது.

தமிழரசி

எங்கள் வீட்டுக்கு வந்தால், எல்லா அறைகளிலும் புத்தகங்கள் கிடப்பதைப் பார்க்கலாம். சமையலறை, பாத்ரூம், ஜன்னல், வாசல்படி எங்கும் ஒரு புத்தகங்கள் உங்களுக்குத் தட்டுப்படும். ஆகவே, இது இளைஞர்கள் தங்கியுள்ள வீடு என எளிதில் நீங்கள் யூகித்து விடலாம்.

நான்கு அறைகள் கொண்ட இந்த வீட்டில், ஆட்களின் எண்ணிக்கை ஐந்திலிருந்து பதினைந்து வரை ஏறுவதும் மாறுவதுமாக இருக்கும். பெரும்பாலும் 'காம்பெடிஷன் எக்ஸாம்' எழுதி கலெக்டர் ஆகும் கனவுகளில் இருப்பவர்கள் தங்கிப் படிக்கிற இடம் இது!

பெருநகரத்தில் சிறுநகரம் எங்கள் வசிப்பிடம். நேதாஜி நகர் என்று பெயர். இந்தப் பெயருளளக்குப் பின்னால் 'டைம்ஸ்' என்ற சேர்த்துக்கொண்டு, ஓர் இலவசப் பத்திரிகை ஆண்டுக்கு ஒரு முறை, நான்கு வாரம் வருவதும், பின் நிற்பதுமாக இருக்கிறது.

இன்றைய தேதிக்கு வீட்டில் மகேந்திரனாகிய நான், காளிதாஸ், ரவிக்குமார், அலெக்ஸ், அப்பாராவ், பார்த்தசாரதி, சரவணன் ஆகியோர் இருந்தோம்.

எங்கள் வாழ்வில் நாங்கள் கேட்டுக்கொள்ளாமலே, ஒரு வயலின் இசை போல் குறுக்கிட்ட ஒரு ஜீவனைப் பற்றித்தான் இப்போது பேச்சு.

எங்கள் வீட்டுக்கு அடுத்து, இசைப்பயிற்சிக்கூடம் ஒன்று உள்ளது. பெண்களுக்கானது. இளம்பெண்களுக்கானது. அழகிலாவது புஷ்டியிலாவது தேர்ச்சி பெற்றால்தான் அங்கே சேர்த்துக் கொள்வார்கள் என்பது, அவர்களது தோற்றங்களால் நாங்கள் கண்ட உண்மை!

ஓர் இளங்காலைப் பொழுதில் நான் வீட்டுக்கு வெளியே நின்றிருந்த போது, விநோதமான ஓர் ஓசையைக் கேட்டேன். 'போச்சு..! கம்பி அறுந்தோ, கை தவறியோ எழுகிற நஷ்ட சங்கீதம் இது' என எண்ணினேன். நளின விரல்களிலிருந்து எழும் நஷ்ட சங்கீதம்.

வீட்டு வாசலில் நின்று, பார்வை தாழ்த்தாமல் நேர்ப் பார்வை பார்த்தேன். சத்தம் காதுக்கு நெருங்கி வந்தது. ஒலியின் திசை நோக்கிக் குனிந்தபோது, கறுத்த நிறமுள்ள இரண்டு நாய்க்குட்டிகளைப் பார்த்தேன். ஒரு வாரப் பிராயமே ஆன குட்டிகள்! தள்ளாடித் தள்ளாடித் தலை தட்டி விழுந்தும், ஓரஞ்சாய்ந்து நடந்தும் என்னருகே வந்தன.

அவற்றைத் தொட்ட கணத்தில் அவை இந்த வீட்டுக்குச் சொந்தமாகி விட்டன. ஒடுக்கப்பட்ட எவர்சில்வர் தட்டு ஒன்றை ஒதுக்கி, பாக்கெட் பாலைக் கத்திரித்து ஊற்றியதில், உணவு தொடங்கியது. பெயரிடுவதற்கு முன் எது ஆண், எது பெண் எனக் கண்டுபிடிக்க வேண்டிய கட்டாயத்துக்கு ஆளானோம்.

பருகும் பால் போல, அவ்வளவு எளிதானதல்ல... இந்தப் 'பால்' பிரச்னை. மளிகைக்கடை அண்ணாச்சிதான் சில ஆராய்ச்சிகளை மேற்கொண்டு, 'இது ஆண், இது பெண்' என 'பால்' பிரித்து உதவினார். பெண் நாய் குண்டாக இருந்தது. ஆண் வத்தலாக இருந்தது.

பெண் நாய்க்கு 'பிளாக்கி' எனப் பெயரிட்டோம். மறுபரிசீலனையில், இவ்வளவு நேரடியான அர்த்தப்பாட்டை விளக்கும் பெயர் தேவையற்றதெனக் கருதி, பின் 'தமிழரசி' என முடிவாயிற்று. ஆண் நாய்க்குப் பெயரிடும்போது அலெக்ஸ், 'வள்ளுவன்' என்ற பெயரைப் பரிந்துரைத்தான். முதல் கணத்தில், அது மொழிப்பற்று போலக் காட்சியளித்தாலும், அந்தப் பெயர் ஆழத்திலுள்ள அவனது குறும்பைக் காட்டிவிட்டது! இறுதியில், 'ரோமியோ' என்ற பெயர் தீர்மானிக்கப்பட்டது. ஆனால், அது தன் பெயரைக் காப்பாற்றும் விதமாக ஒருபோதும் நடந்துகொள்ளவில்லை!

ரோமியோ, உடல்,பொருள், ஆவி அனைத்தையும் தமிழரசிக்கு விட்டுத் தரத் தயார் என்பதுபோலவே நடந்து

கொண்டது. தட்டில் சோறு வைத்தால், முக்காலே மூணு வீசம் தமிழரசிக்குதான்! சிந்தினது, சிதறினதிலேயே ரோமி திருப்தியடைந்துவிடும்.

எங்களை ஏறெடுத்தும் பார்க்காத சில வயலின்/கிடார்/ மிருதுஅங்கப் பெண்கள், நாய்களுக்கு வர்க்கி, பன், ரொட்டி, பிஸ்கெட் முதலியன வழங்கி, எங்கள் அருமைக் கறுப்புகளை நன்றிக்கடனுக்கு நாயாக்கினார்கள்.

தமிழரசி கொழுத்து வளர்ந்தது. ரோமி 'பிறந்தது முதலே இளைத்தேதான் வருகிறேன்' என்பதான தோற்றம் காட்டியது. இரண்டும் சாலையில் விளையாடினாலும், அடிபடுவது என்னவோ ரோமிதான்! மூன்றாவது முறை ஸ்கூட்டரில் அடிப்பட்ட போது ரோமிக்கு படுகாயம். குற்றுயிரும் குறையுயிருமாக அது முனகித் தவித்தது.

அதே வாரத்தில், விலங்கு நல அமைப்பொன்றின் குரலை வானொலியில் கேட்டிருந்ததால, அவர்கள் நல்கிய நம்பருக்கு போன் செய்தேன். ஏழு டன் எடை தாங்கும் மினி லாரி ஒன்றைக் கொண்டுவந்து, பூஞ்சை ரோமியைக் கூட்டிப் போனார்கள். 'சரியானவுடன் கொண்டுவந்து விட்டுருவீங்களா?" என்றதற்கு, 'சரி' சொல்லிப் போனார்கள். ஆனால், மறுபடி நாங்கள் ரோமியைச் சந்திக்கவே இல்லை!

சில மாதங்களில் தமிழரசி தனக்கு நேர்ந்தது இன்னதென அறியாமலே மாற்றத்துக்கு உள்ளானது! தெருநாய்களிடம் அதற்குக் கிராக்கி அதிமாகிவிட்டது. குறிப்பாக, ஆண் நாய்கள் குரைப்பொலியில் வித்தியாசம் காட்டின.

தமிழரசி, எதிர்ச்சாரியில் கேட்டை எல்லையிட்டு வாழும் ஸ்டீபனுடன் லேசான நெருக்கம் காட்டியது. இருபக்கக் கதவுகளும் திறந்திருக்கும்போது சந்திக்கத் தடை இல்லை!

நாயுலகில், பருவத்தின் வாசனையைதான் தெருவில் இறைத்துவிட்டிருப்பது பற்றிய பிரக்ஞையே தமிழரசியிடம் இல்லை! ஆனால், நீண்ட மூக்குகளுடைய நாய்கள், காற்றின் பனிப்பொதிவின் ஊடாக, முதலில் வாசனையைக் கவ்வின. பிறகு தமிழரசியைத் தீண்டின! என்ன நடக்கிறது என்று

புரியுமுன்னரே, முற்றாக வலையில் விழுந்துவிட்டது அது.

புஷ்பவதியாக இருந்த தமிழரசி கர்ப்பவதியாகிவிட்டது. இந்தத் தகவலை அதன் நடையின் குலுக்கு, பாவனை இவற்றைக்கொண்டு கண்டறிந்து மளிகைக்கடை அண்ணாச்சி எடுத்து இயம்பினார்.

அதன் பின் தமிழரசிக்காக பிஸ்கெட்டுகள் வாங்குவது அதிகரித்தது.

காசு தாராளமாக இருந்ததால், சிங்கப்பூர் பேரீச்சம்பழம்கூட வாங்ளகிப் போட்டோம்! தமிழரசியின் தாய்மை நிலை, அதன் மீதான எங்கள் அக்கறையை அதிகமாக்கியது. அதே சமயம், இது குட்டிகள் ஈன்றபின் என்ன செய்வது என்ற கவலை வந்தது. ஒற்றைக் குட்டி போடுவதில் நாய்கள் இனம் நம்பிக்கை இழந்துவிட்டது!

கூட்டாலோசனைக்குப் பிறகு, தமிழரசியையும் குட்டிகளையும் விலங்கு நல அமைப்பிடமே ஒப்படைப்பது என முடிவு செய்தோம்.

நான்கு குட்டிகளை ஈன்றதும் மீண்டும் போன் செய்தோம். ஏழு டன் ஏற்றிப் போகும் அதே வண்டி வந்தது. குட்டிகளும் தாயும் எங்களை விட்டுப் போனதும், நாங்கள் நாயில்லாத அநாதைகளானோம்.

ஆறு மாத காலம் ஆகியிருக்கும். இதனிடையே சரவணன், 'சரவணபாரதி' என்ற பெயரில் கவிதை எழுதி, ஒரு புத்தகத்தில் வெளியானது.

எக்ஸாம் பாஸ் ஆகுமுன்னரே, 'தான் ஐ.ஏ.எஸ். ஆனால் என்ன ஆகும்? இந்த அதிகார மையம், கார்க்கதவு திறந்திடுதல்...' என்றெல்லாம் அவனது இலக்கியமனம் அதிதீவிரக் குழப்பக் கேள்வி எழுப்ப, சரியாகத் தேர்வு தினத்தன்று அவன் மனநல மையத்தில் இருந்தான்.

நான் எக்ஸாமும் தேறவில்லை, மனோசிகிச்சைக்கும் போகவில்லை!

நல்ல கோடை தகிக்கும் வெண்பகல் ஒன்றில், விலங்கு நல அமைப்பிடமிருந்து போன் வந்தது... "சார், உங்க நாயைக் கொண்டுவந்து விட்டுடறோம்!"

"சரி... குட்டிகள் என்னாச்சு,"

"குட்டிகளைத் தர மாட்டோம் சார்... ரூல்ஸ்ல இடமில்லை!"

"பரவாயில்லை! தமிழரசியைக் கொண்டுவாங்க!"

மறுநாள், தமிழரசி வந்தபோது, எங்கள் வீட்டில் யாருமில்லை. அது, வீட்டின் முன்னால் நிற்கும் காருக்கு அருகில் படுத்திருந்த போதுதான், நான் வீட்டினுள் நுழைந்தேன். தமிழரசி என் உணர்விலேயே பதிவாகவில்லை. அது அந்த அளவுக்கு சொறிநாய் போல் காட்சி தந்தது.

வீட்டினுள் நுழைந்ததும், 'வெளியே ஒரு நாய், டெலிபோன் செய்தி' - இரண்டும் இணைந்த ஒரு நிரல் மூளையில் தோன்ற, வேகமாக வெளியில் ஓடி வந்தேன், அது... அது... தமிழரசியேதான்! குரைக்கவும் முனகவும்கூட தெம்பற்றுப் படுத்து இருந்தது அது.

நான் விலங்கு நல அமைப்புக்கு போன் போட்டேன்... "சார், எங்க குட்டிகளைக் கொடுத்துடுங்க. ரோமியோவைக் கொடுத்துடுங்க. நீங்க எப்படிப் பார்த்துக்குவீங்கனு தெரிஞ்சு போச்சு!"

"ரோமி செத்துப்போச்சு சார். குட்டிகளைத் தர முடியாது! ரூல்ஸு..."

தொலைத்தொடர்பு துண்டிக்கப்பட்டது. நான் தமிழரசியிடம் வந்தேன்.

அது ஊன் மறுத்தது. உண்ண மறுத்தது. வீட்டினுள் உள்வர மறுத்தது. காருக்கு அடியில் போய், ரூபம் திரண்ட நிழலைப் போல் படுத்துக்கொண்டது.

இரவு... நண்பர்கள் கூடிக் குமுறினோம். போலீஸ், கன்ஸ்யூமர் கோர்ட் எனப் பலவற்றை ஆராய்ந்து பேசினோம். கோயிலில் காசு வெட்டிப் போடுவது பற்றிப் பேச, எங்கள் அறிவு இடம் தரவில்லை!

மறுநாள், காலை உணவுக்கு அழைத்த போதும் தமிழரசி வர மறுத்தது. வாங்கிப் போட்ட பிஸ்கெட்டுகளில் எறும்புகள் ஊர்ந்தன.

'என்ன செய்வது?' என்ற கேள்வியுடன் வெளியேறிப்போனேன். ஆனால், நெடுங்காலத் தர்மசங்கடத்துக்கு அது எங்களை ஆளாக்கவில்லை!

மாலையில் திரும்பி காருக்கு அடியில் குனிந்து பார்த்தபோது, வயிறு அலை எழும்பாமல், தலை தரை தொடாமல் விறைத்திருந்தது.

போய்விட்டது!

அசையாக் கருநிழல்: சோகத்தின் பருண்மை உணர்வேதான் அது. மாநகராட்சிக்கு போன் செய்தேன். 'பணியாளர்கள் போய்விட்டார்கள். இனி, நாளைக் காலையில்தான் கவனிக்க முடியும்' எனப் பதில் வந்தது.

எங்கள் தெருவின் துப்புரவாளரை, வீடு விசாரித்துத் தேடிப் போனேன். குளித்து முடித்து, பவுடர் போட்டு நின்றிருந்தார். சேதியைச் சொன்னதும், "குளிச்சுட்டேனே!" எனச் சில விநாடிகள் தயங்கியவர், சட்டையைக் கழற்றிவிட்டு, பிளாஸ்டிக் பை ஒன்றைத் தூக்கிக்கொண்டு வந்தார்.

காருக்கு கீழே குனிந்து, அதன் கால்களைப் பற்றி இழுக்க, படுத்த இடத்தில் வெற்றிடம் நின்றது. தமிழரசியை மடக்கித் திணித்து, பிளாஸ்டிக் பையில் போட்டுக் கொண்டு நடக்க ஆரம்பித்தார். தெருமுனை வரை அவருடன் நடந்துவிட்டு, பிறகு வீடு திரும்பினேன்.

தமிழரசி படுத்திருந்த இடத்தை ஸ்டீபன் நுகர்ந்து பார்த்து, சுற்றிச் சுற்றி வந்துகொண்டு இருந்தது. பக்கத்தில், சாயங்காலத்தின் வயலின் சத்தம் மெலிதாகக் கேட்டது.

எனக்கு, பிறந்த வீட்டுக்கு வந்து செத்துப்போகிற பெண்கள் நினைவுக்கு வந்தார்கள்.

பலூன்

விற்பனையாகிவிடப் படபடக்கும் பலூன்களைச் சுமந்தவன் தென்பட்டபோது, சிக்னலில் சிவப்பு விழுந்து விட்டது. தனது காரை நிறுத்திய ரவிக்குமார் மறுகணமே அந்த பலூன்களைப் பார்த்தார். முதலில் சிவப்பு நிற பலூன் கண்ணுக்குத் தெரிந்தது.

காரை தான் நிறுத்தியது சிக்னல் விளக்கைப் பார்த்தா அல்லது இந்த பலூனைப் பார்த்தா எனத் திகைத்துப் போனார். ஆனால், உடனே சுதாரித்துக் கொண்டார். காரை நிறுத்தியதென்னவோ சிக்னல் பார்த்துத்தான். எதிர்பாராதவிதமாக இந்த பலூன் விற்பனையாளன் புகுந்ததில், இப்படி எண்ண வேண்டியதாகி விட்டது.

சிவப்பு, பச்சை, மஞ்சள்... பலூன் விற்கிறவர்கள் கூட இந்த நிறங்களை மறுத்துவிட்டு வியாபாரம் செய்துவிட முடியாது. இந்த உண்மை மற்றவரைக் காட்டிலும் ரவிக்குமாருக்கு நன்கு தெரியும். இன்று ரவிக்குமார் மாவட்டக் கருவூலத்தின் முக்கியப் பொறுப்பு ஒன்றில் இருக்கும் அதிகாரி. ஆனால், பள்ளிப் பருவத்தில் பலூன் விற்றவர்.

கடந்த சிக்னலில், கையேந்தி தன்னிடம் இரந்த சிறுவன் ஒருவனைப் பார்த்துவிட்டு வந்திருந்தார் அவர். அந்த சிறுவன் நிச்சயம் படிக்கப் போகவில்லை. இப்படி படிப்பைக் கைவிடுகிற குழந்தைகள் தான் எத்தனையெத்தனை!

மனம் உழன்றபடி பழைய காலங்களுக்குப் போய் வந்த வண்ணமிருந்தது.

ரவிக்குமார் பிறந்தது தாமிரபரணி நதிக்கதையோர கிராமம் ஒன்றில். தந்தை இசக்கிமுத்து விவசாயக் கூலியாக இருந்தார்.

ரவிக்குமாருக்கு எட்டு வயது நடக்கும்போது

இசக்கிமுத்துவின் மனைவி இறந்துவிட்டாள். இசக்கிமுத்துவுக்கு மகன் ரவிக்குமாரை என்ன செய்வதெனப் புரியவில்லை. ஆணின் எத்தனாவது வயதில் மனைவி இறந்தாலும், அவர்களுக்குக் குழந்தைகளை என்ன செய்வதென்று புரியாதுதான்.

இதில் ரவிக்குமாரின் அதிர்ஷ்டம் எட்டு வயதில் அம்மா போனதுதான். ஏனெனில், இன்னும் நான்கு ஆண்டுகள் கழித்து அவள் இறந்திருந்தால், இசக்கி அவனை எருமை மேய்க்க அனுப்பியிருப்பார்.

பையனை என்ன செய்வதெனப் புரியாத இசக்கிமுத்து அவன் தொடர்ந்து பள்ளிக்கே செல்லட்டும் என விட்டுவிட்டார். ஆற்றங்கரையில் தானே குளித்துக் கரையேறுகிற சிறுவனாக ரவிக்குமார் அப்போது இருந்தான்.

காலையில் பட்டினி வயிற்றோடு பள்ளிக்குப் போவதில் தொடங்கின ரவிக்குமாரின் தாயில்லாத நாட்கள். மத்தியானம் சத்துணவைச் சாப்பிட்டுவிட்டு டப்பாவிலும் அடைத்துக் கொள்வான். அடைப்பட்ட உணவு இரவுக்கென ஆகி வந்தது. அந்நாட்களில் இசக்கிமுத்து தமது நாள் உணவை வேலை பார்க்கும் இடங்களிலோ உணவகத் தாழ்வாரங்களிலோ பெற்று வந்தார்.

தகப்பனும் மகனும் சம்பந்தமே இல்லாதது போல ஒரு கூரையின் கீழ் வெகு நாட்கள் வசித்தார்கள். சாம்பல் கொட்ட வரும்போது மட்டுமே காட்சிக்குக் கிடைக்கும் குப்பைமேனிச் செடிபோல அவன் வளர்ந்து வந்தான். இன்றியமையாத பள்ளிக்கூடக் கட்டணங்கள் நிமித்தம் தந்தையிடம் முறையிடுவான் ரவி. இசக்கியும் சுணக்கமின்றியே அதை நிறைவேற்றித் தந்தார்.

சேரன்மாதேவிக்கு இசக்கிமுத்து வேலைக்குப் போன இடத்தில், தனது இரண்டாம் மனைவி இவளே என்று ஒரு பெண்ணைத் தேர்ந்தெடுத்து வந்தார். தகப்பன் தாலி கட்டுவதைக் காணுகிற மிகச் சில நபர்களில் ஒருவனாக ரவி ஆனான்.

அந்தத் திருமணத்துக்கு மறுநாள் பத்தாம் வகுப்பு மதிப்பெண் பட்டியல் ரவிகுமாருக்கு கிடைத்தது. பள்ளியில் மூன்றாவது மாணவனாகத் தேறியிருந்தான் அவன்.

இசக்கிமுத்துவுக்கு மாலையிட்ட மங்கை கொடுமைக்காரி இல்லை. மூத்தாள் பிள்ளையைச் சுண்ணாம்புக் கால்வாயில் இடுகிற எண்ணம் எதுவுமில்லை. ஆனால், வாழ்க்கை மீதுள்ள பயத்தின் காரணமாக ரவிக்குமாரை, "நீயும் இப்பயே ஏதாவது ஒரு வேலைக்குப் போ தம்பி!" என ஏவுகிறவளாக இருந்தாள்.

ரவிக்குமாரின் காரை முந்திக் கொண்டு சென்ற பள்ளிக்கூட வேன் ஒன்று, அவரது சிந்தனையைக் கலைத்தது. ஜன்னல் வழியே பார்க்கக் கிடைத்த உற்சாகம் துள்ளும் குழந்தை முகங்கள் மகிழ்ச்சியைத் தூண்டின. ஆனால். அந்த முகங்கள் எதனோடும் தன்னை அவரால் ஒப்புக் காண இயலாது போய்விட்டது.

வேலைக்குப் போகச் சொல்லி சித்தி உத்தரவிட்டபோதிலும். படிக்க வேண்டும் என்பதில் உறுதியாக இருந்தான் ரவிக்குமார். படிப்பை முழுக்காட்டி விடும் எண்ணத்தில் வீடு இருப்பதை கந்தசாமி ஆசிரியரிடம் சென்று தெரிவித்தான். கந்தசாமி இசக்கிமுத்துவை அழைத்துப் பேசினார். இசக்கி முத்துவோ. "பையன் வளர்ந்துட்டானுங்க. சாப்பாட்டுக்குப் போக அம்பதோ நூறோ சம்பாதிச்சுத் தரணும்" என்றார்.

இசக்கிமுத்துவை அனுப்பிவிட்டு ரவிக்குமாரை ஆலோசனைகள் பொங்கும் விழிகளுடன் கந்தசாமி பார்த்தார்.

"சனி ஞாயிறு பலூன் விக்கப் போ. தினம் காலைல வீடு வீடா பேப்பர் போடு. நான் ஏற்பாடு பண்றேன்" என்றவர் பலூன் வியாபாரத்துக்குக் கைமுதலாக பணமும் தந்தார்.

பலூன்கள் எடை குறைவானவை என நினைத்தால், இரண்டு தெரு தாண்டுவதற்குள் மூழி பிதுங்கிவிட்டது. தோல்வி, அவமான உணர்ச்சி, கழிவிரக்கம் மற்றும் பலூன்களைச் சுமந்து கொண்டு கந்தசாமி சாரைப் பார்க்கச் சென்றான். ரவிக்குமாரைப் பார்த்த மறுகணம் அவர் கூறியது இதுதான்.

"பலூன் எப்பவும் வெளியூர்லதான் விக்கணும். நம்ம ஊர் மாதிரி சின்ன ஊர்ல வித்து என்ன லாபம் வரப் போகுது? பஸ் காசு செலவானாலும் பரவாயில்லை. நீ திருநெல்வேலி போயிட்டு வந்துடு. திருவிழா எங்க நடந்தாலும் நைட் பலூன் கொண்டு போயிடு..."

இவ்விதமாகத் தொடங்கியது ரவிக்குமாரின் பகுதிநேர உழைப்பு. முதலாவது வருமானத்தைத் தந்ததும், சித்தி முணுமுணுப்பதைக் குறைக்க ஆரம்பித்தாள்.

'பறக்கும் பலூன்களில் அடைக்கப்பட்டிருக்கும் வாயுவின் பெயர் என்ன?" என்பது போன்ற கேள்விகளைப் பள்ளியில் பார்க்க நேரும் போதெல்லாம், ஒரு கணம் குப்பென வியர்த்துக் கன்னக் கதுப்புகளில் வெம்மை பரவும். உழைப்பைப் பாராட்டுகிற ஆசிரியர்கள் ஒருபுறம் இருந்தாலும், எள்ளலுடன் கேலி பேசுவோரும் இருக்கவே செய்தனர்.

"இன்னிக்கு பேப்பர்ல முக்கியமான நியூஸ் இருக்கு. யாராவது சொல்லுங்க பார்க்கலாம். ஏன் ரவிக்குமார்? உனக்குக் கட்டாயம் தெரிஞ்சிருக்கும் சொல்லு!"

பாவம். அவனுக்கு பேப்பர் போடத்தான் நேரம் இருந்ததே தவிர. படிக்க நேரம் எது?

பேப்பர் போடுகிற மாதிரி... விடுபட முடியாத நித்தியக் கடமைகள் இருந்ததால், சமயத்தில் பணம் இருந்தும் கூட மாணவர்கள் செல்லும் பிக்னிக், டூர் போன்றவற்றில் கலந்து கொள்ள முடிந்ததில்லை.

"நீ வந்து பாத்திருக்கணும்லா அதை" என்பது மாதிரியான சித்தரிப்புகள் இல்லாமல் ஒரு சுற்றுலாத் தலம் எப்போதும் விளக்கப்படுவதில்லை.

போய் வந்தவர்கள் கதையாய்ச் சொல்ல, அந்த இடங்களை எல்லாம் கற்பனையில் கண்டு மகிழவோ ஏங்கவோ வேண்டியதுதான்.

வேலைக்குப் போய் முதல் சம்பளம் வாங்கின மாதத்தில் இப்படித் தவறவிட்ட தலம் ஒன்றை ரவிக்குமார் ஒற்றையில்

சென்றுபார்த்து வந்தான். ஆனால், நாட்கள் கடந்துதான் விட்டன. ரசிக்கும் பொருட்கள் எல்லாவற்றின் மீதும் ஏக்கப் பெருமூச்சே கவிந்திருந்தது.

எதுவும் மாறாமல் இருப்பதில்லை. காலமோ காற்றோ ஏதோ ஒன்று நகர்ந்து விடுகிறது. அல்லது இரண்டுமே அல்லாத வேறொரு மாயமாகவும் மாறிவிடுகிறது.

சம்பாதிக்கும் காசு மட்டுமின்றி அரசு உதவித் தொகையும் கிட்டியதில் கல்லூரிப் படிப்பும் ஒருவிதமாக முடிந்தது. கல்லூரி முடிந்த கையோடு வேலை கிடைத்து உயர்வுகள் பெற்று இன்று சொந்தமாகக் காரில் போகும் நிலைக்கு முன்னேறி விட்டான்.

பலூன் விற்றாலும் தனது வாழ்வு என்னவோ உயரப்பறந்து வந்துவிட்டது. இடையில் உடைந்து போவதாக அமையவில்லை. ஆனால், பாதியில் உடைந்து பரிதவிக்கும் குழந்தைகள் எத்தனை...

வெறும் குழந்தைத் தொழிலாளராக ஆரம்பித்து கல்வி கேள்வியின்றி, பெரிய தொழிலாளியாக மாறி முடிந்து போகும் அவர்கள் வாழ்க்கை...!

பலூன் விற்பவன் நடந்து கொண்டிருந்தான். அவனது இலக்கு தெளிவாக பள்ளிக் குழந்தைகளை நோக்கியதாக இருந்தது. அவனை ரவிக்குமார் அழைத்தார்.

"மொத்த பலூன்களையும் அந்தக் குழந்தை கிட்டக் கொடுத்திடு!" என்றபடி ஐம்பது ரூபாயை எடுத்து நீட்டினார். அவன் மீதியை எண்ணித் தந்துவிட்டு பலூன்களுடன் குழந்தைகள் அருகே போனான்.

ரவிக்குமாரின் காரைக் காண்பித்து, "அந்த அங்கிள் உங்களுக்குக் கொடுக்கச் சொன்னார்" என்று பலூன்களை வேன் ஜன்னல் வழியே குழந்தைகளிடம் தந்தான்.

இந்தக் கைமாறலின் போது ஒரு பலூன் தப்பிப் போய் ஆகாயத்தில் பறந்தது. அதே நேரம் பச்சை சிக்னல் தாவிப் போய் மறைந்தான் பலூன்காரன்.

வேன் பிள்ளைகள், "தேங்க் யூ அங்கிள்!" என்று ரவிகுமாரைப் பார்த்து கோரஸாகச் சத்தம் செய்துவிட்டு, கைகளை ஆட்டினர்.

கடந்த விநாடிகளை ஜீவநாடியாகவும் ஜீவநொடிகளாகவும் ரவிக்குமார் உணர்ந்தார். மெலிதான புன்னகையுடன் காரைக் கிளப்பினார். தப்பிய பலூன் ஒன்று மாடிகளின் கண்ணாடிகளிலும், மரக்கிளைகளிலும் மோதிப் பறந்துகொண்டிருந்தது.

உள்ளே காற்றுள்ள எதுவும் உறங்குவதில்லை.

கட்டுச் சேவல் மனிதர்கள்

எட்டாம் நிலா சாய்த்து வைக்கப்பட்ட முருங்கைத் தடி ஒன்றின் மேல் இரண்டு புறமும், மேல் நோக்கியும் கீழ் நோக்கியும் விளிம்பு காட்டியவாறு பயணித்துக்கொண்டு இருந்தது. ஆறுமுகத்தின் பாளைக்கத்தி அது. லாகவமாகத் தீட்டிக் கொண்டு இருந்தார். கூர்மையை அதிகரிப்பதற்கு வேண்டி வெங்கச்சாங்கல் பொடியை முருங்கைத் தடியில் தூவி விட்டிருந்தார்.

எனக்கு அருகில் தண்டபாணி நின்றுகொண்டு இருந்தான். நானும் அவனும் அந்த விடுமுறை நாளை வேட்டை நாள் என முடிவு செய்து காடு கரை எல்லாம் சுற்றினோம். ஏரிக் காட்டில் நான்கடி நீளக் கட்டுவிரியன் ஒன்றைப் பார்த்தபோது ஓட்டம் விட்டோம். பன்னிரெண்டு வயதுடைய நான்கு பாதங்கள். எங்கள் வேட்டை கடைசியில் நீர் வேட்கையாக முடிவுற்றது. தாகம் தவித்து, ஆறுமுகத்தின் சாலையில் நின்றோம்.

"என்ன அப்புனு... இந்தப் பக்கம் காத்து அடிச்சுருக்குது!" என்றவாறு எங்கள் இருவரையும் பார்த்தார் ஆறுமுகம்.

"வேட்டைக்குப் போயிருந்தோம்!"

"அடங்கொன்னியா! எலிவேட்டயா புலிவேட்டயா? எத்தன சிக்குச்சு?"

"ஒண்ணுஞ் சிக்கல!"

"பரவாயில்ல... தெய்வா, இவங்க ரண்டு பேருக்கும் தண்ணி குடு!"

சாலைக்கு முன்னிருந்த ஓலைப் பந்தலுக்குள் இருந்து

தெய்வானை எழுந்து தண்ணீர் முகக்கச் சென்றார். பந்தலில் குழிவித்த அடுப்பின் மேல் கொப்பரையில் பதநீர் காய்ந்து, வேப்பங்கோந்தின் நிறத்தில் அலை ததும்பி கொப்புளிக்கும் இடங்களில் தோன்றும் நுரை ஓரங்களில் வந்து மோதிக்கொண்டு இருந்தது. பந்தலின் மேற்குப் பக்கமாக பல்லாங்குழி ஆடுவதற்குப் பறிக்கப்பட்டது போல இரு வரிசைக் குழிகள் இருந்தன. பித்தளைச் செம்பில் கொண்டுவந்த நீர் பனிக்கட்டியையே விழுங்குவது போலக் குளிர்ச்சியாக இருந்தது.

"அப்படியே கருப்பட்டிச் சில்லு இருந்தா கொண்டா...!"

நானும் தண்டபாணியும் தின்று முடித்தபோது அந்தப் பகல் கருப்பட்டி நிறத்துக்கு வந்துவிட்டது. மழைக்குப் பந்தலுக்குள் நுழைந்தபோது, "இந்தப் பல்லாங்குழி எதுக்கு... வெளயாடுவீங்களா" என்று ஆறுமுகத்தைக் கேட்டேன்.

"ஆமா! பனை ஏறீட்டு வந்ததுக்கு அப்பறம் என்ன வேல? நானும் தெய்வாளும் வெளயாட வேண்டியதுதா! நீ வேற ஏனப்புனு... இதுல பாகக் காச்சி ஊத்தித்தான் கருப்பட்டி ஆக்கறது!"

"இப்பிடியே ஊத்துனா கருப்பட்டியில மண் ஆயிராதா?"

"இடைல வெள்ளத் துணி விரிச்சுடுவம்!"

மழை ஓய்ந்ததும் குழிகளின்மீது தெய்வானை வெள்ளைத் துணியை விரித்தார். விரிந்த துணியை மடக்கிய வலக்கையின் புற விரல்கள் கொண்டு குழிவித்தார். அந்தக் குழிகள் ஒவ்வொன்றிலும் எனக்கும் ஆறுமுகத்துக்குமான முந்தைய பிந்தைய நாட்கள் அவ்வளவும் வட்டு வட்டாக உருவம் திரளுகின்றன. ஒரு முறுகல் வாசனை காற்றெங்கும் வியாபிக்கிறது.

அவரது பாளைக் கத்தியிலிருந்து சீவப்பட்ட பனை நுங்கின் கண்களில் மேடு தட்டி நின்றது, இதற்கு முந்தைய பால்யம்.

ஆறுமுகத்தை முதலில் காதின் மூலம்தான் உணர்ந்தேன். அப்பாவின் கையைப் பிடித்துக்கொண்டு தோட்டத்துக்குப்

போகும்போது வரப்புகளில் குன்றிமணியோ கோபாலஞ்சங்கோ தேடிக்கொண்டு இருக்கையில்.

"இன்னிக்கு அப்புனும் வந்தாச்சாட்ட இருக்குது" என்று ஆகாச வெளியிலிருந்து சத்தம் கேட்டு மேலே பார்த்தேன். பாதிப் பனையில் காலிரண்டையும் வளைத்து ஊன்றி, இடைக்கயிற்றில் பின்தோள் கொடுத்துத் தொங்கிய நிலையில் தங்கியிருந்தார் ஆறுமுகம். இடுப்பின் பின்னே பாளைக் கத்தியும் பதநீருக்காக முட்டியில் தடவும் சுண்ணாம்பும் கடகத்தில் இருந்தன. பின்னாளில் அம்பறாத் தூணி பற்றிப் பிடிக்கும்போதும் பார்க்கும்போதும் அந்தரத்தில் தொங்கிய அந்தப் பெட்டியே நினைவுக்கு வந்தது.

பதநீரை ஊரிலுள்ளோர் அழைக்கும் பெயர் தெலுவு என்பதாகும். ஒரு பொருளுக்கு இரு பெயர்கள் என்பது ஏற்கக் கூடியதே! ரமேஷாகிய என்னை ஆறுமுகம் அப்புனு என்றழைப்பது போல! கிருஷ்ணன் நாடார் மட்டும் பதநீரைத் தெளிவாகவே 'தெளிவு' என்று கூறுவார். பொன்னுசாமி பனை நீர் என்பார். நான் ஆறுமுகத்திடம் வெகு நாட்கள் சொம்பில் பதநீர் வாங்கிச் சென்று குடிக்கிறவனாக வளர்ந்து வந்தேன். சொம்பை மறந்து சென்றுவிட்ட ஒரு நாளில் பனை ஓலையில் கோட்டை கட்டி பன்னாடைச் சல்லடையால் வடித்து ஊற்றிக் குடிக்க வைத்தார். மர உச்சியிலிருந்து கீறிப்போட்ட ஓலைச் சிறகொன்று மரகத எரிகல்லைப் போல உழவுபோட்ட விலாவில் வந்து விழுந்தது. கீழிறங்கி அதை எடுத்தவர், புறங்கைகொண்டு ஓலையின் குறுக்கு ஈர்க்குகளை முறித்தார். ஓலையைக் குழிவாக்கி, வால் நீட்டிய ஓலைத் தகடொன்றை மடித்து முடி போட்டபின், அதுவே பானத்தின் பாத்திரமானது. அன்றைக்குப் பதநீர் பச்சை ஓலையின் மணத்தையும் கூடுதலாகப் பெற்றிருந்தது.

ஒருமுறை அவரைச் சந்திக்கும்போது அந்த நேரம் வழக்கமான நேரத்தைவிட மாறியிருந்தது.

"அப்புனு.. கள் சாப்பிட்றயா?" என்றார்.

"அய்யய்யோ... கள்ளா?"

"அய்யயய்யோ கள் இல்ல... பனங்கள்ளு. குடி! தப்பில்ல. தப்புன்னா உங்க அப்பாறய்யனெல்லாங் குடிப்பாங்களா?"

"அப்பிடியா... தெளுவுக்கும் கள்ளுக்கும் என்ன வித்தியாசம்?"

"அப்பிடிக் கேளு... இதுதான் படிச்ச புள்ளைக்கு அடையாளம். தெலுவுன்னா முட்டியில சுண்ணாம்பைத் தடவி வெச்சிருவோம். கள்ளுன்னா அதுக்குச் சுண்ணாம்பு கிடையாது. சுத்தமான பனம் பால். பின்னயும் உடம்புக்கு நல்லது அப்புனு! அதுலயும் ஒரு மரத்துக்கள்ளுன்னா ரொம்ப விசேஷம். சோத்தாங்காட்டய்யனப் பாத்திருக்கியா... எப்பிடி ஜம்முனு அம்சமா இருக்காங்க. எல்லாம் ஒரு மரத்துக்கள்ளுதேன்!"

நான் பனை மரத்தின் அடியில் நின்று அன்றைக்குக் கள்ளையே குடித்தேன். இரண்டாம் மிடறு பருகும்போதே, "ஆமா... இதுக்குள்ள ஈ, எறும்பு, தேன் பூச்சின்னு இத்தனை செத்துக் கிடக்குதே... ஒண்ணும் பண்ணாதா?" என்றேன். ஆறுமுகத்தின் முகம் மலர்ந்தது. மடியிலிருந்து அவிழ்த்துச் சில கருப்பட்டிச் சில்லுகளையும் கொஞ்சம் பொட்டுக் கடலையையும் கொடுத்தார்.

"பாத்தியா அப்புனு, இத்தன நாள் தெலுவு குடிச்ச. இந்தக் கேள்விய ஒரு நாளாவது கேட்டயா? இப்பக் கேக்கறே பாரு. இதான் கள்ளும்பட மகத்துவம். இப்படி ஈ, தேனியோட கொஞ்ச நாள் குடிச்சமுன்னு வையி, அப்பற இதுகளே கடிச்சாலும் நம்மள ஒண்ணும் பண்ணாது கள்ளும் சாராயமுளம் கலந்து குடிச்சிட்டா கலெக்டர எந்த ஊருன்னு கேக்கலாம்!"

எனக்கு கலெக்டரை அப்போதே அப்படிக் கேட்க வேண்டும் போலத் தோன்றியது. கலெக்டர் எங்கே இருக்கிறார் என்று தெரியவில்லை. கொஞ்ச நேரத்தில் அந்தப் பனை மரமும், ஆறுமுகமும் இருந்த இடம் கூடத் தெரியவில்லை. வீடு பார்க்க நடைச்சவாரி விட ஆரம்பித்திருந்தேன். பொங்கிப் பொங்கி வந்த ஏப்பம் மட்டும் எனக்குப் பிடிக்கவில்லை. அதைத் தவிர அனைத்துமே பிடித்திருந்தது. சத்தங்கள் யாவும் காதுக்கு வெளியே நின்றுகொண்டு ரீங்கார இரைச்சல் மட்டும்

நேரடியாக இதயத்துக்கே கேட்டுக்கொண்டு இருந்தது. அம்மாவைப் பார்த்து மிகப் பேரன்போடு இளித்தேன். அம்மாவும் ஏதோதோ ரீங்கரித்தாள். பள்ளிக்கூடம் போக வேண்டாம் என்று கூறியது மட்டும் விளங்கியது. நன்றி உணர்ச்சியுடன் மயங்கி விழுந்தேன்.

அடுத்த நாள், "நீ தெலுவுகூடக் குடிக்கக் கூடாது. தோட்டத்துப் பக்கம் போனீன்னா காலத் தெரிச்சிடுவேன்" என்றார் அப்பா.

சைக்கிள் கேரியரின் பக்கவாட்டில் உயிர்க்கோழி ஒன்றைக் கட்டிக் கொண்டு ஒரு சனிக்கிழமை எங்கள் வீட்டுக்கு ஆறுமுகம் வந்தார். நேராக அப்பாவிடம் வந்து, "இன்னிக்கு மாம்பறை முனியப்பன் கோயிலுக்கு அடசப் போடப் போறம். அப்புனுவையும் கூட்டிக்கிட்டுப் போவலாம்னு வந்தேன்" என்றார்.

"கூட்டிட்டுப்போ! ஆனா, கண்டதையும் அவனுக்கு ஊத்தி உட்றாதீங்க!" என்றார் அப்பா.

சைக்கிள் பார் கம்பியில் உட்கார்ந்து சென்ற கடைசிப் பயணம் அதுதான். பின்னர் கம்பியில் உட்கார்ந்து செல்ல வேண்டியிராதபடி வளர்ந்துவிட்டேன்.

எல்லாம் முடிந்து, திரும்பவும் சைக்கிளில் வைத்து மிதித்து வந்து என்னை வீட்டில் இறக்கிவிட்டு விட்டு, "கோழி என்ன கோழி... ஒரு நா கோச்சக் கறி திம்பம்" எனக் கூறிவிட்டுப் போனார் ஆறுமுகம்.

கோச்சைக் கறி புறநானூற்று வீரச்சுவை பொருந்தியது என்பதில் சந்தேகம் இல்லை. சேவற் சண்டையில் எறியப்பெறும் தோல்விச் சேவலுக்கு கோச்சை என்று பெயர். வெல்வதோ தோற்பதோ, அப்படியான கட்டுச் சேவல்கள் குப்பை கிளறித் தின்று உயிர் வாழ்வதில்லை. ராகி, அரிசி, சோளம், கம்பு என கிடைத்த தானிய வகைகளையெல்லாம் அவற்றுக்குப் போட்டு அணையவும் விடாமல் அவற்றை வளர்த்துவார்கள். சேவல்கள் இறுகிக் கொழுத்திருக்கும்.

நான் ஆறுமுகத்துடன் முதன் முதலாக ஒரு தீபாவளி தினத்தில் பூலாம்வலசு சேவல் கட்டுக்குப் போனேன். பூலாம்வலசில் போய் சைக்கிளை நிறுத்திவிட்டு மடியை அவிழ்த்தார். நான் பொட்டுக்கடலையை எதிர்பார்த்தேன். அவர் சேவற் கத்திகள் பொதிந்த துணிச்சரத்தை விரித்தார். அவரைச் சுற்றிலும் செப்பிடு வித்தைக்காரனுக்குச் சேர்வது போலக் கூட்டம் சேர்ந்தது.

சேவல் வளர்க்கிற எல்லோரும் களத்தில் இறங்கி, சேவல்களை நடவோ, நடப்பட்ட சேவல்கள் மீது மேற்சேவலாக பறவை விடவோ முடியாது. நெய்ப் பளபளப்புள்ள பருப்புக் கண்களில் கனலேந்தி வெறிகொண்டு பறக்கும் பறவையை இறக்கையும் அடிவயிற்றையும் ஒருசேரக் கவ்விப் பிடித்து வளைகோட்டில் பின்னிழுக்கத் தெரிகிற லாவண்யம் வாய்க்காவிட்டால் எதிர்ச் சேவலுக்கு விழுகிற அடப்பூசை ஆட்கள்மீது விழுந்துவிடும். ஊமத்தை போன்ற விஷஎங்களில் தோய்க்கப்பட்ட கத்திகளும் ஆட்டத்துக்கு வருவதுண்டு. கவனமுள்ள ஜாக்கிகள் மதிக்கப்படுவார்கள். பட்சி சாஸ்திரமும் தெரிந்தவர்கள் போற்றப்படுவார்கள். ஆறுமுகம் இரண்டாம் வகை.

பட்சி பேசுதல் அல்லது பட்சி ஒடுக்கம் என்ற பெயர்களில் அவர்கள் வெற்றி தோல்விகளைத் தீர்ப்பார்கள். பட்சி ஒடுக்கம் பற்றிய தவல்களில் நான் கேட்டதிலேயே வியப்பான செய்தி இதுதான்... மயில் எப்போதாவது ஒரு பச்சோந்தியைப் பார்த்து விட்டால் போதும்... நிறம் மாறும் அந்த ஓணானின் பிளந்த வாய்க்குள் தனது பொன்னீலம் மினுக்கும் தொண்டைப் பகுதியைக் கொடுத்துக் கடிவாங்கிச் செத்துவிடும். இதில் மாற்றமேதுமில்லை என்றார் ஆறுமுகம். அவரது இந்தச் செய்தி உண்மையா என நிரூபித்தறிய எனக்கு வாய்க்கவில்லை.

சேவல் கட்டுங்களத்தில், பட்சி எடுபடாது. பேசாது எனத் தெரிந்தால் எவ்வளவு வற்புறுத்தினாலும் அதை நடவோ, மேற்சேவல் விடவோ ஒப்புக்கொள்ள மாட்டார் ஆறுமுகம். கொய்துவிடும் என்ற நம்பிக்கை வந்துவிட்டால், எப்பேர்க்கொண்ட சேவல்கள் மீதும் சொத்தைகளைக்கூட

இறக்கிவிட்டுவிடுவார். ஆயிரக்கணக்கில் விலை பேசப்பட்ட சேவல்களுக்கு 200, 300 ரூபாய் சேவல்களைக்கொண்டு கதிமோட்சம் அளித்திருக்கிறார். கணக்குத்தெற்றி விடுகிற களங்களில் அவரது விளக்கம் பிரமாதமாக இருக்கும். "இல்லப்புனு... நாம சேவல் உட்ட நேரமெல்லாம் கரெக்டுதே! ரண்டும் மோதிக்கிட்டிருக்கீலயே பொழுது சாய்ஞ்சிட்டுதுல்ல... பச்சி மாறிப் போயிட்டுது" என்பார்.

அரசாங்கம் கள்ளுக்குத் தடை கொண்டு வந்த வருடம், ஆறுமுகம் சேவல்கட்டுக்கு வேறொரு வடிவத்தில் விஜயம் செய்துகொண்டு இருந்தார். பேரிக்காய், திராட்சை முதலிய ஆவணங்களைக் கொண்டு கமகமக்கிற சாராயம் காய்ச்சும் தொழில்நுட்பம் அவருக்கு வாய்த்திருந்தது.

"சாராயங் காய்ச்சறது தப்பில்லயா?"

"தப்புத்தே அப்புனு! பவுடரு கலக்கி கலர்ச் சாராயமுன்னு மாளாத காசுக்கு விக்கலாம். நம்ம தோட்டத்துல, நம்ம பனையில பாளையில வர்ற கள்ளக் குடிக்கக் கூடாதுன்னு கவருமெண்டு சொல்றது மட்டும் நாயமா? ஏழ பாழைக நாசமாப் போகோணும், வலுத்தவங்க... சரி விடு, நம்ம பொன்னா கல்யாணம் முடிஞ்சதும் இதத் தூக்கித் தூரப் போட்டுர்றேன்!"

ஆனால், சாராயம் காய்ச்சுவதை மகளின் திருமணத்துக்கு முன்பே விட்டுவிட்டார். பதநீருக்காக மட்டும் பனை ஏறுவது கட்டுப்படியாகாத வேலை என்பதால், அதையும் விட்டார். கொப்பரை எரிக்கப் பறித்த குழியும் கருப்பட்டிக் குழிகளும் காற்றின் வருடலில் மேவியது.

ஆறுமுகத்தை சின்ன தாராபுரத்தில், மூலனூரில், அரவக் குறிச்சியில், வெள்ள கோவிலில், பள்ள பட்டியில் இப்படி எங்கு வேண்டுமானாலும் பார்ப்பேன். அவரது சைக்கிளில் என்ன இருக்கும் என்பது யூகங்களுக்கு அப்பாற்பட்டது. கோழிகள், இளநீர், நாவல் பழங்கள், சிப்ஸ் பாக்கெட்டுகள், ஐஸ், அன்னாசிப் பழங்கள்...

அன்றைக்கு இருவரும் சைக்கிளில் சாந்தப்பாடியை நெருங்கியிருந்தோம். நான் ஓரமாகவும் எனக்குப் பக்கவாட்டில், ஆனால் சாலை மையம் என்று கொள்ளத்தக்க நிலையில் ஆறுமுகமும் சென்றோம். பின்னாலிருந்து ஹாரனும் பெரு வெளிச்சமும் ஒருசேர... சட்டென பிரேக் அழுத்தி இடதுபுறம் ஒதுங்கி எனக்குப் பின்னால் வரும் யத்தனத்தில் ஆறுமுகம் இருக்கும்போதே கார் பெருங்காற்று உராய்வையும் மரண பீதியூட்டும் அண்மையையும் தந்துவிட்டுச் சென்றது.

"ஏய்...! ஊடு போய்ச் சேர்ற எண்ணமில்லையா?" - ஆறுமுகம் கத்தினார்.

காரின் வேகம் குறைந்தது. பின் சீட்டிலிருந்து எட்டிப் பார்த்த தலையை எனக்கு அடையாளம் தெரிந்துவிட்டது. எம்.கே.எல். வட்டாரத்தில் பெரிய தலைவர்களில் ஒருவர். ஆறுமுகம் சைக்கிளின் ஸ்டேண்டைப் போட்டுவிட்டு காரைப் பார்க்க நடந்தார். எம்.கே.எல் தலையை உள்ளே இழுத்துக்கொண்டு டிரைவரிடம் ஏதோ சொன்ன மாதிரி இருந்தது. கார் மறுபடியும் வேகமெடுத்தது.

"யார்... தெரிஞ்சுதா?"

"பாத்த அப்புனு... எம்.கே.எல்லுதான்?"

"ஆமா! எறங்கீர்ந்தார்னா...?"

"அவந் தலயக் கழட்டி மண்ணாங் காட்டுப்பகுதிக்குக் கொண்டுபோயிருப்பேன்..."

"பணங்கொண்ட கையி...!"

"இருக்கட்டு! எட்டு லாரி, மூணு பஸ்ஸு ஓடுது. அதுக்குனு? தப்பா வந்தா தப்பு தப்புத்தான? தட்டி எறிஞ்சிட்டுப் போயிட்டா, எம் பொண்டாட்டி புள்ளைல தெருவுல நிக்கணும்? ஆண்டிச்சியாத்தா புண்ணியத்துல தப்பிச்சன். ஏனப்புனு, நீயே சொல்லு... அவருட்ட இருக்கற காசுக்கு ஏ ஊட்டுல ஏதாச்சு செலவிருக்குதா...? இல்லைல்ல? பின்ன இப்பிடித்தே...!"

ஸ்டேண்டை விடுவித்து சைக்கிளை விட ஆரம்பித்தார் ஆறுமுகம்.

மனிதர்களிடம் எல்லாவற்றையும் எதிர்பார்க்கலாம் என்பதையும், எதையும் எதிர்பார்க்கவும் வேண்டியதில்லை என்பதையும் ஒரே புள்ளியில் கண்டு கொண்டேன். என்றைக்கேனும் பட்சி சாஸ்திரம் கற்றுக்கொள்ளலாம் என வைத்திருந்த சொற்ப நம்பிக்கையும் அதே கணத்தில் இத்து விழுந்தது. பக்கவாட்டில் எங்கோ ஒரு திசையில் 'தொக்' என்று சத்தம் கேட்டது. அது ஒரு பனங்காயைத் தவிர வேறு எதுவாக இருக்கவும் வாய்ப்பே இல்லை.

ஆர்வலருக்கு இல்லை அடைக்குந் தாழ்

உறக்கத்தின் கைப்பொருள் போல இருள் மெள்ள நழுவியது. உதயம் எழுந்தது. புதுச் சூரியனின் புத்தொளி எங்கும் பரவிய காலை நேரத்தில் கண் விழித்து அழகர் ராஜாவுக்கு தனது நண்பனின் ஊரில் படுத்திருப்பது நினைவில் தட்டியதும், திருப்தியாக இருந்தது. உண்மையில் தனது ஊரில் படுத்து எழ நேர்கிற காலைகளில்தான் அழகர் திடுக்கிடுவார். ஒரே கூரை முகட்டைப் பார்த்துக்கொண்டு படுத்திருப்பதற்காக மனித உயிர் படைக்கப்படவில்லை என்பது அவரது எண்ணம்.

நண்பன் தங்கதுரை பாலக்காட்டில் இருந்து வருவதைக் கேள்விப்பட்டதும். நேற்றுமாலை சீலையம்பட்டியில் பேருந்து ஏறி. தேனி மார்க்கமாக ஆண்டிப்பட்டி வந்து. ஜம்புலி புத்தூர் வந்துவிட்டார். பருத்தி மூட்டையைப் பிரித்துக் கொட்டிய தோற்றத்தில் விதவிதமாக வடிவம் காட்டியவாறு அமர்வதாக அந்த ஷேர் ஆட்டோ பயணம் அமைந்திருந்தது. நட்புக்காக நசுங்குவதற்கு அழகர் அஞ்சுவது இல்லை.

இரவு... அழகர், தங்கதுரை, அவனது நண்பன் அருள் முருகன் மூன்று பேரும் பேசிக்கொண்டு இருந்தார்கள். காலையில் வெள்ளெனே எழுந்துவிடுவது என்கிற ஒப்பந்தத்துடன் அழகர், தங்கதுரையின் வீட்டில் படுத்து விட்டார். தங்கதுரையோ அருள் முருகனோடு அவனது அறையில் ராத் தங்கப் போனான்.

தூக்கத்தில் இருந்து விழித்த அழகரிடம் தங்கதுரையின் அம்மா பால் இல்லாத காபியை நீட்டினார். குளியல் முடிந்து கைலிக்குப் பதிலாக வெள்ளை வேட்டியைக் கட்டியதுமே, புதிய இடம் பார்க்கப் போவதற்கான பரபரப்பு உடலில் எழவும். ஏறவும் ஆரம்பித்தது.

தங்கதுரையைப் பார்க்கப் புறப்பட்டார். அருள் முருகனின் அறை என்பது ஊர்க்கோடி. ஏதாவது பருவங்களில் மாதம் அறுபதிலிருந்து நூறு ரூபாய் வரை வாடகைக்கு விடுவார்கள். மற்றைய நாட்களில் அருள்முருகன் தலைமையில் அறை, இளைஞர்களின் கட்டுப்பாட்டில் இருக்கும். சில எல்லைகளை மீறாமல் இளவட்டங்கள் அறையைப் பயன்படுத்துவதால் அறையை மன்னித்து அருளுகிறார் அருளின் அப்பா. சீட்டாட்டங்களில் ஃபுல்லுக்கு 20 ரூபாய்க்கு மேல் பந்தயம் கட்டுவதில்லை. இரண்டு பயலுகள் சேர்ந்து ஃபுல்லுக்கு மேல் குடிப்பதில்லை. கோழிக்குழம்பு, முட்டைப் புரோட்டா சாப்பிடுகிற நாட்களுக்கு மறுநாள் அறையைக் கூட்டிவிடுகிறார்கள். சமயங்களில் ஊதுபத்தி கூட ஏற்றுகிறார்கள். முக்கியமாக பெண் வாடை அடிக்காமல் அந்த அறையில் கன்னிகாத்து வருகிறார்கள். பிறகென்ன... போனால் போகிறது என விட வேண்டியதுதான்.

அழகர், அருள் முருகனின் அறைக்குள் நுழையக் கதவைத் திறந்ததுமே, கப்பென்று காட்டமான ஒரு காற்று கிளம்பி வெளியே போயிற்று. துர் ஆவிகள் வெளியேறட்டும் என்பது மாதிரி மின்விசிறியைப் போட்டுவிட்ட அழகர், எரிந்துகொண்டு இருந்த மின்விளக்கை அணைத்தார். 'அரை' பாட்டில் ஒன்று காலியாகி இருந்தது. அதிலிருந்து ஒரு அடிதள்ளி 'கால்' பாட்டில் ஒன்று அரை பாகம் காலியான நிலையில் இருந்தது. ராணுவத் தளகர்த்தர் போல ஒலிக்கும் மதகுருவின் பெயர் தாங்கியிருந்தது அந்தக் குடிவகை. பயல்கள் இன்னும் எழாமல் இருப்பதற்கான காரணம் புரிந்துபோயிற்று அழகருக்கு.

தங்கதுரை இடுப்பு வேட்டியையே போர்வை ஆக்கியிருந்தான். புரோட்டா பார்சல் பிரிக்கப்பட்டு இருந்தது. சாப்பிடுவதற்கான எத்தனம் நடந்திருக்கக்கூடும். குருமா பொட்டலம் பிரிக்கப்படாமல் பலூன் விம்மலுடன் கிடந்தது. இடைப்பட்ட புள்ளியில் தோற்று வெறும் வயிற்றுடன் படுத்திருக்கிறான்கள் பாவிகள்!

பல நாட்களில், தங்கதுரை பாலக்காட்டில் இருந்து புறப்படுவதாகச்சேதி கேட்டதும் அவனுக்கு முன்னமே வந்து

ஐம்புலிபுத்தூரில் காத்திருந்து வரவேற்றிருக்கிறார் அழகர். தங்கதுரைக்கு பாலக்காட்டில் வட்டிக்கு விட்டு துட்டுப் பிரிக்கிற வேலை. ஆனால், அவனும் அழகரும் சேர்ந்தால் உன்னதமான, உலகப் பெரிய விஷயங்களைத்தான் உரையாடுவார்கள். மூலிகை ராமர், அகலிகை ராமர், பாலங்கள், பவனிகள், ஆட்சிக் கவிழ்ப்பு, வானொலிச் செய்திகள் எல்லாவற்றின் மீதும் உரையாடுவார்கள். பல விஷயங்களில் ஒரே மாதிரி கருத்து வைத்திருந்தார்கள். கருத்து மாறுபடுகிற நிலையிலும், 'சரி... அவரவருக்கு அவரவர் கருத்து' என சுமுகமாக விட்டுக் கொடுத்து உரையாடுவார்கள்.

நேற்று சீலையம்பட்டியில் அழகர் கிளம்பும்போது தங்கதுரையைப் பார்த்து விட்டு, இரவே ஊர் திரும்பிவிடுவதான எண்ணத்தில் இருந்தார். மனைவி, "லேட் பண்ணாம திரும்பிருங்க!" என்று சொன்னாலும், பொதுவாக அழகரது மீள் வருகையை அவள் எதிர்பார்ப்பதில்லை.

அழகரைப் பார்த்ததும் அகமிக மகிழ்ந்தான் தங்கதுரை. '20-க்கு 20' கிரிக்கெட் மேட்ச்சுகள் சின்னப்புள்ளத் தனமான பல விளைவுகளை ஏற்படுத்தும் என்கிற தீர்க்கதரிசனத்தை அழகர் உரைத்துக்கொண்டு இருந்தபோது தங்கதுரை, "நம்ம வரதராஜனுக்குக் கல்யாணம் ஆயிடுச்சு தெரியுமா?" என்றான்.

"அப்படியா?" எனத் திகைப்பைக் காட்டினார் அழகர். தங்கதுரையின் நண்பன் வரதராஜனுக்குப் பெண் பார்த்துக் கொடுக்கலாம் என்கிற எண்ணம் மனப்பூர்வமாக அவருக்கு இருந்தது. அவனைச் சந்தித்த இரண்டு மூன்று சந்திப்புகளிலேயே நல்ல பையன் என்கிற முடிவுக்கும் வந்திருந்தார்.

"என்ன திடீர்னு?"

"கல்யாணம் முடிஞ்சுதான் எனக்கே சொன்னான். மதுரைல சியாமளானு ஒரு பொண்ணு. போன புதன்கிழமை திருப்பரங்குன்றத்துல முடிஞ்சது. வீட்டுல வந்து சொன்னதும், ஆண்டிப்பட்டில ரிசப்ஷன் ஏற்பாடு பண்ணியிருக்காங்க."

வரதராஜன், ரங்கசமுத்திரத்துக்காரன். மதுரையில் சில ஆயிரம் ரூபாய்கள் சம்பளத்தில் இன்ஷூரன்ஸ் கம்பெனி ஒன்றில் வேலை. ஜெராக்ஸ் எடுத்துக் கொடுப்பதும், ரீ-சார்ஜ் கார்டுகள் விற்பதுமான ஒரு எஸ்.டீ.டி. பூத்தை நிர்வகித்து வந்த சியாமளாவைப் பார்த்ததும் பிடித்துப்போய்விட்டது. இது கொஞ்சம் சுமாராக இருக்கிற எந்தப் பெண்ணைப் பார்த்தாலும் நடைபெறக்கூடியதே! "ஏ.ஆர்.ரஹ்மானை உங்களுக்குப் பிடிக்குமா?" என்பது மாதிரி சகஜமாக ஆரம்பித்தது உரையாடல். ஒரு பெண்ணுக்கு ஓர் இசையமைப்பாளரைப் பிடிக்கிறது என்றால், ஓர் இளைஞன் அதை மறுப்பதற்கு ஏதுமில்லை. நாணத்துக்கு வேண்டுமானால், இரண்டு பக்கங்கள் இருக்கலாம். காதல் ஆர்மோனியத்துக்கு ஒரே பக்கம் மட்டும்! கறுப்பானாலும் வெள்ளையானாலும் ஒரே நிரலில்தான்.

மாப்பிள்ளை விநாயகரின் ஆங்கிலப் படங்கள், பத்துத் தூண் சந்தில் ஜவுளிக் கடைகள், பொற்றாமரைக் குளத்துப் படிகள், தட்டுவடைகள் எனச் சக்திக்கு உட்பட்டவரை, கைகோக்காமல் ஊர் சுற்றினர். கைகோத்து நடப்பதை மதுரை அனுமதிப்பதில்லை. குறைந்தபட்சம் விரும்புவதில்லை. மதுரையின் குன்றாப் புகழுடைய மல்லிகைப் பூக்களை வரது அடிக்கடி வாங்கி அவளுக்குச் சூட்டினான். அவள் கல்லாய்க் கிடந்து பூவாகி ரெண்டாம் முறை ஆளானாள்.

காதலை அவள் வீட்டில் சொல்லிச் சம்மதம் வாங்கினாள். வரதராஜனது வீட்டில் வானத்துக்கும் பூமிக்கும் குதிக்க முடியாததால், நிலத்தை அதிர மிதித்தார்கள். அவர்களுக்குக் கோபமான கோபம். 'உன்னையெல்லாம் படிக்க வெச்சிருக்கக் கூடாது' எனத் தொடங்கிய வசவுகள், 'உன்னையெல்லாம் பெத்தே இருக்கக் கூடாது' என்பதில் வந்து நின்றன.

இந்த ஜோதியின் காதலில் பார்வையாள நண்பனாக தங்கதுரைக்கெல்லாம் இடமிருந்தது. காதல் உருப்பெறுகிறது என்பதை அறிந்த பிறகு தங்கதுரை, வரதராஜனின் பெற்றோரைப் போய் பார்த்து வருவதைத் தவிர்த்தான். வரதராஜனும் தன் வீட்டில் அனுமதிக்கான சாத்தியங்கள் கனிந்து வருவதான

தகவலையும் கூட தெரிவித்து இருந்தான். இடையில் என்ன நடந்ததோ தெரியவில்லை... திடீரென ஒரு அலைபேசித் தகவலில் திருப்பரங்குன்றத்தில் வைத்துத் தாலி கட்டிவிட்டான்.

திருப்பரங்குன்றத்தில் இருந்து செக்காணம் வந்துவிட்டு, பிறகு அதே சாலையில் ஆண்டிபட்டி வந்து ரங்கமுத்திரம் வந்ததால் மணமக்கள் மாலையும் கழுத்துமாக வரவில்லை, வெறுங்கழுத்துடன் வந்தார்கள். ஆனால், புது மணத்தின் மஞ்சள் குறிகள் உடையிலும் உடலிலும் இருந்தன. இப்போதும் வரதனின் பெற்றோரால் வானுக்கும் பூமிக்கும் குதிக்க முடியவில்லை. கடைசியில் நான்கே நாட்களில் ஆண்டிப்பட்டியில் ஒரு வரவேற்பு என ஏற்பாடாயிற்று.

வரதராஜனின் அம்மாமகனோடு முகத்தைத் தூக்கிவைத்துக் கொண்டவர் மருமகளுடன் பேச ஆரம்பித்தார். சூத்திரதாரிகள் சூத்திரதாரிகளை அறிவார்கள்.

தங்கதுரை, "நாளைக்கு ரிசப்ஷனுக்கு நீங்களும் வர்றீங்களா?" என்று கேட்டதும், அழகர் "அதுக்கென்ன... உன் நண்பர் எனக்கும் நண்பர். டைம் இல்லாததனால நமக்கெல்லாம் கொடுக்காம விட்டிருப்பாரு. அவசியம் போகலாம்" என்று மகிழ்ச்சியாக சம்மதித்தார்.

"மேரேஜுக்கு முந்தின நைட் எனக்கு பதினொன்னு மணி வாக்குல போன் பண்ணிருக்கான். நான் எடுக்காம போயிட்டேன். நாளைக்காவது நேரமே போகணும்!"

"ரிசப்ஷன் டைம் என்ன?"

"அது மத்தியானம் பன்னண்டுல இருந்து சாயங்காலம் அஞ்சு மணி வரைக்கும் வெச்சிருக்காங்க. ஆனா, நாம முன்னாடியே போயிடணும்ல?"

"ஆமா போயிடலாம்! என்ன மண்டபத்துல...?"

"அது... அவன் குடுத்துட்டுப் போன பத்திரிகை இங்கதான் எங்கேயோ கிடக்குது. காலைல தேடி எடுத்துப் பார்த்துக்கலாம்!" கடைசியாக இதைச் சொன்ன தங்கதுரை, அருள் முருகனின் அறைக்குப் போனான்.

காலையில் இந்தக் கோலத்தில் கிடந்த இருவரையும் பார்த்த அழகர், 'சரி, மெதுவாகத் தெளிந்த பிறகு, கிளம்பி ஆண்டிப்பட்டி வந்து சேரட்டும். நாம முன்னால போவோம்' எனத் தீர்மானித்து தங்கதுரையின் தாயாரிடம், "அம்மா... நான் முன்னாடி போறேன். தங்கம் முழிச்சா பின்னாடி வரச் சொல்லுங்கம்மா!" என்று சொல்லிவிட்டு, ஆண்டிபட்டிக்கு ஒரு போக்கு ஆட்டோவைப் பிடித்தார்.

ஆண்டிபட்டி பேருந்து நிலையத்துக்குப் பக்கத்தில் இறங்கியபோது, மணி ஒன்பது. அப்போதுதான் வரவேற்பு வைபவம் நடைபெறுகிற மண்டபத்தில் பெயர் தனக்குத் தெரியவில்லை என்பது நினைவுக்கு வந்தது. தங்கதுரைக்கு தொலைபேசிக் கேட்கும் வாய்ப்பு உண்டென்றாலும், இம்முறை அவன் செல்போனை பாலக்காட்டிலேயே மறந்துவிட்டு வந்திருந்தான்.

தேடிக் கண்டுபிடித்துவிடலாம். ஆண்டிபட்டி என்ன பெரிய லண்டனா?

அதிர்ஷ்டத்தைச் சோதிக்க முடிவெடுத்து, முதலில் ஆர்த்தி திருமண மண்டபத்துக்குப் போனார் அழகர். அங்கே எந்த வைபவம் நடப்பதற்கான அறிகுறிகளும் தெரியவில்லை. அடுத்து அங்கேயே, 'வேறு மண்டபம் எங்கே இருக்கிறது?' எனக் கேட்டதற்கு, வாசவி மகாலுக்கு வழி சொன்னார் ஒருவர். அங்கே முகப்பில் மணமக்கள் பெயர்கள் வேறாகக் குறித்திருக்க, அழகருக்குக் கால் நோவு அதிகரிக்கத் தொடங்கியது. கார் அல்லது வேன் ஸ்டாண்ட் பக்கம் வந்து விசாரிப்பது உத்தமம் எனப் போய் விசாரித்தார். கனகச்சிதமான பொறி அங்கே தட்டியது. ஆண்டிபட்டியில் உள்ள மற்ற எல்லா மண்டபங்களின் பெயர்களையும் ஒருவன் ஒப்பித்தான். அத்தனையும் பெயர் சொன்னால் போதும், சாதி எளிதில் விளங்கும் மண்டபங்கள். தனது புத்திசாலித்தனத்தைத் தானே வியந்த அழகர், அடுத்த ஆறாவது நிமிடம் மண்டப முகப்பில் இருந்தார். நேரம் அப்போது காலை 10 மணி.

புத்திசாலித்தனங்கள் முன்கூட்டியே செயல்படுகிறபோது ஏற்படுகிற விபரீதங்கள் சில உள! அன்றைக்கு அது அழகருக்கு

நிகழ்ந்தது. மண்டபத்தில் சமையல்காரர்கள் தவிர, எட்டுப் பத்து பேர்களே காணப்பட்டார்கள். பெண்ணும் பையனும் இன்னும் வந்திருக்கவில்லை. ஐம்புலிபுத்தூரிலேயே இன்னும் கொஞ்ச நேரம் இருந்து தங்கதுரையையும் கூட்டி வந்திருக்கலாமோ என அவர் யோசித்தபோதே, வயிற்றில் பசி பானகம் கரைத்தது. பசியை உணர்ந்ததும் ஏற்படும் முகவாட்டத்துடன் அரங்கததின் முகப்புக்குள் நுழைந்தார் அழகர்.

வரதராஜனின் அம்மா, 'பையனுக்கு ரகசியமாகக் கல்யாணம் செய்துவைத்த பாவிகள் கோஷ்டியரில் இவனும் ஒருவனா?' என்பது மாதிரி பார்த்தார். அவர் சக்தி ரூபமாக முறைத்துக் கொண்டு இருக்க, பையனின் அப்பா 'சிவனே' என நின்றிருந்தார். 'வர்றவய்ங்க தனிதனியாக் கூட்டிப்போய் கேள்வி கேட்டு உசுர எடுப்பாங்களே!' என்பது அவரது கவலையாக இருந்தது. அவரது பங்காளியாகப்பட்ட ஒருவர்தான் அழகரை நோக்கி அம்பெனப் பாய்ந்து வந்தார்.

"தம்பி, எங்கிருந்து வர்றீங்க,"

இந்தக் கேள்விக்குப் பதில் சொல்ல அழகர் குழம்பிவிட்டார். ஐம்புலிபுத்தூர் சொல்வதா அல்லது சீலையம் பட்டியில் இருந்து வருகிறேன் என்று சொல்வதா என்பதே குழப்பம். இந்த மாதிரி குழப்பம் முற்றுகிறபோதுதான் ஒரு ஆள், 'கருவறையில் இருந்து வருகிறேன்' என்றெல்லாம் பதில் சொல்ல நேர்வது. அழகரின் குழப்பமான அமைதி, பங்காளியைக் கோபம் கொள்ளச் செய்தது. விவேகம் தடுத்தது. திருமண வீட்டில் திண்ணக்கமாகப் பேசி, கடைசியில் திண்டாடிவிடக் கூடாது என்கிற விவரத்தோடு, "உங்கள யாருன்னு தெரியலியே!" என்றார். அழகர் சுதாரித்து, "நான் வரதராஜு ஃப்ரெண்டுதானுங்க. சீலையம்பட்டில இருந்து வர்றேன். நைட்டு ஐம்புலிபுத்தூர்ல தங்கதுரை இப்படின்னு விவரஞ் சொன்னாப்டி! அதான் வந்தேன்" என்றார்.

மாப்பிள்ளையின் நண்பர் என்றதும், மேலதிகக் கேள்விகள் கேட்காமல் "வாங்க... உங்காருங்க!" என்று நாற்காலிகளைக் காட்டினார். அவர் காட்டிய பரப்புக்கு அறுபது பேர்

அமரலாம். ஆனால், அழகருக்கு ஒரு நாற்கலியே மிக அதிகம் என்று தோன்றியது.

அழகர்ராஜா அமரவும் அந்த நாற்காலி வரிசை மெதுவாக நிரம்ப ஆரம்பித்தது. காபி தந்து உபசரிக்க வந்த ஒரு பெண் அழகருக்குக் காபி கொடுப்பதைத் தவிர்த்துவிட்டு, அடுத்த ஆளுக்குத் தந்து சென்றாள். ஏதேனும் ஆன்மீக ஆற்றல் இங்கே செயல்படுகிறதா அல்லது பத்திரிகை இல்லாமல் வந்தது தவறா என எண்ணமிட ஆரம்பித்தார். பசி அதிகரிக்க ஆரம்பித்திருந்தது.

நல்லவேளையாக போதை தெளிந்து பாதை தெரிந்து அருள் முருகனும் தங்கதுரையும் வந்து சேர்ந்தனர். அதற்குள் பெண்ணும் பையனும் ஜோடியாக வந்து, அலங்கரிக்கப்பட்ட பரப்புக்குள் நின்று, பரிசுப்பொருட்களை வாங்கிக் குவிக்க ஆரம்பித்தனர். புகைப்பட, சலனப்படக் கலைஞர்களால் தற்காலிக மின்னல்கள் உற்பத்தி செய்யப்படடவாறு இருந்தன.

தங்கதுரை வந்து சிறிது நேரம் அழகருடன் உட்கார்ந்திருந்தான். அப்போது தேடி நாடி வந்த சுபாஷ் சங்கரை, அழகர் ராஜாவுக்கு அறிமுகம் செய்துவைத்துவிட்டு, வரதராஜனைப் பார்க்கப் போனான். அப்புறம் பெரும்பாலும் வரதராஜனுடனே நின்று கொண்டிருந்தான். அவனது பெற்றோர்களைச் சந்திக்கத் தயங்குகிற தந்திரமும் அதில் இருந்தது.

அழகரிடம் சுபாஷ் சங்கர் பேச ஆரம்பித்தான். அவன் வரும்போதே தரையடி உயரத்திலிருந்து அரை அடி மேலாகத்தான் நீந்தி வந்தான். மது போதை காரணமல்ல, ஞான இயல்பும் தியான இயல்பும் அவனை அப்படிக் கூட்டிவைத்திருந்தன.

"உங்க பேரே வித்தியாசமா இருக்குது..." என்ற அழகரிடம், "அது வந்துண்ணே... எம் பேரு சுபாஷ் சந்திர போஸ். பத்து வருஷத்துக்கு முன்னாடியே வாழும் கலைல சேர்ந்து பேர இப்படி வெச்சுக்கிட்டேன்."

இருவரும் அரைமணி நேரத்துக்கு மேலாகப் பேசிக்கொண்டு

இருந்தனர். சுபாஷ், 'அன்பு செய்தல், அன்பு செய்தல்' என்றே பேசிக்கொண்டு இருந்தார். அழகர், 'அணுவின் ஈனுலைகள், அழியும் கானுயிர்கள்' எனப் பேசிக்கொண்டே இருந்தார். இடையில் சுபாசுக்கு அலைபேசி வர, எடுத்துப் பேசி முடித்தவன் கடைசியாக, 'ஜெய்குரு!' எனப் போனை கட் செய்தான். எதிர் முனையில் இன்னுமொரு வாழும் கலைஞன் போலிருக்கிறது. அழகரின் மனத்திரையில் சுபாஷின் பெயரோடு இணைந்து 'ஜெய் ஹிந்த்... ஜெய் குரு' என ஓடியது.

சுபாஷ், வரதராஜனுடன் போன ஆண்டு வரை வேலை பார்த்தான். ஏத்தக்கோவில ஊர்காரன். இப்போது கம்பெனி மாறி, காசு ஏறி, கோயமுத்தூருக்குப் போய்விட்டான்.

கையிலிருந்து பொக்கேவை அழகரிடம் காட்டி, "இதைக் கொடுத்துட்டு வந்துடுவோம் வாங்க!" என அழைத்தான் சுபாஷ். அவனது பின்னால் அழகர் சென்றார்.

சுபாஷ் நேராக வரதுவின் அப்பா அம்மா நிற்கும் இடத்தைத் தேடிச் சென்று, கண்ணாடித்தாளால் மூடப்பட்ட பூவலங்காரத்தை நீட்டினான்.

அவனைத்தான் அடிக்கடி பார்க்கிறேனே! உங்களைப் பார்க்கத்தான் இந்த ரிசப்ஷனுக்கே வந்தேன். என்ன இருந்தாலும், வாழ்த்துற மனசுதானே பெரியவங்களுக்கு! உங்களுக்கு என்னோட மரியாதையைத் தெரிவிச்சுக்கறதுக்குத் தான் இந்த எளிய பரிசு!" என்கிற அர்த்தத்தில் நீளமாகப் பேசியவன், இருவரையும் அருகருகே நிற்க வைத்து அந்த மலர்க்கொத்தை வாங்கினான். அவர்களது வாழ்க்கை வரலாற்றில், வெல்வெட் ரிப்பனால் கட்டப்பட்ட அந்த மலர்க்கொத்து அபூர்வம். முன்னும் பின்னும் இல்லாதது. இருவரது முழங்கால் அளவுக்கு சுபாஷ் முழங்கையைத் தாழ்த்திய பிறகு எழுந்தான். தனது வலது பாகத்தும், இடது கையால இடது பாகத்தும் நாட்டிய லாவகத்துடன் முகத்தைத் துடைத்துக் கொண்டு தேஜஸ்வரூபனாக நின்றான்.

வரதராஜனின் அம்மா, சுபாஷின் தோளைப் பிடித்துக் கொண்டார். அழகரைக் கேள்வி கேட்ட பங்காளி திடீரெனப்

பிரத்யட்சமாகி, “வாங்க வாங்க... ரெண்டு பேரும் சாப்பிடுங்க மொதல்ல” என சாப்பாட்டு அரங்கம் நோக்கி உள்ளன்போடு உந்தித் தள்ளினார்.

ஆண்டிபட்டி பேருந்து நிலையத்தில் தங்கதுரையும் அழகரும் நின்றிருந்தனர். அழகரைப் பேருந்து ஏற்றிவிடுவதற்காக தங்கதுரை நின்றிருந்தான்.

“முன்னாடியே கிளம்பி வந்திட்டீங்களே... ஒண்ணும் கஷ்டமெலாம் ஆகலியே?” என்றான் தங்கதுரை. அழகர் தலை அசைத்து மறுத்தார்.

“அதெல்லாம் ஒண்ணுமில்லீங்க தங்கம்! அடுத்த மாசம் சுபாஷ் சங்கருக்கு கல்யாணம்னு சொன்னாரு. எந்த ஊருல நடந்தாலும் நாம போறம்.”

மஞ்சள் மகிமை

தடுப்புச் சுவர்கள் விபத்துக்கள் நடக்காமலிருக்கக் கட்டப்படுபவை. ஆனால், தடுப்புச் சுவரில் மோதி ஒருவன் காயம் பட்டுக்கொள்வது என விதியிருந்தால், யார் என்ன செய்ய முடியும்? கார்த்திகேயனுக்கு அது நிகழ்ந்தது.

இருபத்து மூன்று வயது நிரம்பியிராத இளைஞன் அவன். பன்னிரண்டாம் வகுப்பு முடித்து, எவ்வளவோ பல காலங்கள் முடிந்துவிட்டதான சோர்வு அவனுக்குத் தட்டியிருந்தது. வெட்டியாக ஊரைச் சுற்றுகிறான் என்ற 'நற்பெயர்' வேறு! அப்படி அவனைப் பேசுபவர்கள், சௌகரியமாக இன்னொரு தரப்பை மறந்துவிடுகிறார்கள். அடாவடிகளில் இறங்காமல் ஒருவன் தேமே என்று இருக்கிறானே என நியாயத்துக்கு மகிழ்ச்சி அடைய வேண்டும் அவர்கள்.

அவனுக்கென்று ஆண்டிவேல் டீக்கடை, மாரியம்மன் கோயில் குறிஞ்சி, சந்தையின் விற்பனைத் திட்டுகளான மால்கள், சின்ன தாராபுர மூலனூர் சினிமாக்கள், எப்போதாவது தோட்டம் போய்ப் பறிக்கிற முருங்கைக் காய்கள், அம்மாவின் குழம்புகள், அப்பாவின் புலம்புகள், எப்போதாவது கவின் கற்பனையைத் தூண்டுகிற சில பெண்களின் நினைவுகள் என வாழ்ந்து வருகிறான்.

முருங்கைக் காய்கள் தோட்டத்தில் காய்த்திராத வெள்ளிக் கிழமை பகலில் சந்தைக்குப் போனான். சந்தையில் தண்டபாணி, பொரிக்கடை போட்டிருந்தான். கார்த்திகேயனுக்குப் பங்காளி முறைக்காரன். வெள்ளகோவிலில் இருந்து வந்து, வெள்ளிக்கிழமை இங்கே கடை போடுவான். "என்ன பங்காளி"! என விளித்தபடியே இருவரும் பேசிக்கொண்டு இருப்பார்கள். தண்டு (தண்டபாணியின் செல்லக் குறுகல்) பேச்சுக்கு

இடையில் பொரி விற்பான். பொரிகடலை வியாபாரத்துக்கு நடுவில் பேசுவான். அவன் கடைக்கு எதிரில் வாதநாராயண மரத்துக்குக் கீழ் கனிகள் விற்கிற பொம்பளையும், வலதுபுறம் வடை, போண்டா விற்கிற பெண்ணும் கார்த்திகேயனை மிகவும் கவர்கிறார்கள். பங்காளிகளின் உரையாடல் முடிவதற்குள் சுக்குக் காப்பி ஒன்று இடது பக்கத்திலிருந்து வந்து சேரும். துயரங்களும் வாழ்க்கையும் சந்தை சார்ந்து. சந்தைக்கு வெளியே இருக்கின்றன.

தண்டுடன் கார்த்தி பேசிக்கொண்டு இருக்கும்போதே, யாரோ ஒரு ஆள் பொரிக் கடையை நெருங்கி வந்தார். வந்தவர் சுதந்திரத்துக்குச் சற்று முன்போ பின்போ பிறந்திருக்கலாம். குழந்தையாய் பிறக்கும்போது யாரும் சுதந்திரத்தைப் பற்றிக் கவலைப்படுவதில்லை. ஆனால், மிக எதேச்சையான போக்கில். அவர் கார்த்தியின் சுதந்திரத்தில் தலையிடுவதென்பது நடந்தேறிவிட்டது.

அவர் அவனிடம் ஒரு மஞ்சள் நிற நோட்டீஸை நீட்டினார். "பங்காளி! அத வாங்காதே!" என்று கூவினான் தண்டு. அதற்குள் காரியம் கை மீறிவிட்டது. நோட்டீஸ் கை மாறிவிட்டது. வந்த ஆள் நோட்டீஸைத் திணித்தாரா, கார்த்தி அவர் கையிலிருந்து அதைப் பிடுங்கினானா என வரையறுக்க முடியாதபடி அச்செயல் நிகழ்ந்தது. தண்டபாணி தலையில் அடித்துக்கொண்டான். நோட்டீஸ்ஸைக் கொடுத்தவர் போய்விட்டார். தண்டபாணி பொரி, மிக்ஸர், பன்ரொட்டி மற்றும் நெய்வருக்கி வியாபாரத்தில் ஈடுபட்டான். கார்த்தி கைக்குறிப்பைப் படிக்க ஆரம்பித்தான்.

தமிழ்நாட்டில், தமிழ் படிக்கத் தெரிந்து தெருவிலும் நடமாடுகிற ஒவ்வொரு உயிரியும் ஏதாவது ஒரு கட்டத்தில் வாசித்திருக்கக்கூடிய நோட்டீஸ்தான் அது.

சமீபத்தில் நாமக்கல் ஆஞ்சநேயர் பூஜையில் அந்தணர் ஈடுபட்டிருந்தபோது, ஆண்டவன் சிலை பின்னாலிருந்து அரவம் ஒன்று எழுந்து வந்து, கலிகாலத்தில் தாம் வந்துள்ள செய்தியை மக்களுக்கு பரப்பவேண்டுமென்று சொல்லிச் சென்றதால்

அடிக்கப்பட்ட நோட்டீஸாகும் அது. படிப்பவர்கள் தங்கள் சக்திக்கு உட்பட்ட அளவில் ஐந்நூறோ ஆயிரமோ அடித்து விநியோகிக்க வேண்டும். அதுவும் ஒரு வாரத்துக்குள் விநியோகிக்க வேண்டும். மாறாக, அலட்சியப்படுத்தினால் இடர்கள் வந்து சேரும். இதில் நோட்டீஸ் அடித்தவர்கள் பயன் அடைந்ததற்கு இரண்டு உதாரணங்களும், அலட்சியப்படுத்தியவர் பெற்ற ரணங்களுக்கு நான்கும் கொடுக்கப்பட்டு இருந்தன. அந்த மஞ்சள் காகிதத்துள் ஒரு பொட்டல வஸ்துவாக கார்த்தி சுருண்டான். உயிர்ப்பில்லாமல், "வர்றேன் பங்காளி" என விடை பெற்றுக்கொண்டு, மாரியம்மன் கோயில் பக்கம் வந்து சேர்ந்தான்.

மனிதன் உணர்வுகளால் மட்டுமின்றி நம்பிக்கையாலும் வாழ்கிறான். ஆகவே, கார்த்தி ஆவலும் கிலியும் ஒருங்கே கொண்டான். குறிஞ்சி மண்டபத்தில் வடமேற்குத் தூணில் சாய்ந்து அமர்ந்தபோது வாடிய வெள்ளரிக்காய் போன்ற தோற்றத்தில் இருந்தான். நோட்டீஸைப் படிக்கவும் பயமாக இருந்தது; மடிக்கவும் பயமாக இருந்தது. மாரியாத்தாளை மனதார வேண்டிக்கொண்டு, பவ்யமாக அதை மடித்துப் பாக்கெட்டில் வைத்தான். ஒரு வாரத்துக்குள் ஐந்நூறு நோட்டீஸாவது அடிக்க வேண்டுமாமே! காசு...?

அவனுக்கென்று சொந்த பந்தங்கள் உண்டே தவிர, அவனது பெயரில் சொத்து பத்துக்கள் கிடையாது. அப்பா அம்மாவால் பிறந்து, வாழ்ந்துகொண்டு இருந்தாலும், அவனது வாழ்வு, துணை, வேலை, மரணம் எல்லாவற்றையும் அவனே தேடிக்கொள்ளும்படிதான் நிர்ப்பந்திக்கப்பட்டு இருந்தான்.

அப்பாவுடன் தேவைக்கு ஒரு அங்குலம் கூட அதிகமாகப் பேச்சுவார்த்தை இல்லை. இது பகை சார்ந்த விஷயமில்லை. அப்பாவும் மகனும் பேசிக்கொள்ள பெரும்பாலும் சந்தர்ப்பங்களும் விஷயங்களும் இருப்பதில்லை. சமயத்தில் விஷயங்கள் இருக்கும். அந்த விஷயத்தின் பாதையில் இருவருமே பாதமெடுத்து வைப்பதில்லை. அம்மா பருக்கை வடித்துக் கொடுக்கிறாள்; பாய் விரித்துப் போர்வை தருகிறாள்; "உனக்கும் காலம் வரும். முகர்ஜி பண்ணு!" என ஆறுதல் உரைக்கிறாள்.

இந்த முகர்ஜி வங்காள சாதி சம்பந்தப்பட்டதல்ல; முயற்சி என்பதன் வட்டாரச் சொல்லாக்கம்.

கார்த்திகேயனுக்கு ஐந்நூறு நோட்டீஸ் அடிக்கிற செலவை நினைக்கப் பயமாக இருந்தது. அவன் நாமக்கல் ஆஞ்சநேயரை இதுவரை பார்த்ததில்லை. ராமாயணத்தில் வரும் அனுமன் தவிர, ஏ.பி.டி. பார்சல் சர்வீஸ் வாகனங்களில் பக்கவாட்டில் சஞ்சீவி மலையைத் தூக்கியபடி பறக்கும் அனுமன், தோல்பாவைக் கூத்துக்களில் வரும் அனுமன் ஆகியோரை மட்டுமே அறிந்திருந்தான். பக்கத்து நகரும், வட்டாரத் தலைமையுமாக விளங்குகிற தாராபுரம் காடு ஹனுமந்த ராய சுவாமி கோயிலையும் வெளியே இருந்து பார்த்திருக்கிறானே தவிர, உள்ளே சென்று கும்பிட்டதில்லை. மற்றைத் தெய்வங்களைப் போலவே, ஆஞ்சநேயரும் அருள்வதில் குறைவைக்க மாட்டார் என்று தோன்றியது.

மத்தியானம் வீட்டுக்குப் போய் சாப்பிட்டுவிட்டு அம்மாவிடம், ''அம்மா, இப்படி ஒரு நோட்டீஸ் வாங்கீட்டனம்மா!" என்று விவரத்தைப் படித்துக்காட்டினான். "இப்படி ஒரு சோதனையா?" என அவள் கண்ணீர் உகுத்தாள். தினம் ஒரு அவுன்ஸ் அழ வேண்டும் அவளுக்கு. இன்றைய தினத்தின் அழுகை அனுமன் நோட்டீஸின் பேரிலாக இருந்தது. கடைசியாக, "நோட்டீஸெல்லாம் அடிக்க வேண்டாம். நம்ம கஷ்டம் சாமிக்குத் தெரியும்" என்றாள்.

நோட்டீஸ் அடித்தால் வருகிற அதிர்ஷ்டங்களைவிட, அடிக்காமல் விட்டால் வருகிற வில்லங்கங்கள் கார்த்தியைப் பயமுறுத்தின.

சாத்தான்களும் சிந்திக்கத் திணறும் கோணங்களில் சிந்தித்துக் கிலேசித்தவன், மாரியம்மன் கோயிலைச் சென்றடைந்து ஒரு சுற்றுச் சுற்றி வந்தான். பிறகு, கையில் பத்து ரூபாய் இருக்கிற தைரியத்தில், அச்சகம் இருக்கிற பக்கத்து ஊரான சின்ன தாராபுரத்துக்கு பஸ் ஏறினான். பத்திரிகை அச்சடிக்க வருகிறவர்கள் அடித்துவைத்ததை வாங்குவதற்கு வேண்டுமானால் ஒற்றையாக வருவார்களே தவிர, முதலில்

அச்சடிக்கக் கொடுக்க ஒற்றையாக வரமாட்டார்கள். ஆகவே, அவனை ஆச்சர்யத்துடன் பார்த்த அச்சகத்துக்காரர், அவன் வந்த நோக்கத்தை அறிந்ததும் ஆச்சர்யத்தைக் கழற்றி ஆணியில் மாட்டினார்.

ஐந்நூறு நோட்டீஸ் அடிக்குமாறு கார்த்தி கேட்டான். அவர் முன்பணம் தராமல் அச்சடிக்க முடியாதென்றும் தன்னால் ஆஞ்சநேயரிடம் வசூலுக்கு நடக்க முடியாதென்றும் கூறினார். அப்படியானால், மறுநாள் காசு கொண்டு வருவதாக கார்த்தி கூறவும். அப்படிக் கொண்டுவருகிற பட்சத்தில் அரைமணி நேரத்தில் தன்னால் ஐந்நூறு நோட்டீஸைத் தந்துவிட முடியும் என்றார். அப்படி அவர் கூறக்காரணம், இப்படி அடித்துவைத்த நோட்டீஸ் கத்தை ஒன்று அச்சகத்தின் தென் கிழக்கு மூலையில் கிடந்ததுதான்!

திரும்ப ஊருக்கு வந்து பஸ் இறங்கியபோது, வேலுச்சாமியை கார்த்திகேயன் பார்த்தான். வேலுச்சாமி வட்டிக்குக் காசு தருபவன். ஆனால், கெடுவின் நாள் தப்பினால், அது கல்யாண வீடாக இருந்தாலும், கருமாதி வீடாக இருந்தாலும், "ஏப்பா... வாங்கினியே அது என்னாச்சு?" என்று கேட்டுவைப்பான். மற்றபடி, கேட்டதும் சுரக்கிற காமதேனு அவன்.

"ஒரு மாசத்துல தந்திருவேன்" என கார்த்தி வாக்குரைத்தற்காக, ஏழு வட்டிக்குக் கடன் தந்தான். மறுநாள் மத்தியானம் கார்த்தியின் கைகளில் காக்கிப் பொதிவுக்குள் கனத்து நின்றன நோட்டிஸ்கள். கையில் தூக்கி நடக்கும்போது முதன்முறையாக இதுவரை கொள்ளாத கவலை அவனை ஆட்கொண்டது. இவற்றை எப்படி விநியோகிப்பது?

அம்மாவுக்குத் தெரியாமல் வீட்டின் அட்டாலி மேல் அதைப் போட்டுவைத்தான். மூன்று நாட்கள் கழிந்த பிறகு, விதித்திருந்த ஒரு வாரக் கெடு நினைவுக்கு வர மனதினுள்ளும் படுக்கையிலுமாகப் புரண்டு ஒரு திட்டத்தைக் கண்டடைந்தான். தாராபுரத்துக்கு சந்தை தினத்தில் சென்று இவற்றை விநியோகிக்க வேண்டியதுதான்!

செவ்வாய்கிழமை... வற்றாச் சூரியன் வந்துதிக்கும் முன் அதிகாலையில் எழுந்து, தாராபுரத்துக்கு பஸ் ஏறினான். அங்கே

வர்க்கி ஆஸ்பத்திரி ஸ்டாப்பிங்கில் இறங்கி, சித்ரா டாக்கீஸைக் கடந்து, சந்தைத் திடலான கோட்டைமேட்டுக்கு வந்தான். பலப் பல விண்மீன்கள் மறைந்து, பளப்பள விடியல் தொடங்கியிருந்தது. ஒரு தேநீர்க் கடையில் தேநீர் அருந்திவிட்டுக் காசு கொடுத்தவன், பிறகு மனதைத் திடப்படுத்திக்கொண்டு, விநியோகத்தைத் துவக்க வேண்டியதுதான் என காக்கிக் கவரைப் பிரித்து ஒரு நோட்டீஸை எடுத்து அருகில் இருந்தவருக்குக் கொடுத்தான்.

கைகள் பெற்றுக்கொள்கிறபோது அந்த முகத்தைப் பார்த்தான். போன வாரம் அவனுக்கு நோட்டீஸ் தந்த அதே பெரியவர். நொடியும் யோசிக்காமல் மொத்தத்தையும் அவரது கரங்களில் வைத்தான். அவர் மறுப்பேதும் இன்றி வாங்கிக் கொண்டார். முகத்தில் அதிர்ச்சியோ, ஆச்சர்யமோ எதுவும் தென்படவில்லை. அவர் கிழக்கே நடக்க ஆரம்பித்தார். அவன் பேருந்து ஏறுவதற்காக மேற்கே நடக்க ஆரம்பித்தான். முன்னே முன்னே ஒரு யுகத்தில் ஆஞ்சநேயன் பழமாய் எண்ணி மயங்கிய சூரியன் கீழ்த் திசையில் முற்றாக எழுந்து ஒளிர்ந்தான்.

காடு ஹனுமந்தராயன் கோயிலிருந்து ஆராதனை மணி ஒலி கேட்டுக்கொண்டு இருக்க, ஊர் செல்லும் பஸ் பிடித்தான் கார்த்தி. பேருந்து ஏறி பயணச் சீட்டு வாங்கும் முன் வேலுச்சாமியின் முகமும் ஏழு வட்டிக் கடனும் ஒரு சேர நினைவிலாடியது.

கூடுதுறை

முத்துநகர் எக்ஸ்பிரஸில் நள்ளிரவில் திருச்சியில் இருந்து சென்னைக்கு ரயில் ஏறியவன் சென்றாயன். அரிசிக்குப் பெயர்பெற்ற மண்ணச்சநல்லூர்க்காரன்.

பாலிடெக்னிக்கில் பயின்று வாங்கிய சான்றிதழ்களை நெல் மூட்டைகள் மணக்கும் வீட்டில் போட்டுவிட்டு, சினிமா இயக்குநராகும் கனவில் சென்னை, வடபழனியில் வசிக்கும் நண்பனின் அறையை நோக்கி, அவனது அந்த முதல் பயணம் அமைந்தது.

பால் பீச்சும் மாடு, பஞ்சாரத்துக் கோழி, பஞ்சாயத்துத் தலைவரான அப்பா, பசும்பால் தந்து தூங்க வைக்கும் அம்மா, பால்யகால பாலிடெக்னிக் கால நண்பர்கள் அவ்வளவையும் விட்டுத்தான் ரயிலேறினான். இன்னும் ஐந்தே ஆண்டுகளில் இயக்குநராவேன் என்று உறுதியெடுத்திருந்தான்.

ரயில் பயணத்தின் டகடககுக்கூ... காபி காபி சத்தங்களுக்கு இடையிடையே ஐந்து படங்களுக்கு ஒன்லைன்களை மனதில் உருவாக்கிய ஜித்தன்.

யார் யாரிடம் உதவியாளராகச் சேரவேண்டும் என்பது உட்பட திட்டங்கள் வைத்திருந்தான். மூன்று படங்களில் பாதியில் விலகினான். துணை இயக்குநராகப் பணியாற்றிய அடுத்த இருபடங்களில் டைட்டிலில் பெயர் வந்தது. டைட்டிலில் வந்த பெயர் 'சென்றாயன்' அல்ல. 'சம்யுக்தன்'.

துருவ நட்சத்திரம் முதல் எரி நட்சத்திரம் வரை அத்தனை வகை விண்மீன்களுக்கும் ஏற்றவாறு கதை வைத்திருந்தான் சம்யுக்தன். ஒவ்வொரு துண்டுப் பிக்சராக, ஒலி ஒளி உட்பட மனதில் வண்ணம் கண்டு வைத்திருப்பவன்.

படங்களின் வெற்றிகளில் சம்யுக்தனின் பங்கு கணிசமானது என்ற உண்மை உள்வட்டாரங்களுக்குத் தெரிந்திருந்தது. கதை சொல்வதற்கான கதவுகளைத் திறந்துவிட்டது.

ஏழு படங்களில் நான்கு வெற்றி, மற்றும் இரண்டு சுமார் ஓட்டப் படங்களைக் கொடுத்த கதாநாயகனுக்குக் கதை சொன்னான். தயாரிப்பாளருக்கு சம்யுக்தனையும், சம்யுக்தனுக்குத் தயாரிப்பாளரையும் கதாநாயகன் முடிச்சுப் போட்டுவிட, முதலாம் படம் உதயமானது. தமிழ் உலகம் இதுவரை காணாத புதுமுகம் கொண்ட நாயகியை அறிமுகப்படுத்த முடிவு செய்தான்.

அம்மாவும் பெண்ணுமாக வாய்ப்புக் கேட்டு வருவோர், ஆல்பங்களுடன் வரும் ஆரணங்குகள் அனைவரையும் தள்ளிவிட்டு, கனவுக்கன்னியை தன் வழியில் அதற்கான ஆள் உதவியுடன் தேடினான் சம்யுக்தன். அந்த ஆள் சினிமாவுக்கென்றே பிறந்தவன். கதை, திரைக்கதை, வசனம் எழுதி, இயக்கத் தெரியாதே தவிர, மற்ற எல்லா சூட்சுமங்களையும் தெளிவாகத் தெரிந்தவன் நம்ம ஆள்.

பெங்களூரின் எம்.ஜி.ரோட்டில் எல்லாக் கடைகளுக்குள்ளும் சம்யுக்தனை ஏற்றி இறக்கினான் அவன். பப்களில் அமர்ந்து பீராட்டினான். பிரிகேட் ரோடில் ஆவா, ரெக்ஸ் தியேட்டர்களுக்கு மத்தியில் காரில் போகும்போது, கூடை விற்றுக்கொண்டு இருந்த பவானியைப் பார்த்தான் சம்யுக்தன். விதியை மாற்றும் காற்று அப்போது வீசியது. விலகிய ஆடையை அவள் சரிசெய்வதற்கு முன் யாரும் காணாத காட்சியை சம்யுக்தன் கண்டான். அது பவானியின் முகத்தில் தோன்றிய வெட்கம். புதுமையானதென எண்ணிய சம்யுக்தன், காரை ஓரமாக நிறுத்தச் சொன்னான். "கரெக்ட் சாய்ஸ் சார்!" என்றான் நம்ம ஆள்.

பிரிகேட் ரோட் பவானிக்கு, சௌமியா என்ற பேரைத் தேர்ந்தெடுக்க மட்டும், தொலைபேசியிலும் குளிர் ஏசியிலுமாக இருபதாயிரம் ரூபாய் செலவாயிற்று சம்யுக்தனின் தயாரிப்பாளருக்கு.

அவளது இயற்பெயர் அவ்வளவு சூட்டிகையாக இல்லை என்பது சம்யுக்தனின் முதல் முடிவு. அடுத்தது, பெயர்கள் ஆகாரத்தில் முடிவதே (ஜோதிகா, த்ரிஷா, சினேகா, சோனியா, நயன்தாரா, நமீதா) அழகின் லட்சணம் மற்றும் அன்பர்க்கு விருந்து என்ற புரிதலில், ஆகார முடிவை உடைய இந்தப் பெயர் சூட்டப்பட்டது.

பெயருக்குப் பின்னால் அவளது சாதிப் பெயரை ஒட்டவைத்துப் பார்த்தபோது, அது அவ்வளவு கவர்ச்சி தரத் தக்கதாக இல்லை. தகப்பனாரின் பெயரை இணைக்கலாம் என்றால் பவானியின் பாட்டி, தன் மகனுக்கு 'ராமுடு' எனப் பெயர் இட்டிருந்தார். ஆகவே பவானி, வெறும் சௌமியா ஆனாள்.

தமிழ்ப் படத்துக்கு ஆந்திர மாநில சித்தூர் அருகிலுள்ள முலபாகல் கோட்டா பவானியை கர்நாடகத்தில் பிடித்து, படப்பிடிப்புப் பாடல் காட்சியில், கேரள மாநில குமரகப் புழயில் வஞ்சிப் படகு மீது முண்டு கட்டியவாறு அவள் ஆடிய ஆட்டத்தின் பாட்டு, அவ்வாண்டின் திராவிட உற்சவ அங்கமாக தமிழ் நாவுகளிலும், செல்போன் மெட்டுகளிலும் ஒலித்தது.

முதல் படம், சம்யுக்தன் எதிர்பார்த்ததைவிடவும் சில மடங்கு வசூலைக் குவித்தது. படத்தின் பெயர், 'விடாதே பிடி'. கரிசல் தரிசு, கள்ளிக் காடு, குப்பம், பாக்கம், ஆயக்கட்டு, கணினி நகர் என சகல வட்டாரங்களிலும் மாரத்தான் ஓட்டத்தை நிகழ்த்தியது 'விடாதே பிடி'.

படத்தின் நாயகியான கோட்டா பவானி என்கிற சௌமியாவுக்கு திண்டுக்கல்லிலும் மதுரையிலும் ரசிகர் மன்றங்கள் உருவாகி மாநிலத் தலைமையை யார் கொள்வது என்ற பூசல்கள் உருவாகிவிட்டன. 'மணிப் புறாவே! சௌமியாவின விலாசம் என்ன?' - சௌமியப் பிரியன், செம்பரப்பாக்கம் என்கிற ரீதியில் ஞாயிற்றுகிழமை பேப்பர் ஒன்றுக்கு கடிதங்கள் பறக்க ஆரம்பித்தன.

'விடாதே பிடி' வெளிவந்த நான்கு நாட்களுக்குள், அப்படத்தின் கதாநாயகனுக்கு எதிரியாக தன்னைத்தானே கருதிக்கொண்டும் வருத்திக்கொண்டும் இருக்கிற ஒரு நாயகனிடமிருந்து சம்யுக்தனுக்கு ஐந்து தடவை தொலைபேசி வந்தது.

படத்தின் வெவ்வேறு கட்டங்களில் வருகிற காட்சிகள் பற்றி நிமிடக்கணக்கில் அவர் வியந்ததும், 'திருட்டு வி.சி.டி. மார்க்கெட்டுக்கு வந்துவிட்டது' என சம்யுக்தன் நினைத்துக் கொண்டான். ஆறாவது தடவை அவர் போனில் வந்தபோது, சம்யுக்தன் "உங்களுக்குன்னே ஒரு கதை வெச்சிருக்கேன் சார், ரொம்ப நாள் கனவு..." என்றான். ஏதோ, அந்தக் கதாநாயகன் பிறக்கும் முன்பே, கதையைத் தயார் செய்து வைத்திருப்பவன் போல.

இரண்டாவது படம் வொர்க் அவுட் ஆகியது இப்படித்தான். அந்தப் படத்திலும் கதாநாயகி சௌமியாவே. இரண்டு படங்களுக்கும் இடைப்பட்ட காலத்தில் சில காரியங்கள் நடந்தன.

'விடாதே பிடி' வெற்றி நாள் நூறின் கொண்டாட்டத்துக்கு மறுநாள், சௌமியாவுக்கு பின்னணிக் குரல் பேசிய பெண்ணுக்கு சம்யுக்தன் ஐந்து பவுன் சங்கிலி ஒன்றைப் பரிசளித்தான். "இந்தப் பரிசு உங்க கழுத்துக்குதான். உங்க குரலுக்குப் பரிசு தர என்னால் ஆகாது" என்று பணிவாகக் கூறினான். பவானி மென்று துப்பிய தமிழ் ஒலி மாத்திரை அளவுகளைச் சாதுர்யமாக மறு உருச்செய்து, கூடுதலாக சங்கீதத் தன்மையும் சேர்த்து, பெண்ணின் வெற்றிக்குப் பின்னாலும் பெண்ணே இருக்கிறாள் என மெய்ப்பித்த பின்னணியாள் நன்றியுடன் முறுவலித்தாள். "உங்க டேஸ்ட்டே தனி சார்" என்றான் நம்ம ஆள்.

பத்திரிகைகளும் சின்னத்திரைகளும் பிரஸ்மீட்டில் கூட்டப்பட்டிருக்க, பேட்டிக்கு சம்யுக்தனுடன் கிளம்பினாள் சௌமியா. பிரிகேட் சாலையில் தமிழ், தெலுங்கு, கன்னடம், இந்தி, உருது, அரைகுறை ஆங்கிலம், கொங்கணி என பலவித

மொழிகளில் பேரம் பேசிக் கூடை விற்ற சரளம் அவளைக் கைவிடவில்லை. பேட்டியாளர் அசந்துபோகுமாறு சில கூடைப் பொய்களை வழங்கவும், அவள் தயங்கவில்லை.

"சித்தூர் ராஜவம்சத்தினர் கஜானாப் பொறுப்பு எங்க முன்னோர்கிட்டே இருந்துச்சு. ஆமா, நாங்க ராயல் ஃபேமிலிதான்!"

பேட்டி முடிந்து கலையும்போது மூத்த நிருபர் ஒருவர் இளைய நிருபரிடம், "சாண்டில்யன் கதை படிச்ச யாரும், இவ இளவரசின்னு சொன்னா நம்பத்தான் செய்வாங்க" என்றார்.

உப்பரிகையில் நின்று தரிசனம் தருகிற அழகோடுதான் துலங்கினாள் சௌமியா. சம்யுக்தனோடு சேர்ந்து கொண்டு, சுனாமிக்கு முந்தைய கடற்கரைகளில் சுற்றினாள். கூரைச் சார்ப்பின் கீழ், காடா விளக்கெரியும் உலகின் மிகச் சிறிய ரெஸ்டாரென்ட்டில், பணியாரம் தின்றாள். சிங்கப்பூர் பிரீமியருக்குச் சேர்ந்து சென்று வந்தார்கள். புதுப் பட கம்போஸிங்கிற்கு, இசையமைப்பாளர், கவிஞருடன் சம்யுக்தன் கிளம்பினான். பின்னாலேயே அதே மொரீஷியஸுக்கு அடுத்த விமானத்தில் சௌமியாவையும் அனுப்பி வைத்தான் நம்ம ஆள். எதற்கும் இருக்கட்டும் என ஒரு முன்னணிப் பத்திரிகை நிருபருக்கு, அதைச் செய்தியாகவும் வழங்கி சேவை செய்தான். ஊர் திரும்புவதற்குள் ஒரு கவர் ஸ்டோரியும், ஏழெட்டுப் பெட்டிச் செய்திகளும் தமிழகத்தை மகிழ்வித்திருந்தன. "என்னய்யா?" என சம்யுக்தன் கேட்க, "இன்னிக்கு நாம நியூஸ்ல இருக்கோம். அவ்ளோதான் சார்!" - சிரித்தான் நம்ம ஆள்.

சம்யுக்தன் சௌமியா மேல் காதலில் விழுந்ததோடு தவிர்க்க முடியாமல் அஞ்செழுத்து சென்டிமென்ட்டிலும் விழுந்தான். 'விடாதே பிடி' சென்டிமென்ட், தமிழில் சித்தர்களுக்கு அடுத்தபடி அஞ்செழுத்தை நெஞ்சழுத்தி நின்றான். நல்லவேளையாக, இரண்டாம் படத்துக்கு 'குண்டலினி' என்று பெயர் வைக்கவில்லை.

ஆக்ரோஷத்தை கனல் பறக்கவைத்த அந்தப் படத்துக்கு 'சம்மட்டி' என்று பெயர் வைத்தான். சம்மட்டி அடியில் கல்லா

பொங்கி வழியவில்லை என்றாலும், நிறையத்தான் செய்தது. உத்தரவாதமான இயக்குநர் என்கிற அங்கி அவன் மேல் போர்த்தப்பட, மூன்றாவது படத்தை இயக்கினான்.

சௌமியாவுடனான தனது காதல் வெளியில் ஊர்ஜிதப்பட்டு விடக் கூடாது என்பதற்காகவே கதாநாயகியை மாற்றினான். சைடில் சௌமியாவும் நான்கு படங்களோடு பிஸியாக இருந்தாள். அந்த பிஸிக்கு இடையேயும் அவள் நட்சத்திர ஓட்டல் ஒன்றினுக்குப் போக நேர்ந்தது சம்யுக்தனுக்குப் பிடித்த கிரகணத்தையே காட்டுகிறது.

அந்த ஓட்டலின் வரவேற்பறையில் இருந்து அவனுக்கு செல்பேசி வந்தது. அவசரமாகக் கிளம்பிப் போய் ஓட்டலின் மதுபான விநியோகப் பகுதிக்குச் சென்றான். முறிந்த கூடையைப் போல சோபா ஒன்றில் கிடந்த சௌமியாவின் கோலம் கண்டு சோடாக்களுடன் கோட்டுகளுடனும் நடந்த பரிமாறர்களை ஏசினான். மண்ணச்சநல்லூரில் நெல் தவிர பதர்கள், பாளைகள், களைகள், யாவும் விளையக்கூடுமென்பது அவனது பேச்சில் தெரிந்தது.

"சார்! நாங்கதான் சோபாவுல தூக்கிப் போட்டோம். முதல்ல அங்கே கிடந்தாங்க" என்று தரையைக் காட்டினார்கள். அமைதியுற்றவனாக சௌமியாவிடம் வந்தான்.

"புட்டி ஐவத்து ரூபாய்... புட்டி ஐவத்து ரூபாய்" என பிதற்றிக்கொண்டு இருந்தாள். போதையில சாராயம் விற்கிறாளோ என ஐயுற்றவன், பிறகு பேதலிப்பின் பழைய வாசனைகளில் பிரிகேட் சாலையில் கூடை விற்கிறாள் என ஊகித்தான். கண்ணீர் மல்கியது.

காரில் தூக்கிப் போட்டுக்கொண்டு வீட்டுக்கு விரைந்தான். வீட்டுக்குப் போகும் வழியில் செல்போன் ஒலித்தது. சௌமியாவின் செல்போன். எடுத்தான், எதிர் முனையில் குழறலான குரல்.

"ஏய்... தொங்கி... பக்கத்து டேபிள் வரைக்குப் போய்ட்டு வர்றதுக்குள்ள எங்க தொலைஞ்சே?". இந்தக் குரல் சம்மட்டியைப் போல் தாக்க, செல்போனை அணைத்தான்.

சௌமியாவுடன் உத்தேசித்திருந்த திருமண பந்தம் முறிவுற்றது இந்தக் கட்டத்தில் தான். "கரெக்ட்தான் சார். நானே உங்ககிட்டே சொல்லணும்னு இருந்தேன் சார்" என்றான் நம்ம ஆள்.

ஆனால், அவள் மீது சம்யுக்தன் கொண்ட காதல் அபூர்வ விநோத வழியில் திரும்பியது. நான்காவது படத்துக்குக் கதை நாயகியை அதே ஆள் மூலம் தேடினான்.

கோயமுத்தூர் மைக்ரோ பயாலஜி படித்துக்கொண்டு இருந்த பெண். மில் அதிபர் மகள். டப்பிங் பேச ஆள் வேண்டியிராத குரலையும் பெற்றிருந்தாள். ஷரத்துக்களைப் படித்துப் பார்த்து, கேள்வி கேட்டுக் கையெழுத்திடவும் தெரிந்து வைத்திருந்தாள். இவளுக்குச் சூட்டப்பட்ட பெயர் சஞ்சிதா. "பின்னிட்டீங்க சார்" என்றான் நம்ம ஆள்.

சம்யுக்தனின் நாயகி என்பதால், படத்துக்கு முன்பே பேட்டிகள் வரத்தொடங்கின. சஞ்சிதா என்ற பெயருக்கு அர்த்தம் வினவப்பட்டபோது, 'சம்ஸ்கிருதத்தில் பொறுமையானவள் என்று பொருள்' என்றாள்.

சஞ்சிதாவை வைத்துப் படமெடுக்கும்போது சென்டிமென்ட் கடந்த துணிச்சலோடு, 'ஓடாதே' எனப் பெயரிட்டான் சம்யுக்தன். படம் ஐம்பதாம் நாள் கண்டபோது, சஞ்சிதா குடியிருக்கும் ஃபிளாட்டுக்கு பூங்கொத்தும்கையுமாகச் சென்றான். முகமன் நிலைப் பேச்சு வார்த்தைகள் முடிந்ததும், மென்று விழுங்கியவாறு ஆரம்பித்தான்... "முக்கியமான விஷயம் ஒண்ணு சொல்லணும்...."

சஞ்சிதா, "கால்ஷீட்டைப் பத்தி வேணும்னா பேசுங்க சார், ப்ளீஸ்!" என்றாள். கண்களில் கெஞ்சலும் கண்டிப்பும் ஒருசேர இருந்தன. தன் முயற்சியில் சற்றும் மனம் தளராத சம்யுக்தனாகிய சென்றாயன், தன் காதலெனும் வேதாளத்தைத் தோளில் தூக்கிப் போட்டுக்கொண்டு வெளியேறி, ஐந்து நட்சத்திர ஓட்டலின் பாருக்குள் அதிகாலையின் முதல் வாடிக்கையாளனாக, மொத்தமாக மூன்று லார்ஜ்களை ஆர்டர் செய்து, ஒரே டம்பளரில் ஊற்றி 'ஆன் தி ராக்ஸ்' அடித்தான். சுர்ர்ரென

மூளை சூடாக, செல்லில் என்னென்னவோ தட்டிப் பார்த்துவிட்டு, நம்ம ஆளுக்கு போன் செய்ய, "சார், சொல்லுங்க சார்" என்றான் நம்ம ஆள்.

"அவ நம்பர மாத்திட்டாளா?" என்றான் சம்யுக்தன் மொட்டையாக.

"சார், சௌமியாவோட புது நம்பர் சொல்லட்டுமா?" என்றான் நம்ம ஆள் ஆர்வமாக.

"எப்பிடிய்யா கற்பூரமா பிடிச்சுக்கிறே?" என்றான் சம்யுக்தன் ஆர்வமாக.

"எப்படியும் ஒருநாள் நீங்க கேட்பீங்கன்னு தெரியும் சார்" என்றான் நம்ம ஆள், மிகப் பணிவாக.

ஒரு ஊர்ல ஒரு தேர்தல்

கிளிவலம்வந்த நல்லூர் என்னை ஆவலுடன் வரவேற்றது. வேறு மாநிலத்தில் அன்றாடப்பாடுகளுடன் ஜீவித்திருந்த என்னைத் தொலைபேசியில் அழைத்தார் அப்பா.

"எலெக்சன்ல மெம்பருக்கு நிக்கிறேன்... உடனே வா!"

ஊருக்குப் போய் இறங்கியதும், நான் முதலில் சந்தித்த வேட்பாளர் அப்பா அல்ல. அவரது தற்காலிக வைரியான காசிநாதன். என்னைப் பார்த்துவிட்டுப் பிறகு தன் வழியே போனார். ஆனாலும், புறக்கணிக்கும் பாவம் தெரியவில்லை. "சித்தப்பு... நான்தான்!" என்றேன். குலுங்கும் ஆவேசம் முகத்தில் கொப்புளிக்க, மெள்ள நடந்துவந்து என்னைக் கட்டிக்கொண்டார். ஒரு தேர்தல் வந்து பிரிந்து விடக்கூடியதல்ல அந்த இறுக்கம். "டேய்... சிக்குன் குன்யாடா! ரெண்டு நாளா கண்ணுந் தெரீல, காதுங் கேக்கல... நடக்க முடியலடா... நல்லா இருக்கியா?"

"ம்... ஆமா, கண்ணே தெரியலியே, எப்படி ஆள் பார்த்து ஓட்டுக் கேட்டு நாம ஜெயிக்கிறது?"

"ஜெயிச்சா ஊருக்கு நல்லது. தோத்தா நமக்கு நல்லது" என்று கிழக்குப் பார்த்து நடந்தார். நான் மேற்குப் பார்த்து நடந்தேன்.

அப்பா எங்கள் புரோட்டாக் கடைக்கு லீவு விட்டுவிட்டு, சேரில் இருந்து கல்லாப்பெட்டி மேல் காலைப் போட்டு அமர்ந்திருந்தார். வலது கால் பெருவிரல் இருக்க வேண்டிய இடத்தில் ஒரு கோழி முட்டை இருந்தது. நகம் பழுது.

ஆறாவது வார்டை உடல் பிணியாளர்களுக்கென ஒதுக்கி விட்டார்களா என்ன? கட்சி வேட்பாளரான கருப்பண்ணன் நலமுடன் வலம் வருவதாகச் சொன்னார் அப்பா. மூன்று

வேட்பாளர்களின் வயதையும் கூட்டிப் பார்த்தேன். நூற்று எழுபதுக்கும் ஏழெட்டு மேலாக வந்தது. ஆறாம் வார்டு மொத்தத்தில் முதியவர்களுக்காக ஒதுக்கப்பெற்றுவிட்டது ஊர்ஜிதமானது.

இந்திய அரசு மணிமுடி முதல் அடி நுனி வரை ஒரே மாதிரிதான் இருக்கிறது. இது பற்றிய சந்தேகத்தை அப்பாவிடம் கேட்டேன். "அப்படியெல்லாம் கிடையாது. இடையில பத்துப் பதினஞ்சு வருஷம் உள்ளாட்சித் தேர்தல் நடக்காமயே இருந்தது பாரு. அது கொஞ்சம் எஃபெக்ட் பண்ணுது" என்றார். நான் அவரது அரசியல் பார்வையை வியந்தேன்.

இவ்வகையில் அறிதல் முறை சாமான்யமாக வந்ததல்ல. வெளித்திண்ணையில் அமர்ந்தது, வருவோர் போவோருக்கு சளையாமல் காபி வைத்துத் தந்து, கலந்துரையாடிப் பெற்ற அறிவாகும்.

தேர்தலில் நிற்பதற்காக, பஞ்சாயத்து மற்றும் கிராம அலுவலகத்தின் நிலபுல வரிகள் அனைத்தையும் கட்டியிருப்பார் அப்பா. கோவிந்தன் செட்டியார் கடைக் கடனையும் அடைத்தால்தான் தேர்தலில் நிற்க முடியும் என்றிருந்தால், அப்பா தேர்தலில் நின்றிருக்க முடியாது.

"சரீங்கப்பா... எலெக்சன் டைம்ல கடை இருந்தா பத்து ஐந்நூறுக்கு ஏவாரமாவுது ஆகும். இப்ப லீவு வுட்டா எப்டி... மாஸ்டர் எங்கே?"

"மாஸ்டரா... அவரு சம்சாரம், அஞ்சாவது வார்டுக்கு நிக்குது!"

ஆண்டவன அளவிலா விளையாட்டுடையவன் என்பதை அன்றைய தினத்துக்கும் உறுதி செய்துகொண்டேன். "நமக்கு என்ன சின்னம்?"

"கடிகாரம்"இதைச் சொன்னதற்குப் பிறகு அவர் இரண்டு மாத்திரை நேரம்கூட எடுத்துக்கொள்ளாமல் கட்டளை இட்டார். மனித மூளையில் திட்டங்கள் தோன்றுகிற வேகத்தை உணர்கிறவர்கள், பிரபஞ்சம் உருவானதற்கான 'பிக்-பேங்' தியரியை ஒப்புக் கொள்ளவே செய்வார்கள்.

"நீ ஒண்ணு பண்ணு... எப்படியும் எலெக்சனுக்குள்ள பெங்களூர் போயிட்டுதானே வருவே! அங்க பதினஞ்சு, இருபது ரூபாய்க்கெல்லாம் வாட்சு கிடைக்கும்ல... ஒரு மூந்நூறு வாங்கிட்டு வந்துடு. என்ன ஒரு ஐயாயிரம் ஆகும்" என்றார். எனது சொந்தக் கடிகாரத்தின் நொடி முள் தயங்கிவிட்டுப் பிறகு ஓடியது. அப்பாவுக்கே இப்படியான சாத்தியம் இருந்தால், அரசாங்கத்தின் சாத்தியங்களை யோசித்தேன். மலைப்பாக இருந்தது. அப்பா உடனடியாக இயல்பு உலகத்துக்குள் பிரவேசித்தார்.

"சாந்தி ஓட்டு போட வருவாளா?"

"வருவா, ஒரு பத்தாயிரம் செலவாகும்."

"பத்தாயிரமா?"

"ஆமா. கல்யாணமாகி ஒரே வருஷத்துல அவ செயினை வாங்கி அடகுவெச்சு, நாலு வருஷமா திருப்பித் தராம இருக்கீங்கல்ல. அதை மீட்டுக்குடுத்தா வருவா. இல்லைன்னா இல்ல."

"டேய் டேய்... ஜெயிச்சாப் பார்த்துக்கலாம்டா!" -38 வயது மகனை 65 வயது தகப்பன் கொஞ்சுகிற காட்சியை உலகம் பார்க்காமல் போயிற்று.

அப்பா கல்லாப் பெட்டிக்குள்ளிருந்து ஆறாவது வார்டின் வாக்காளர் ஜாபிதாவை எடுத்து என் கையில் தந்தார்.

"மூந்நூத்திப் பத்து ஓட்டுல, ஒரு நூத்தம்பத எப்படியும் புடிச்சிறணும். புடிச்சிறலாம்.

ஜாபிதாவை அவர் கையில் கொடுத்துவிட்டுப் போய் அம்மாவைப் பார்த்தேன். அப்படியே பொழுது ஓடிவிட, காலையில் தனி ஆளாக கேட்க வீட்டுக்கு ஒரு நடைபோய்விட்டு வந்துவிடத் தீர்மானித்ததாக அப்பாவிடம் சாயங்காலம் அறிவித்தேன்.

மறுநாள் நான் வாக்கு வேட்டைக்கு கிளம்பும் போது,

"நம்ம சின்னம் தென்ன மரம்" என்றார் அப்பா .

“என்னப்பா, கடிகாரம் என்ன ஆச்சு?”

“அது அந்த ஆபீஸரு ஏதோ குளறுபடி பண்ணிட்டாப்லப்பா...!” சரி, அத விடு. அதெல்லாம் உனக்குப் புரியாது... தென்ன மரம்.”

“என்னப்பா ஒரு சின்ன விவகாரத்துலகூடவா நம்மால ஸ்ட்ளராங்கா இருக்க முடியல?”

பெங்களூர் போய் கடிகாரம் வாங்கி வரும் கட்டாயத்தில் இருந்து தப்பியதில் எனக்கு மகிழ்ச்சி. நேரம் நல்ல நேரம். “சரி... இப்ப எப்பிடி? தேனி, பெரியகுளத்துல எல்லாம் நெறய தென்ன மரங்களை வெட்டிட்டிருக்காங்க. நாப்பது லாரி புடிச்சு ஒரு முந்நூறு மரம் கொண்டாந்துறவா?”

“டேய்... ஓட்டு கேக்கப் போற பக்கம் இப்படிப் பேசிடாதடா. வர்ற ஓட்டக் கொறச்சுறாத!”

நிராயுதபாணியாக வாக்கு வங்கியின் லாக்கரை உடைக்கக் கிளம்பிவிட்டேன். சாவி, மக்களின் கைகளில் இருந்தது. விடை, பெட்டி உடைபடும் நாளில் தெரியும்.

காலை பதினோரு மணி வாக்கில் வாக்குச் சேகரிக்க அமைச்சர் வருகிறார் என்று கேள்விப்பட்டேன். அடுத்த ஐந்தாவது நிமிடம் நரேந்திரனைச் சந்தித்தேன்.

எங்கள் ஊர் மற்றும் கிராமத்தின் அமைப்பு என்னவென்றால், பனை நெடுங்காலமாகவும் பன்னெடுங்காலமாகவும் மது கிடைத்தே வருகிறது.வாக்காளர்களும் அவர்தம் குழந்தை குட்டிகளுமாக அஞ்சாயிரம் பேர் கொண்ட கிராமத்தில் நூலகம் தான் ஒன்றில்லை. தற்போது கிராமத்தின் மதுக் கடைக்குப் பூவரச மரத்தில் போர்டு தொங்குகிறது. கீழ்க்காற்றில் உதிரும் இலைகள் சில, நாங்கள் புரோட்டா போடும் தோசைக் கல்லில் விழும். குடிமக்கள் அயலானை நேசிப்பது அல்லது ஏசித் தீர்ப்பது என முடிவெடுத்த நாள் முதல், அதன் பலாபலனை அனுபவித்து வருகிறோம். படிப்பதைவிட குடிப்பது நல்லதென அரசு நினைத்திருக்கக்கூடும்.

நூலகக் கோரிக்கையை பிரஸிடென்ட்டுகளாக இருந்த அக்காக்கள், பெரியப்பாக்கள், அத்தைகள், மனதுக்கு நெருக்கமான வார்டு மெம்பர்கள் அனைவரிடமும் கூறியிருக்கிறேன்.

பட்டாசுக் குடோனாக மாறியிருந்த பழைய கள்ளுக் கடையின் படிக்கட்டில் அமர்ந்து, நானும் நரேந்திரனும் பேசியவாறிருந்தோம். "நண்பா! நம்ம ஊருக்கு லைப்ரரி வேணும். இன்னிக்கு மினிஸ்டர்கிட்ட பேசப் போறேன்."

நரேந்திரன் மந்திரம் போலச் சொன்னான்... "இப்பொழுதன்றி எப்பொழுது? நமையன்றிவேறு யார்?" அந்த நடுப் பகலில் தந்தையை மறந்த தனயனானேன்.

குளியாமல் வாக்குச் சேகரித்தவன் வீட்டுக்கு வந்து குளித்து, ஜம்மென்று உடை பூண்டு ஆயத்தமாகிவிட்டேன். சட்டமன்ற உறுப்பினரும் அமைச்சருமாகப்பட்டவர் வருகிறாரே! எங்கள் சட்டமன்றத் தொகுதியின் விசேஷம் என்னவெனில், ஜெயித்து எம்.எல்.ஏ. ஆக வேண்டுமென்றால் பெயருக்கு முன்னாடியோ பின்னாடியோ 'சாமி' இருந்தாக வேண்டும். அமைச்சரைச் சந்திப்பதான ஆயத்தமன ஒத்திகையில் பதற்றம் கண்டது.

எங்கள் கடைக்கு முன்பாக தார்ச் சாலைக்கு அப்பால், பட்டாசுச் சரத்தை விரித்தான் ராமராஜன். சரத்தின் ஒரு முனைக்கும் எங்கள் கட்டுத்தறியில் கட்டப்பட்டு இருந்த எருமையின் காதுக்கும் பத்தடி இடைவெளி இருந்தது. கழுநீர் ஊற்றிவிட்டு வந்த பெரியப்பா பட்டாசுச் சரத்தை முறைத்தார். "பட்டாசு வெடிக்கறதைப் பத்தி ஒண்ணும் சொல்லிறாதீங்க. நம்ம ஊர்ல இதனால பல சண்டைக வந்திருக்குது" என அறிவுறுத்தினேன். மாட்டுச் சட்டி முதல் மின்னணுச் சப்பட்டை வரை பல தேர்தல்கள் கண்ட அவர் ஒன்றும் பேசாமல் சாப்பிடப் போய்விட்டார். பசித்த வயிற்றுடன் அரசியல் விற்பன்னர் ஆக முடியாது என்பதாக நானும் கொஞ்சம் சாப்பிட்டுவிட்டு மெதுவாக ராமசாமியின் சைக்கிள் கடைக்கு வந்தேன். அங்கிருந்து அறுபதடி தூரத்தில் இருந்தது அமைச்சர் வந்து பேசும் இடம்.

அந்தக் கடையின் சிறப்பு என்னவென்றால், கூட்டத்துக்கு வந்தவராகவும் காட்டிக்கொள்ளலாம்; கூட்டத்துக்கு வரவில்லை, கடைக்கு வந்தேன் என்றும் காட்டலாம். இப்படியான இடத்தில் டீ டம்ளரும் சிகரெட்டும் பிடித்து அமர்கிறவர்களைப் பார்த்துதான் மைக் மாந்தர்கள், 'மறைந்திருந்து கேட்கும் மாற்றுக் கட்சித் தோழர்களே!' என விளிப்பார்கள்.

அங்கே எனக்கு முன்பே இருந்த தம்பி பாஸ்கர் என்னைப் பார்த்து, "வெளியூர் போறியா" என்றான்.

"இல்ல... மந்திரியப் பார்க்கப் போறேன்."

"பாரு."

"அதில்லடா... ஊர்ல லைப்ரரி வேணும்னு கேக்கப் போறேன். ஊருக்கு என்ன செய்யணும்னு கேப்பாருல்ல, அப்ப இதைப் பத்தி பேசப் போறேன்."

"இது ஆவறதில்ல! குளிச்சு முடிச்சு அயர்ன் பண்ணுன சட்டை வேற போட்டுக்கிட்டு... ம், என்னமோ பண்ணு. உன் தோரணையப் பாத்தா, ஏதோ அவங்க கட்சிக்கு வேல செய்ற மாதிரி இருக்குது" என்று சொல்லிவிட்டு இடம் விட்டகன்றான். ஒரே கடையில இரண்டு சிங்கங்கள் அதிக நேரம் இருத்தலாகாது!

நான் கொஞ்ச நேரம் ராம்ஸ் கடையில் இருந்துவிட்டு, பந்தலுக்குள் நண்பராகப்பட்ட நான்காம் வார்டு மெம்பரின் தலை தெரிந்ததால், அருகில் சென்று மெல்லிய குரலில், "சக்திவேலு! நான் மினிஸ்டரை ஒரு நாலு நிமிஷம் பாத்துப் பேசணும்" என்றேன். அவர் இடதுகையால் மண் மாதாவைச் சுட்டிக்காட்டி "இங்கியே பேசு... நான் அவருகிட்டச் சொல்றேன்" என்றார். சத்திய ஒளியும் நட்பு உணர்ச்சியும் அப்போது பந்தலின் கீழ் வெண் வெண் வட்டங்களாகச் சிமிட்டிக் கிடந்தன. எனது எதிர்ப்பார்ப்பிலும் அவரது உறுதி மொழியிலும், அந்த நேரம் உலகின் எந்த மாசும் படிந்திருக்க வில்லை.

சற்று நேரத்தில் தாரை தப்பட்டைக் குழு ஒன்று வந்து சேர்ந்து, தட்டி முழக்க ஆரம்பித்தது. கும்பல் தலைதலையாகப்

பெருக ஆரம்பித்தது. அமைச்சர் காரில் வந்து இறங்கியபோது ராமராஜ் வெடியைப் போட்டான்.

அமைச்சர் கார் விட்டு இறங்குகையில், எனக்கும் அவருக்கும் இருபது அடி இடைவெளி இருந்தது. ஒரு ஐம்பது மீட்டருக்கு தப்பட்டை முழங்க நடாத்திக் கூட்டிப்போனார்கள். வெற்றிப் பேரொலியைக் காண எத்தனிக்கும் சேர்ந்திசை தனது வளையத்துக்கு வெளியே என்னை வைத்தது. இப்போது கட்டளைகளும் அடுத்த செயல் திட்டங்களும் ஒலி பெருக்கி வழியாக வெளிவர ஆரம்பித்தன. அவருக்கான நிரல் அறிவிக்கபபட்ட போது அமைச்சர் பேசப் போந்தார்.

நானும் அமைச்சரும் சந்திக்கலாமா என வார்டு மெம்பரிடம் கேட்ட அதே இடத்தில் அமைச்சர் நின்று உரையாற்றினார். அவர் கண்களையே பார்த்தவாறு நான் நின்ற இடம் பத்தடி தள்ளி பந்தலுக்கு வெளியே!

மாநிலம் முழுக்க என்னென்ன செய்தோம் எனப் பட்டியலிட்டார். 'உங்க ஊருக்கு என்ன வேணும்?' என்று அவர் வினவவில்லை. என் மனக்கோவையில் நான் தண்டவாளமாகி வீழ, அதிகாரம் என்னும் இயந்திரம் என் மீது ஓடுவதாகப் பட்டது. தலையை உதறி கண் மூடிக்கண் விழிக்கையில் அமைச்சர் மறுபடியும் கார் ஏறிவிட்டார். அவர் பேசி முடித்து அமைதி நிலவிய ஓரிரு நொடிகளைப் பயன்படுத்தி நான் 'கிளிவலம்வந்து நல்லூருக்கு ஒரு நூலகம் வேண்டும்' எனக் கூவியிருக்க வேண்டும். வேரற்ற தென்னை மரம் போல உறுதியிலிருந்து சரிந்துவிட்டேன்.

வீடு திரும்பும்போது, ராமராஜு வெடி கொளுத்திப்போட்ட இடத்தைப் பார்த்தேன். மண் சிராய்த்த தீற்றல்களுக்கு மேலாகக் காகிதங்கள். திரிகள் போன இடம் தெரியவில்லை. 'எது உத்தமம்? படிப்பதா, வெடிப்பதா?' என்கிற கேள்வி சிவப்பும் வெள்ளையுமாய்ச் சிதறியிருக்கக் கண்டேன்.

வீட்டுக்கு வந்தபோது, முகப்பைக் கடையாக மாற்றுவதற்கான முஸ்தீபில் சேர்களை எடுத்துவைத்துக் கொண்டு என் தம்பி, "உனக்கு அரசியல்னா என்னன்னு நான் சொல்றேன்..." என ஆரம்பித்தான்.

"நீ ஒண்ணும் சொல்ல வேண்டாம். ஆம்லெட்டுக்கு வெங்காயம் வெட்டலாம். இரு, சட்ட மாத்திட்டு வந்திடறேன்" என்று வீட்டுக்குள் நுழைந்தேன். அஞ்சாம் வார்டு வேட்பாளரின் கணவர் புரோட்டாவுக்கான மாவை ஓரமாக உருட்டிக்கொண்டு இருந்தார்.

குளிரெழுத்தின் வண்ணங்கள்

பொன்வண்டுகளுக்குக் குளிரடிக்காது. குளிரடிப்பதாக இருந்தால், அவை மழைக் காலத்தில் தோன்றுமா? 'அம்மா' என்று ஆசையுடன் அழைக்கும் மூன்றரை வயது மகளை என் மாமியாரின் வீட்டில் விட்டுவிட்டு வந்தபோது, பொன்வண்டின் ஞாபகம்தான் வந்தது.

எனக்கும் தனசேகரனுக்கும் திருமணம் முடிந்து, அவருடைய ஊரான பட்டத்திபாளையத்தில்தான் அவள் பிறந்தாள். அமராவதி ஆறு, கரை நாணல்கள், காட்டுப் புற்கள், புல் மேயும் எருமை, ஆட்டினங்கள், நால் ரோட்டில் பால் ஊற்றும் சொஸைட்டி, மிஞ்சிய பாலில் மத்துக் கடையும் தயிரரவம், நெய் மணக்கும் உணவு வகைகள்... என்றுதான் தன் வாழ்வைத் தொடங்கினாள் என் மகள்.

அந்த நிலையில், ஏற்கெனவே எழுதி முடித்த தேர்வுக்கு எனக்கு ஏற்காடு ஊராட்சி ஒன்றியத்தில் வேலை கிடைத்தது. குளிர்ப்பாங்கான மலை பூமி. குழந்தையும் கணவனுமாக ஏற்காடு வந்தபோது, ஒரு வீட்டை வாடகைக்குப் பிடித்ததற்கு அடுத்த வேலை, ஸ்வெட்டர்கள் வாங்கியதுதான்.

தங்க நிறத்தின் மேல் பட்டையாக சாக்லெட் வர்ணம் ஓடுகிற ஸ்வெட்டர், குழந்தைக்கு உரிய உடுப்புபோல அது மிக அழகாகவே இருந்தாலும், ஸ்வெட்டரை ஸ்வெட்டர் என்று காட்டுவதற்கு பிரத்தியேக பட்டன்கள் அதில் இருந்தன.

தனசேகரனுக்குத் தோதான வேலை ஏற்காட்டில் இல்லை. கடுப்பான சமயங்களில் 'ஏற்காட்டில் மட்டுமல்ல; உலகில் எங்கேயும் இல்லை' என்று தோன்றும். சில நாள் ஏதாவது வேலைக்குச் செல்வார். அடுத்த சில நாளில் அதை உதறிவிட்டுச் சும்மா இருப்பார். வேலைக்கே போகாத ஆண்களைவிட

இவர்கள் ஆபத்தானவர்கள். நம்பி ஒரு காரியம் பண்ண முடியாது. மரக் குதிரையை நம்பி மண்ணிலும், மண் குதிரையை நம்பி நீரிலும் பயணிப்பதற்கு ஒப்பாகும். 'குழந்தையைப் பார்த்துக்கொண்டு வீட்டிலேயே இரு' என்று கணவனிடம் கேட்டுக்கொண்டேன்.

குழந்தை எல்.கே.ஜி.-யில் சேர்ந்தாள். கட்டுகிற ஃபீஸுக்கு அவளுக்கு இளம் வயதிலேயே ஏராளமான அறிக்கைகள் கிடைத்தன. பிராக்ரஸ் ரிப்போர்ட்டில், தமிழில் கூடுதலாக சிவப்பு அடிக்கோடுகள் வாங்கினாள். கையெழுத்து சரியில்லை என்று பள்ளியில் அடியும் கிடைத்ததாம்.

தனசேகரன் கொதித்துப் போய்விட்டார். சதிபதியாக பள்ளிக்குக் கிளம்பிப் போனோம்.

"மூணு வயசுக் குழந்தையை ரூல் பென்சில் புடிச்சு எழுதச் சொல்றதே தப்பு" என வாதிட்டார் தனசேகரன்.

"அப்படியா! இங்கே பாருங்க" என்று மிஸ், வேறு சில பிள்ளைகளின் கையெழுத்து ஏடுகளைக் காட்டினாள். அச்சென்றால் அச்சு, அப்படி அச்சு! ஐந்து வயது முடிவதற்குள் ரப்பர் ஸ்டாம்ப் குடைந்து பழகிவிடுவார்கள் போன்றதொரு தெளிவு. தெய்வங்களே மிரளும் சொற்களை அவர்கள் மழலையில் கதைத்தனர்.

'யு ஃபார் யுனிவர்ஸ்!'

போட்டி உலகில் எங்கள் குழந்தையின் போதாமையை உணர்ந்தோம்.

'தனா! இனி நீ வெங்காயம் வெட்ட வேண்டாம். பூண்டு உரிக்க வேண்டாம். குழந்தைக்குப் பாடம் சொல்லிக் கொடுத்து, அவ ஹோம் வொர்க்கை ஃபாலோ பண்ணு!'

ஆங்கில எழுத்துக்கள் அதிகம் பிரச்னை தருவதில்லை. கோடு போட, வட்டம் போட, வட்டத்தைப் பாதியிலேயே நிறுத்த. இவற்றை மட்டும் கற்றுக்கொண்டால் போதும். அ. ஆ அப்படியல்ல! எங்கள் குழந்தை 'ப' மட்டும் நன்றாக எழுதினாள். 'இ' எழுதினால், அவள் சுழிக்கிற சுழிகளின் மீது

சர்க்கரைக் கரைசலை ஊற்றி, ஜிலேபியாகச் செய்து தின்றுவிடலாம். எட்டின் அருகில் எட்டை ஒட்ட வைத்து, அதுதான் 'ஐ' என்றாள். ஆய்த எழுத்துக்கு மூன்று புள்ளிகள் வைக்கத் தெரிந்திருந்தாலும், அதைச் சரிபார்க்க நோட்டையே திருப்பவேண்டியிருந்தது.

இந்நிலையில்தான், தனசேகரனுக்குள்ளிருந்த வாத்தியார் தலைகாட்டினார். குழந்தையை வாத்தும், காதும், யானையும் வரையச் சொன்னார். வாத்து – உ, வாத்தின் மீது யானை நிற்கிறது – ஊ, காது – தோடுடைய காது – ஓ, காதுக்கு வெளியே யானை கத்துகிறது – ஔ. குழந்தை கொஞ்சம் கொஞ்சமாகத் தமிழிலும் தேறிக்கொண்டு இருந்தாள்.

திடீரென, "அடுத்த வாரத்துல இருந்து ஒருவேலை. அஞ்சாயிரம் சம்பளம். நான் போறேன்" என்றார் தனசேகரன். அவருக்குள்ளிருந்து ஆண்மகன் மறுபடி பொத்துக் கொண்டு வெளியே வந்துவிட்டார்.

வீட்டிலேயே தங்குகிற மாதிரி வேலைக்கு ஆள் அகப்படுமா என்று ஒரு வாரம் உழன்றோம். ம்ஹூம்!

குழந்தையை தனசேகரனின் ஊரில் விட்டுவிட முடிவாயிற்று. இந்தப் பருவத்தில் குழந்தையைப் பிரிந்து வாழ்வது, சாலவும் கொடுமை. தவிரவும், எனக்கும் தனசேகரனுக்கும் 'இரண்டு ஆள் அலுப்புமருந்தா'க அவள் இருந்தாள். முக்கியமாக, எனக்கும் தனாவுக்கும் சண்டை நேரும்போது, நெரிபடும் ஓசைகள் எழாவண்ணம் தடுக்கும் உயவு எண்ணெயாகவும் அவளே இருந்தாள்.

புள்ளினங்கள் சிலம்பாத வெள்ளிக்கிழமை நள்ளிரவில், பட்டத்திபாளையம் போய், குழந்தையை அத்தையின் கையில் தந்தேன். "முதல்ல இருந்தே இவ இங்கியே இருக்கட்டும்னுதானே சொன்னேன்" என்றவாறு குழந்தையை வாங்கிக் கொண்டார்கள்.

ஞாயிற்றுக்கிழமை மத்தியானம், குழந்தை எருமையின் அழகை ரசித்துக்கொண்டுள் இருந்த வேளையில் கம்பி நீட்டிய

நானும் என் கணவனும் மூலனூர், கரூர், சேலம் மார்க்கமாக ஏற்காட்டை அடைந்தோம்.

அப்போது வெயில் காலம். இப்போதோ குளிர்காலம். பனி நரியின் ஊளையை நினைவூட்டும் குளிர். அதிகாலைச் சங்குகள்கூட ஒருமுறை தந்தியடித்துவிட்டுத்தான் ஒலிக்கின்றன-முறையிடுகின்றன. வரலாறு காணாத குளிரென்று வானிலை அறிக்கைகள் கூறுகின்றன.

இரவுகளின் தனிமை, குழந்தையின் அண்மையையும் அணைப்பையும் விழைகிறது. மகளே... ஆங்கே என்ன செய்துகொண்டு இருக்கிறாய்? என் தோலை உரித்து அவளுக்குப் போர்த்த ஆசை. முலைகள் இரண்டையும் அறுத்து, அவள் அணைவதற்குத் தந்தனுப்பினால் இன்னும் உசிதம்.

சனிக்கிழமை மாலை. பாச்சைகளும் கரப்பான்களும் மிரளுமாறு அட்டைப் பெட்டிகளைச் சுத்தம் செய்து கொண்டு இருந்தபோதுதான், பாப்பாவின் ஸ்வெட்டர் கிடைத்தது.

"அம்மா ஊர்ல இருந்து போன் பண்ணியிருந்துச்சு. நாம போகும்போது பாப்பாவுக்கு ஸ்வெட்டர் ஒண்ணு எடுத்துட்டுப் போகணுமாம்" என செய்தியுடன் வந்தவன், "இந்த ஸ்வெட்டரே அவளுக்குச் சரியாய் இருக்குமா?" என்று கேட்டதும் எரிந்து விழுந்தேன்...

"ஒரு ஸ்வெட்டர் வாங்கித் தர வக்கில்லையா அங்கே?"

சண்டைக் காரமும் தொண்டை ஈரமும் முற்றிலும் உலர்ந்துபோகும் முன்னரே, நானும் தனசேகரனும் சேலத்துக்கு பஸ் பிடித்தோம்.

சேலத்தில், மூன்றாவது கடையில் கிடைத்தது. நான் விரும்பும்விதமான ஸ்வெட்டர். தீப்பெட்டிப் பொன்வண்டின் வானவில் தீற்றமுள்ள நிறங்கள் முயங்கி மாறும் குளிர் உடை. அதனுடன் வந்த பிளாஸ்டிக் பையிலேயே பழைய ஸ்வெட்டரையும் திணித்துக் கொண்டேன்.

பிறகு, கரூர் வந்து தாராபுரம் பஸ் ஏறி, மூலனூர் சென்று

கார் எடுத்துக் கொண்டு, பட்டத்திபாளையம் போய்ச் சேர்ந்தபோது மணி இரண்டரை. பனி இரவு. எங்கள் வருகையால் துலக்கம் கொண்டு, வீடு எழுந்தது.

பாப்பாவும் எழுந்துவிட்டாள். நான்கைந்து நிமிடங்கள் என்னையே பார்த்துக்கொண்டு நின்றாள். எனக்குக் கண்களில் நீர் முட்டியது. பனிக் காலத்திலும் கண்ணீர் வெதுவெதுப்பாகத்தான் இருக்கிறது.

திடீரெனத் தாவி ஓடி வந்து, என் மடி அமர்ந்து கழுத்தைக் கட்டிக்கொண்டாள் குழந்தை. அத்தை காபி வைக்க, அடுப்படிக்குப் போனார்கள். இடைப்பட்ட தருணத்தில் நான் மகளுக்கு ஸ்வெட்டரை அணிவித்தேன்.

"நல்லாருக்கு" என்றவாறு அவள் என்னை நசுக்குகிறாள். ஸ்வெட்டர் ஒரு வெப்பக் கடத்தியாக மாறுகிறது. "இது சேருதான்னு பாரு!" என்று தனசேகரன் பழைய ஸ்வெட்டரைப் போட்டுவிடுகிறார். ஸ்வெட்டருக்கு மேல் ஸ்வெட்டர். ஆச்சர்யமின்றி அதுவும் பொருந்துகிறது.

"அம்மா! காலைல இருப்பேதானே?"

"இருக்கேண்டா கண்ணு!" எஞ்சக்குடு...!"

காபியை எங்களுக்கு வைத்துவிட்டு, கட்டிலில் சென்று படுக்கிறார் அத்தை. பாப்பா, "அம்மாச்சி!" என்று குரல் விட்டாள். பின், என்னிலிருந்து எழுந்தாள். பழைய ஸ்வெட்டரைக் கழட்டிப் போட்டாள். அப்புறம் புது ஸ்வெட்டரையும்! உரித்த முயல் போல இருந்தாள். கட்டிலில் ஏறி அத்தையின் மார்புக் குவட்டில் முழங்காலைப் போட்டாள். கழுத்து வரிகளை பிஞ்சு விரல் கொண்டு நிரடினாள். சடுதியில் தூங்கிப்போனாள்.

அத்தையின் கழுத்திலிருந்து புறப்பட்ட பொன் வண்டொன்று பறந்து வந்து என் மார்பு மீதமர்ந்தது. அதைப் போர்வையால் மூடிக்கொண்டேன்.